I0657556

मानूस मानूस
मतलबी रे मानसा
तुले फार हाव
तुझी हाकालेल आशा.

माणसं

वपु

मेहता पब्लिशिंग हाऊस

मानसा मानसा
तुझी नियत बेकार
तुझ्याहून बरं
गोठ्यातलं जनावर

माणसं

वपु

■ मराठी पुस्तक प्रकाशनाचे हक्क
मेहता पब्लिशिंग हाऊस, पुणे.

■ प्रकाशनकाल : जानेवारी, १९९५ /
फेब्रुवारी, १९९७ / डिसेंबर, १९९८ /
मार्च, २००० / जानेवारी, २००५ /
ऑगस्ट, २००७ / फेब्रुवारी, २००९ /
जून, २०१० / डिसेंबर, २०१२ /
सप्टेंबर, २०१३ / जुलै, २०१५ /
पुनर्मुद्रण : एप्रिल, २०१७

भरला डाडोर
भुलीसनी जातो सूद
खाईसनी चारा
गाय-म्हैस देते दूध

माणसं

वपु

■ प्रकाशक
सुनील अनिल मेहता,
मेहता पब्लिशिंग हाऊस,
१९४१, माडीवाले कॉलनी, सदाशिव पेठ,
पुणे ३०. ① ०२०-२४४७६९२४
E-mail : info@mehtapublishinghouse.com
Website : www.mehtapublishinghouse.com

मतलबासाठी
मान मानूस डोलये
इमानाच्यासाठी
कुत्रा शेपूट हालये

माणसं

वपु

■ मुखपृष्ठ
वपु काळे

■ P Book ISBN 9788177665437
E Book ISBN 9788184987492

E Books available on :
play.google.com/store/books
m.dailyhunt.in/Ebooks/marathi
www.amazon.in

बर्फ नऊदशांश पाण्याखाली असतो.
एकदशांश पाण्याच्या वर असतो.
असं काहीसं गणिताप्रमाणे म्हणतात.
हे प्रमाण मी चुकीचंही मांडलं असेल.
गणिताचा प्रांत बुद्धीचा.
म्हणूनच माझ्या नकाशात ती जागा कोरी.
म्हणजेच 'चटई निर्देशांक' (Extra F.S.I)
हृदयाला दिला.
गणितापेक्षा कविता मोठी मानली.
म्हणूनच अनेक माणसं भेटली. ती सगळी
चैतन्याचीच विविध रूपं होती, म्हणून
मी त्या दीर्घकाव्याची कडवी मोजत राहिलो
नाही. मोजमाप म्हणजे पुन्हा गणितच.
कविता मोजायची नसते,
म्हणजे एखादा 'श्रीकांत' सापडतो.
प्रवाहाच्या भोवऱ्यात फिरणारा.
भोवरा सुलट्याचं उलटं करतो.
श्रीकांतने एकदशांश बर्फ उलटा केला
आणि नऊदशांश आपत्तींना, मानसिक
तणावांना आनंदाचा पेहेराव चढवला.
त्या थंड बर्फावर श्रीकांतच्या गृहिणीने
उबेची शाल पांघरली.
बहिणाबाईंना त्याचा पत्ता देतो.
श्रीकांत जोशी,
'चवदार तळं,' महाड.
ही 'माणसं' त्या 'मानूस'ला अर्पण.

वपु.

माणसं

वपु

मानसा मानसा
कधी व्हशीन मानूस
लोभासाठी झाला
मानसाचा रे कानूस.

—बहिणाबाई चौधरी

१

सायकॉलॉजी वगैरे मोठाले शब्द आपण अनेक वर्षं ऐकत आलो आहोत. हाच विषय घेऊन एम.ए. वगैरे करणारी थोर्थोर मुलंही कमी नाहीत. अनेकांचे आजार 'सायकोसोमॅटिक' आहेत, असं वैद्यकशास्त्र सांगतं आणि औषध न सापडणारे काही डॉक्टर्सही ह्या शब्दाआड लपतात. मी सुमारे पन्नास वर्षांपूर्वी एक हकिकत ऐकली, कै. गोविंदस्वामी आफळे ह्यांच्या कीर्तनात. आफळेबुवांचं आणि आमच्या परिवाराचं खूप निकटचं नातं. आत्ताही त्यांच्या नावामागे 'कै.' शब्द लावताना हात थरथरला. ज्या-ज्या कलावंतांनी वा चांगल्या व्यक्तींनी आपल्या मनाचा कब्जा घेतलेला असतो, त्यांच्यामागे 'कै.' किंवा 'स्व.' हा शब्द उमटतच नाही. केशवराव दाते, नानासाहेब फाटक, लोंढे, नरेश, कामण्णा, वसंत देसाई, सी. रामचंद्र, वसंतराव देशपांडे, बॅ. नाथ पै... किती नावं सांगू? ह्यांच्या इतकी आणि ह्यांच्याहून महान माणसं खूप होऊन गेली; पण ज्यांच्या बाबतीत लौकिकापल्याड किंवा लौकिक वगळून, मूळ माणसापर्यंत पोहोचण्याचं सद्‌भाग्य लाभलं तर ती माणसं स्वर्गवासी होत नाहीत. ती 'स्व' म्हणजे स्व-मनवासी होतात. माझ्या मनाचं आकाश अशा अनेक माणसांच्या चांदण्यांनी, ग्रहताऱ्यांनी प्रकाशित झालेलं आहे. मी त्यांच्या कीर्तनाला, साटमबागेच्या दत्तमंदिरात (त्यांच्या म्हणजे आफळेबुवांच्या) व्हायोलिनची साथ करायला जात असे. अनेक लोककथा आणि माणसांच्या कथा मी त्यांच्या कीर्तनातून ऐकत असे. आफळेबुवांचं कीर्तन पौराणिक आणि आध्यात्मिक विषयांवर फारसं नसे. वीर सावरकर, वासुदेव बळवंत फडके ह्यांसारख्या क्रांतिकारक व्यक्तींवर त्यांचा प्रामुख्याने भर होता. साहजिकच, सामाजिक आणि जास्त करून राजकीय घटनांवर त्यांचा आक्रमक हल्ला पूर्वरंगातून आणि उत्तररंगातूनही होत असे. उपहास, उपरोध, विनोद आणि पहाडी आवाजातील श्लोक हे त्यांचं जास्तीचं वैशिष्ट्य.

वीररसावर भर आणि समाजातील षंढ आणि नतद्रष्ट वृत्तींवर हल्ला. व्यायाम न करणाऱ्या तरुणांवर रोष. राष्ट्रीय कीर्तनकार म्हणून ते जास्त प्रिय.
साटमबागेच्या दत्तमंदिरात पाऊल ठेवायला जागा नसायची आणि वेळेच्या बाबतीत पराकोटीचे काटेकोर.
अशाच एका कीर्तनात ऐकलेला किस्सा—
कुणीतरी वामनराव कीर्तनाला जाता जाता, बंडोपतांना हाक मारायचे.
"बंडोपंत ऽऽऽ"
"ओऽऽ"
"कीर्तनाला येताय ना?"
"व्हा पुढे, आलोच."
वामनराव पुढे जायचे आणि बंडोपंतांचा पत्ताच लागायचा नाही. असं का व्हायचं?
तर, बंडोपंतांनी 'व्हा पुढे' असं म्हटलं की स्वयंपाकघरातून बंडोपंतांची पत्नी 'हं' असं फक्त दरडवायची. मग बंडोपंत सांगायचे, 'आलोच.'
ह्याचा अर्थ, 'व्हा पुढे' वामनरावांना उद्देशून आणि 'आलोच' हे स्वयंपाकघराला उत्तर. वामनराव 'व्हा पुढे, आलोच' हे सगळं विधान त्यांच्या संदर्भात समजून पुढे जायचे आणि जागा धरून ठेवायचे. आजची तरुण मुलं कीर्तनाला जात नसतील, पण क्रांतिकारकांची चरित्रं ऐकायला आफळेबुवांच्या कीर्तनाला तरुणवर्ग प्रचंड प्रमाणात उपस्थित असायचा. ब्रिटिशांची राजवट ओहोटीला लागली होती आणि सावरकरांना कुणी वाळीत टाकलेलं नव्हतं.
बंडोपंतांचा किस्सा वानगीदाखल, विनोदाचा म्हणून सांगितला. ध्यानात राहिलेली हकिकत वेगळीच आहे.
'सवत' हा शब्द उच्चारताच, वेगळं काही सांगावं लागत नाही. अशीच कुणी एक यमुना. अनेक महिने अंथरुणाला खिळलेली. अखेरचा क्षण जवळ आल्याची तिला जाणीव झाली. स्वत:च्या मुलाचं भवितव्य आता सवतीच्या स्वाधीन करून जायचं. प्राण मुलापायी घोटाळताहेत. परिस्थिती बेतास बात म्हणून शिक्षणाचा खेळखंडोबा झालेला. यमुनेनं सवतीच्या हातात लेकराचा हात देत सांगितलं, "वेणूताई, माझा लक्ष्या, माझा जीव तुझ्या हातात देऊन जातेय. त्याला जेवायला वाढशील, तेव्हा भाताची ढेकळं कधी वाढू नकोस आणि कोर्टाच्या आवारात पाऊल कधी टाकू देऊ नकोस."
मरत्या जिवाला वेणूताईंनी तसा शब्द दिला आणि सवतीच्या मरणानंतर तिचे दिवस होईपर्यंत ती थांबली आणि नंतर कटाक्षाने ती लक्ष्याला ढेकळांचा भात वाढू लागली. रोज त्याच्या पाठीत दणके घालून त्याला कोर्टात पिटाळू

लागली. स्वत:च्या मुलाला भात बारीक करून वाढणं आणि शक्यतो त्याला घराबाहेर न पाठवणं, हे धोरण होतंच. लक्ष्या दिवसभर कोर्टाच्या आवारात असायचा आणि आल्यावर ढेकळाच्या भाताला तोंड द्यायचा. लक्ष्या कोर्टाऐवजी आणखी कुठे जात नाही ना, हेही ती पाहायची.

ह्याचा परिणाम इतकाच झाला की सतत कोर्टाच्या आवारात राहून राहून त्याच्या ओळखी वाढल्या. त्याचा गरीब स्वभाव बघून एका कारकुनाने त्याला हाताशी ठेवला. लिहा-वाचायला शिकवलं. कोर्टाची भाषा सतत कानावर पडून पडून तो व्यवहारचतुर झाला. घरी ढेकळांचा भात खाल्ला की पोट व्यवस्थित भरायचं. ढेकूळ फोडल्यानंतरच त्यात किती भात असतो, ते कळतं. त्यामुळे तो अंगापिंडाने मजबूत झाला.

यमुनाबाईंना आपल्या सवतीच्या बुद्धीचा वकूब माहीत होता आणि मनाची ठेवण तर पूर्ण परिचयाची होती. आपण मरताना जे सांगू त्याच्या नेमकी विरुद्ध वागणूक ती लक्ष्याला देणार, हे तिला माहीत होतं. त्याच उद्देशाने तिने, 'ढेकळांचा भात वाढू नकोस आणि कोर्टात पाऊल टाकू देऊ नकोस' असं सांगितलं होतं. वेणूताई सवतीने जसं वागायला हवं, तसंच वागली. 'कोर्ट आणि ढेकळांचा भात' ह्या नक्की घातक गोष्टी आहेत, हे तिच्या मनावर बिंबल्यानंतर सवतीच्या मुलाच्या वाट्याला दुसरं काय येणार?

लक्ष्याचं कल्याण झालं आणि स्वत:चा पोरगा मठ्ठ राहिला, हे कळेपर्यंत लक्ष्या तैय्यार झाला होता.

सवतीला हे असं आपल्याला अभिप्रेत असलेलं मार्गदर्शन करणाऱ्या यमुनाबाईने, त्या जुन्या काळात, शिक्षणाचा गंध नसताना, 'सायकॉलॉजी' हा शब्द तरी ऐकला होता का? पण, पुस्तकांपेक्षा माणसं वाचली तर ज्ञान होतं. पुस्तकं माहिती पुरवतात. चालतीबोलती माणसं माहितीपल्याड खूप काही देतात, त्यासाठी माणसं वाचण्याचा कोर्स घ्यायचा नाही. कोर्स म्हटलं की अभ्यासक्रम आला. डिग्री, कॉलेज, विद्यापीठ– आणि विद्यापीठ म्हटलं की सगळे घोळ आले. तेव्हा माणसं वाचण्याचा छंद घ्यायला हवा आणि त्यासाठी जीवनावर भरपूर प्रेम हवं. माणसं वाचायची एकमेव 'फी' हीच – 'जगण्यावर प्रेम.'

२

सर्वांत जास्त दीर्घायुषी कोण?

शाळेतला शिक्षक. शिक्षणाच्या व्यवसायात एखाद्याने तीस वर्षं घालवली आणि प्रत्येक वर्षी त्याच्या हाताखालून पन्नास विद्यार्थी गेले तर एकूण आकडा फक्त पंधराशे होतो; पण प्रत्येक दिवसाचे शाळेचे तास मोजले, वर्ग आणि त्यांच्या तुकड्या मोजल्या, तर किती विद्यार्थी होतील?

ते विद्यार्थी जितकी वर्षे जगतील, तितकी वर्षे त्या शिक्षकाचे आयुष्य. ह्याला एक बारीकसा अपवाद आहे. शाळेतले सगळेच शिक्षक काही आपल्या ध्यानात राहात नाहीत. माणूस हा सगळ्या व्यवसायांत भेटणारच; त्यात शंभरापैकी नव्वद 'ऑल सो रॅन' असेच असतात, तोच नियम शिक्षकांना. शिस्तप्रिय पण कमालीचे प्रेमळ, विनोदी किंवा चक्रम अशा शिक्षकांच्या आठवणी आपण आपल्या मुलाबाळांना पण ऐकवतो. आपली पत्नी तिच्या शाळेतल्या मास्तरांच्या हकिकती सांगू लागली तर तिच्या मास्तरांपेक्षा आपले मास्तरच जास्त सुपीरियर होते, हे पटवण्याचाही आपल्याला अहंकारात्मक आनंद असतो.

पण कधीकधी काही मास्तर असे असतात की आपण त्यांचे विद्यार्थी नसतो, तरीही त्यांचं वेगळेपण आपल्याला मोहवतं आणि वाटायला लावतं, 'हे आपल्याला शिक्षक म्हणून का लाभले नाहीत?'

अर्थात ही अशी माणसं केवळ शाळेच्या इमारतीपुरती शिक्षक नसतात; किंबहुना सगळं विश्व त्यांच्यासाठी शाळाच असते. ते शिक्षक नसतात. ते 'गुरू' असतात. त्यांचं दैनंदिन आयुष्य, बसणं, उठणं, चालणं, बोलणं हा एक शिक्षणक्रम असतो. त्या अभ्यासक्रमाला कोणत्याही भ्रष्ट शिक्षणखात्याची मंजुरी लागत नाही. अशा माणसाचं आचरण, हेच विद्यापीठ. सरस्वती आणि सिद्धीविनायक हेच त्यांच्या शिक्षणखात्याचे मंत्री.

विसाव्या शतकात न शोभणारे हे दादा कुलकर्णी मला माझं निम्मं आयुष्य संपल्यावर भेटले. 'अर्धं आयुष्य' म्हणायचे ते मी शंभर वर्षं जगणार ह्या भ्रामक कल्पनेच्या खुळचट आशेवर.

त्यांची मुंबईतली शाळा पाहायला गेल्यावर, त्यांनी मला सांगितलं, ''माझ्या शाळेत झोपडपट्टीतली मुलंही येतात. मुलांवर शाळेचे संस्कार होताहेत की नाहीत, हे पाहायचं असंल तर फक्त त्यांचे 'टॉयलेट ब्लॉक्स' पाहावेत. तुम्ही आत्ता तिथे जा. अश्लील चित्रं आणि मजकूर तर सोडाच, पेन्सिलची पुसट रेघ जरी दिसली तरी मी एक इंच रेघेला पन्नास रुपये देईन.''

ह्याच दादा कुलकर्णींनी एक जगावेगळा प्रयोग केला आणि तो यशस्वी करून दाखवला.

त्यांनी वर्गावर्गातून मायक्रोफोन्स बसवले आणि एक स्पीकर आपल्या ऑफिसमध्ये लावला. स्वत:चं ऑफिस न सोडता, कोणत्याही वर्गाचं बटण दाबावं, तिथं आता काय शिकवलं जात आहे, ते त्यांना बसल्या जागी समजत असे, अर्थातच सगळ्या शिक्षकांनी ह्याला जोरदार आक्षेप घेतला.

''आमच्या अधिकारावर हे अतिक्रमण आहे,'' हा सगळ्यांचा दावा.

दादा कुलकर्णींनी सांगितलं, ''हे तुम्हाला दिलेलं संपूर्ण स्वातंत्र्य आहे. मी जर वर्गावर्गातून अधूनमधून पाहणी करण्यासाठी येऊ लागलो तर तुमच्यासहित वर्गातली मुलं उठून उभी राहतील. तुमच्याहून मोठा असा एक कोणी अधिकारी शाळेत आहे, हे त्यांना समजेल. ही गोष्ट स्वागतार्ह नाही. आपापले वर्गशिक्षक हेच शाळेतील सर्वेसर्वा आहेत, हा भाव त्यांच्या मनात निर्माण व्हायला हवा. त्यांनी प्रिन्सिपॉलपेक्षा जास्त मान आपल्या वर्गशिक्षकाला दिला पाहिजे, म्हणून प्रत्यक्ष वर्गात न येता, तुम्हाला मुलं उपद्रव देत नाहीत ना, हे मला इथूनच कळेल. तिथं मी नेमका येईन.''

शिक्षकांना हे पटलं.

केव्हातरी कुलकर्णींनी अशाच एका वर्गाचं बटण दाबलं. इंग्रजीचा तास. शिक्षकांनी मुलांना सांगितलं, ''व्हीट म्हणजे ज्वारी.''

दादांनी स्पीकर बंद केला. सुटीमध्ये त्याच वर्गातल्या मुलांच्या वह्या तपासायला मागवल्या. 'व्हीट म्हणजे ज्वारी'— असा उल्लेख आहे की नाही, ह्याची खात्री करून घेतली. त्याच दिवशी संध्याकाळी संबंधित शिक्षकांना बोलावून घेतलं आणि शांतपणे त्यांना शंका विचारली. तीही ह्या शब्दात ''काही काही धान्यांची इंग्रजी नावं माझ्या नीट ध्यानात राहात नाहीत. जरा सेल्फातून डिक्शनरी काढता का? तुम्ही इंग्लिश शिकवता, तुम्हाला नावं तोंडपाठ असतील, तरीही आपण दोघं खात्री करून घेऊ.''

त्या शिक्षकांनी शब्द तपासून हे सांगितलं ''व्हीट म्हणजे गहू''.

दादांनी एक-दोन विद्यार्थ्यांच्या वह्या दाखवीत म्हटलं, ''मुलांनी चुकीचा अर्थ लिहून घेतलाय. उद्याच्या तासाला तेवढा शब्द सुधारून घ्या! मलाही व्हीटचा अर्थ हवा होताच.''

मी आश्चर्याने विचारलं, ''तुम्ही डिसिप्लिनरी अॅक्शन, डिपार्टमेंटल एन्क्वायरी, असं काही केलं नाहीत?''

''अॅक्शन शब्दाची माझी व्याख्या वेगळी आहे. ज्या अॅक्शनची 'रिअॅक्शन' पशुत्वाकडून माणुसकीच्या दिशेने होते, त्यालाच मी 'अॅक्शन', म्हणजे योग्य कृती म्हणतो. सरकारी यंत्रणेत, महापालिकेत, अशा माणसांना शिक्षा करायची म्हणजे त्यांची बदली करणं, हाच उपाय समजला जातो. तो माणूस नव्या ठिकाणी तसाच वागणार. बदलीने वृत्ती बदलत नाहीत, त्यापेक्षा वृत्तीत बदल घडवणं आवश्यक नाही का? वृत्ती बदलणं शासनाच्या फायद्याचं आहे.''

''कसं काय?''

''शासनाचा पैसा आता लायक, रूपांतरण झालेल्या माणसासाठी खर्च होईल. त्या माणसाचाही उत्कर्ष होईल. 'अॅक्शन म्हणजे शिक्षा' अशीच व्याख्या का करायची? अॅक्शनचं नाव त्याऐवजी 'सुधारणा' शब्दाशी जोडावं, म्हणजे आकस राहात नाही, चौकशी समित्या नेमाव्या लागत नाहीत, फायलींचे ढिगारे वाढत नाहीत.''

मी दादांकडे बघत राहिलो. ते म्हणाले, ''खाजगी असो किंवा सरकारी यंत्रणा असो, सर्वांत वरच्या पदावरचा अधिकारी समतोल विचारांचा हवा. त्याला माणसांची पारख हवी. गुणवत्ता जोखणारी वेगळी नजर हवी. त्याची मर्जी माणसांवर नसावी. कार्यावर, कर्तृत्वावर हवी. कष्ट करणाऱ्या माणसाची तळमळ त्याला समजायला हवी. त्याने कायदा हातात घेऊ नये, पण न्याय-अन्याय त्याला समजायला हवा. 'तुमची बाजू मला पटते, पण मी काही करू शकत नाही.' ह्याला सुधेपणा म्हणत नाहीत. ह्या पळवाटा झाल्या. वरिष्ठ अधिकाऱ्याने हाताखालच्या माणसांना, यंत्रणेच्या बाहेर न्याय मिळवण्यासाठी घालवू नये.''

—दादा कुलकर्णी हा विषय इथं संपत नाही. शिक्षक संपतो. गुरू राहतोच, पण गुरू जाता-येता भेटत नाही.

दादा कुलकर्णी असेच पुन्हा केव्हातरी भेटतील.

$\bigcirc$

३

"नारदमुनींनी अर्जुनाला एक थक्क करणारा सल्ला दिला.'' अगदी निघता निघता प्रसन्नकुमार म्हणाले.

मी त्यांच्याकडे पाहात राहिलो. आज ते माझ्या घरी पंधरा-सोळा वर्षांच्या कालखंडानंतर येत होते. मी चाळीत राहात असताना अधूनमधून भेटी व्हायच्या. माझ्या शेजारी एक परिवार राहत असे. प्रसन्नकुमार त्यांच्याकडे उतरायचे; पण रमायचे माझ्या घरात. माझा आणि वसुंधरेचा रंगलेला संसार त्यांनी अनेक वर्षं पाहिला आणि आज ते तिची प्रकृती पाहायला आले होते. मी त्यांना म्हणालो,

"तुम्हाला तिची अवस्था बघवणार नाही. तिला न बघता तुम्ही जा.''

त्यांनी ऐकलं नाही. त्यांनी तिला पाहिलं आणि त्यांना गदगदून आलं.

'पाहुणे येणार आहेत' असं समजताक्षणी–

'घर कसं आवरू,

मन कसं सावरू'

अशी जिची अवस्था व्हायची ती वसुंधरा पुतळ्यासारखी पडून होती.

– प्रसन्नकुमार फार थांबले नाहीत. ते निघाले. पायात चपला सरकवीत ते म्हणाले,

"कबिराचा एक दोहा ऐकवतो आणि जातो.''

– प्रसन्नकुमार आणि कबीर?

उर्दू शायरीची आवड असूनही 'प्रोहिबिटेड एरिया'प्रमाणे मी तिकडे कुतूहलाने पाहतो. तरीही, अर्थ माझ्या मुलीने सांगितला म्हणून एक शेर आठवला.

'ख्वाब देखा था के सेहरा में बसेरा होगा

क्या खबर थी के यही ख्वाब तो सच्चा होगा.'

प्रसन्नकुमार सांगू लागले,

"श्रीकृष्ण आजारी आहे म्हटल्यावर अर्जुन त्याला तातडीने भेटायला निघाला. वाटेत नारदमुनी भेटले."

"दोहा ऐकवता ना?" मी आठवण केली.

"ठीक आहे. अगोदर दोहा ऐका---"

"मनुष्य बली होत नहीं-समय होत बलवान्
भिल्लन् लुटी गौपिका-वही अर्जुन वही बाण ।"

मी विचारलं, "म्हणजे काय?"

"तेच सांगतोय. नारदमुनींनी अर्जुनाला सांगितलं, 'कृष्णाचं फक्त क्षेमकुशल विचार. आलिंगन तर सोडच पण स्पर्शही करू नकोस.'

अर्जुनाला पाहताक्षणी, आलिंगनासाठी कृष्णाने बाहू पसरले.

अर्जुनाने त्रयस्थाप्रमाणे लांबून नमस्कार केला.

कृष्ण म्हणाला, 'मी तुझ्या स्पर्शासाठी आसुसलोय, माझ्या मिठीत ये.'

'नको केशवा.'

'नुसता शेजारी बस.'

'नको देवा.'

'हातात हात तरी दे.'

अर्जुन तटस्थ. नारदमुनींचा आदेश निरर्थक कसा असेल?

'पार्था, तू माझ्याशी इतका तुटकपणे वागशील असं मला वाटलं नव्हतं.'

अर्जुन गलबलून गेला होता. जिथं साधं बर्फाचं पाणी काही क्षण ग्लासात ठेवताक्षणी, बाहेर ग्लासावरही थेंब जमतात, तिथं मनात आपलेपणाचा झरा वाहत असला, तर पापण्या ओल्या व्हायला वेळ लागतो काय?

अर्जुनाने निग्रहाने अश्रू परतवले. कृष्णानं ते जाणलं. तो म्हणाला,

'कमीतकमी माझ्या जखमेवरून हात तरी फिरव.'

अर्जुनाने नकार दिला.

'धनुष्याच्या टोकानं किमान जखम तरी खाजवशील का?'

ह्यात काहीच धोका नव्हता. कृष्णाचं ते मागणं पूर्ण करून अर्जुनाने निरोप घेतला. कृष्णाच्या भेटीसाठी आलेल्या गोपींना स्वगृही पोहोचवण्याची जबाबदारी अर्जुनावर होती पण वाटेत अचानक भिल्लांनी हल्ला केला. अर्जुनाने धनुष्य उचललं, पण त्याच्यावर बाण चढेनात. अर्जुनाच्या देखत सगळ्या गोपींचं अपहरण झालं."

प्रसन्नकुमार थांबले.

"असं कसं झालं?"

"धनुष्याचा स्पर्श होताक्षणी, कृष्णाने धनुष्यामधली शक्ती काढून घेतली. तुमचं

कार्य संपलं म्हणजे तुमची शक्ती आपोआप अशी हिरावली जाते. 'वही अर्जुन, वही बाण.' पण समय संपला होता.''

ही कथा होती, की मला आदेश होता की सांत्वन होतं? वाचा गेलेल्या विकलांग अवस्थेतली वसुंधरा समोर आली. आजारी ती होती. पण शक्ती माझी गेली होती, पण ह्या क्षणी सर्वांगातून काहीतरी सळसळून गेलं. एक वेगळा विचार शक्ती देतो.

सांत्वनाचे शब्द जास्त दुबळं बनवतात. वास्तवाची जाणीव–कठोर परिचय काही वेगळ्या व्यक्तीही करून देतात. त्याच काळात, जवळच्या म्हणवणाऱ्या, पण वसुंधरेला भेटायलाही न आलेल्या एका व्यक्तीला मी फोनवर म्हणालो, ''तिची अवस्था पाहून तर जा.''

''मला बघवत नाही.''

''मी काय करत असेन?''

पलीकडून ताडकन् उत्तर आलं, ''मी टाळू शकते, तुम्हाला पर्यायच नाही.''

मी प्रसन्नकुमारना विचारलं, ''पुन्हा भेटा. मुक्काम किती?''

''मी मालेगावहून आलो, ते फक्त वहिनींना पाहायला. अंगावरच्या कपड्यानिशी आलो, आता असाच मालेगावला चाललो.''

मी त्यांचे हात पकडीत म्हणालो,

''कृष्णार्जुनाची ही कथा कुठे मिळेल, ते सांगा.''

एका क्षणात मूड बदलत ते म्हणाले,

''तुम्हाला ते कशाला हवंय? मला जो आनंद हवा होता, तो मी मिळवला.''

''म्हणजे नेमकं काय?''

''कथाकथनाचे चौदाशे कार्यक्रम करणाऱ्या वपुंना आपण एक कथा ऐकवायची आणि त्यांच्या भुवया आश्चर्याने उंच झाल्या हे पाहायचं, ही अनेक दिवसांची इच्छा होती. ती इच्छा पूर्ण झाली. फक्त, माझ्या ह्या इच्छेला टाळी द्यायला वसुंधरा चांगली हवी होती. पण, समय बलवान असतो.''

प्रसन्नकुमार मागे वळून न बघता निघाले. मी त्यांच्या पाठमोऱ्या आकृतीला म्हणालो, ''ही कथा ह्यापूर्वी सांगितली असतीत तर आजच्याइतकी समजली नसती.''

४

भिंतीवर फलक होता,

'दु:खाचा भागाकार, सुखाचा गुणाकार.'

महिन्यातून एकदा भेटायचं, असं त्यांचं ठरलं होतं. तरुणांच्या संसारात ह्या लोकांनी 'अधिक' काही बोलू नये म्हणून ज्यांना 'उणे' करण्यात आलं होतं, अशी ती सर्व मंडळी. बाबा, दादा, नाना, आप्पा, ताई आणि माईसुद्धा.

संकेताप्रमाणे सगळेजण जमले. दु:खाचा भागाकार आणि सुखाचा गुणाकार, असं जरी भिंतीवर लिहिलेलं होतं, तरीही ह्या मंडळींच्या आयुष्यात, सुखाचे क्षण मावळत होते आणि नवीन दु:खाचे क्षण जन्माला येत होते.

सगळी मंडळी एकमेकांच्या समोर बसली. आप्पांनी सुरुवात केली. त्यांनी सर्वांना विचारले, ''गजाभाऊ हे नाव लक्षात आहे का?''

''अरे, त्याला कोण विसरेल? खरं म्हणजे आपल्या सर्वांच्यात जास्तीतजास्त उत्कटतेने जगणारा, तोच एक जिंदादिल माणूस आहे.''

आप्पा म्हणाले, ''होता, असं म्हणू.''

सगळ्यांचे चेहरे उतरले.

कुणीतरी विचारलं, ''तो गेला?''

''तो गेला नाही, हेच दुर्दैव आहे.''

''म्हणजे?''

''तो नाशिकला राहतो.''

माई म्हणाल्या, ''ते माहीत आहे. एकदा दोन नंबरच्या मुलाकडे गेले होते, तेव्हा भेटला होता. 'कसं काय चाललंय?' असं मी विचारलं, तो म्हणाला, 'मस्त!''

''तीच त्याची ताकद. पण, कसा जगू शकतो, हे कळत नाही. मुलाने गडगंज पैसा कमावला. दाराशी गाडी आहे, पण गजाभाऊला घरात स्थान नाही.''

कुणीतरी म्हणालं, ''आपल्याला तरी कुठे आहे?'' परस्पर उत्तर आलं, ''आपल्याला घरातून कुणी बाहेर काढलेलं नाही.''
दादा विषादाने म्हणाला, ''घरात ठेवायचं, पण दिवसाकाठी चार शब्दही बोलायचे नाहीत, हे घरातून काढल्यासारखंच आहे. आपण आपल्या घरात आहोत, पण मुलांच्या संसारात नाही आहोत.''
''पण गजाभाऊंचं काय?''
''तेच सांगायचं आहे. मुलाने बापाला घरातून घालवलंय. गजाभाऊ गॅरेजमध्ये राहतो. तिथल्याच छोट्या मोरीमध्ये गार पाण्याने आंघोळ करतो. सून सकाळी थर्मासमध्ये चहा पाठवते. तो चहा त्याने दिवसभरात केव्हाही प्यावा. संध्याकाळपर्यंत त्या चहाला थर्मासचा वास येत राहतो. जी गोष्ट चहाची, तीच जेवणाची. सकाळी डबा पाठवला जातो. त्या डब्यात गजाभाऊच्या पथ्यपाण्याचा विचार नसतो. गजाभाऊ पचेल ते खातो, बाकीचं ठेवून देतो. 'माणसाने खाऊन माजावं, पण टाकून माजू नये' असं सूनबाई रोज नवऱ्याला ऐकवतात. कधी ट्रिपला गेली तर गजाभाऊला न सांगता जातात. गजाभाऊ समोरच्या हॉटेलमधून जे सोसेल ते मागवतो. संध्याकाळी उपाशी राहतो.''
माई म्हणाल्या, ''पुढचं सांगू नकोस. ऐकवत नाही.''
दोन मिनिटे सगळी गप्प राहिली. मग एकाने सुचवलं, ''आपण त्याला मुंबईला बोलावून घेऊ. तो दोन-तीन दिवस इथे राहील.''
''त्याला आणायचं कसं?''
दादा म्हणाले, ''माझा मुलगा, माझ्याशी एक अक्षर बोलत नाही, पण त्याचा एक मित्र मला वडिलांच्या ठिकाणी मानतो. माझ्यासाठी तो काहीही करील. तो मला रोज भेटून सांगतो, मला काही ना काही काम सांगा. आतापर्यंत मी काही सांगितलं नाही. त्याच्याकडे गाडी आहे. नेण्या-आणण्याची व्यवस्था तो आनंदानं करील.''
ठराव पास झाला. गजाभाऊला पत्र गेलं. त्याचंही उत्तर आलं आणि ठरलेल्या दिवशी गजाभाऊ मुंबईत आला. सगळी मित्रमंडळी जमली. त्या सगळ्यांचे गंभीर-चौकोनी चेहरे पाहून, गजाभाऊ हसत हसत म्हणाला, ''लेको, फुकट माझे वर्गमित्र झालात. माझ्याकडून काहीच शिकला नाहीत. तुम्हांला सर्वांना झालंय काय? मला वाटलं, मस्तपैकी कुणाचा तरी वाढदिवस असेल. पताका लावल्या असतील, दिव्यांच्या माळा सोडल्या असतील. सनईचे सूर आणि उदबत्त्यांचा सुगंध माझं स्वागत करतील. दरवाजा उघडण्यापूर्वीच, बाहेर लॉबीमध्ये हास्याची लयलूट कानांवर येईल. मी सिक्स्टीमधून सिक्स्टिनमध्ये जाईन.''

कुणी काहीच बोललं नाही.

"बोला, बोला, काहीतरी बोला. मी मनसोक्त गप्पा मारायला आलोय."

आप्पा म्हणाला, "सांगण्यासारखं भरपूर आहे, पण आनंदाची वाण आहे."

गजाभाऊने सर्वांकडे नजर टाकली. न बोलता, जवळपास प्रत्येकाचा चेहरा, तेच सांगत होता. गजाभाऊ खनपटीला बसला. त्याने पहिल्यांदा माईला विचारलं,

"कसं काय चाललंय?"

माई गप्प राहिल्या.

गजाभाऊ म्हणाला, "आपण जवळपास एकाच वयाचे आहोत; पण कुणी दहा वर्षांनी माझ्यापेक्षा मोठा वाटतोय, तर कुणी पंधरा, कुणी वीस..."

त्याला थांबवत दादा म्हणाला, "माणसाचं वय दिवसांनी मोजणं चुकीचं आहे. कुणी किती सोसलं, त्या प्रमाणात वय मोजणं आवश्यक आहे. आमच्यापैकी जास्तीतजास्त वार्धक्याच्या रेषा तुला ज्याच्या चेहऱ्यावर दिसतील, तो सर्वांत होरपळलेला..., तरीसुद्धा तुझ्याबद्दल जे काही कानावर आलं, त्यापायी आम्ही सगळे हादरून गेलो आहोत आणि तरीसुद्धा तू आम्हांला तरुण वाटतोस. त्याचं रहस्य हवं."

गजाभाऊ प्रसन्नपणे म्हणाला, "आपल्या मुलांकडून संवादापलीकडे आपल्या सर्वांच्या कोणत्याच अपेक्षा नाहीत. माझी पत्नी गेली आणि माझा संवाद हरवला. त्यानंतर माझी रवानगीही गॅरेजमध्ये झाली. एकांतापायी जीव नकोसा झाला होता, पण भरपूर रडून घेण्याचं स्वातंत्र्य होतं. सांत्वनाचा अडसर मध्ये येणार नव्हता. आक्रोश करून थकलो, पण अश्रूंचं पीक थांबेना आणि कदाचित आक्रोशाची तपश्चर्या पूर्ण झाली असावी म्हणून पाच वर्षांपूर्वी एक गुरू भेटला. तेव्हापासून शांत आणि तृप्त आहे."

सगळ्यांच्या चेहऱ्यावर 'कोण?' हा भाव दिसला.

गजाभाऊ उत्साहाने सांगू लागले. "मुलगा आणि सून नेहमीप्रमाणे न सांगता ट्रिपला गेली. आमच्याच घरासमोर एक बाई राहते. पस्तिशी-चाळिशीची असेल. ती सरळ मला भेटायला आली. 'कसे आहात?' एवढा एकच प्रश्न तिने विचारला आणि रोज दिसणाऱ्या पण परिचय नसणाऱ्या त्या बाईसमोर मी मनसोक्त रडलो. ती म्हणाली, 'भरपूर रडून घ्या, मला वेळ आहे, मात्र आजच रडायचं आणि नंतर डोळ्यांतून पाणी काढायचं नाही.' त्यानंतर तिने जे सांगितलं, त्या क्षणापासून माझा कायापालट झाला."

"तिचं नाव?"

"मीना खोत."

"तिनं काय सांगितलं?"

"ती म्हणाली, 'आपण हा जो जन्म घेतला आहे, तो अपेक्षापूर्तीसाठी नाही. आपल्या दुसऱ्यांकडूनच अपेक्षा असतात, असं नाही. आपल्या स्वत:कडूनही अपेक्षा असतात. त्या पूर्ण होत नाहीत. उरतात फक्त जाळणाऱ्या व्यथा. माझ्या मते हा जन्म अपेक्षापूर्तीसाठी नाही, तर हा जन्म परतफेडीसाठी आहे. तुमच्या सौभाग्यवती गेल्या. तुम्ही त्यांचा संसार पूर्ण करण्यासाठी हा जन्म घेतलात. ह्याचा अर्थ कोणत्या तरी जन्माची एक परतफेड झाली. तो अकाउंट संपला. ह्याच दृष्टिकोनातून सगळ्या लहान-मोठ्या घटनांकडे पाहण्याचा प्रयत्न करा. मुलगा आणि सून तुमच्याशी बोलत नाहीत. हीसुद्धा तुम्ही कोणती तरी परतफेड करीत आहात. परतफेडीचा हा हिशोब ह्या जन्मात संपवल्याशिवाय तुम्हाला मरण नाही. तेव्हा मनातल्या मनातसुद्धा परमेश्वराला उद्देशून---'मला का जगवलंस?' हा प्रश्न विचारू नका. कोणतीही व्यक्ती असो, तुमच्याशी विचित्र वागली, तिने तुमचा अपमान केला, दुर्लक्ष केलं, तुमच्या उपकारांचं कुणाला विस्मरण झालं, तर एकेक अकाउंट पूर्ण झाला, असं आजपासून स्वत:ला सांगायला लागा. बँकेतली शिल्लक संपली की पासबुकावर अकाउंट क्लोज्ड असा शिक्का मारतात, त्याप्रमाणे जेव्हा एकांत मिळेल तेव्हा– अरे हो, चुकलंच, तुम्ही एकांतातच असता हे विसरले, तर आपले किती अकाउंट्स क्लोज्ड झाले, ह्याचा विचार करा आणि पासबुकं जाळून टाका. परतफेडीचा एकही क्षण टाळू नका. प्रारंभी तुम्हाला हे जड जाईल, पण आपलं मन जेवढं बलदंड असतं तेवढंच लवचीकही असतं. त्या मनाला सांगायचं, 'बाबा रे, आयुष्यभर तुझं ऐकलं, तुझ्या हुकमात राहिलो. आता ही गुलामी मी सोडून देत आहे. आजपासून मी तुला मुक्त केलंय.' हा प्रयोग करून बघा आणि किती खाती फटाफट बंद होतात, ह्याची प्रचिती घ्या. मीसुद्धा उद्या तुम्हाला ओळख दाखवली नाही, तर तुमच्या पासबुकात माझी एकच एण्ट्री होती, असं समजा. परमेश्वराचं नाव घेण्याऐवजी फक्त 'परतफेड, परतफेड' हाच मंत्र ध्यानात ठेवा. मी येते."

एवढं सगळं सांगून गजाभाऊ म्हणाला, "ही मुक्ती मिळून पाच वर्षं झाली. मी मस्त आहे, तृप्त आहे. आम्ही 'सहन करतो, सहन करतो', हे इतका वेळ तुम्ही सांगितलंत. ह्याचा अर्थ तुम्ही काहीच सहन करत नाही. तुम्ही दु:ख वाटत सुटलात. जो सहन करतो, तो बोलत नाही."

५

मनात येताक्षणी मला भेटणं हा वर्टीचा छंद, विसावा. त्याचं स्वागत करायच्या मन:स्थितीमध्ये मी आहे की नाही, ह्याचा तो विचार करीत नाही आणि तो आला की माझ्या मन:स्थितीची त्याला कल्पना न देता, मी त्याचं स्वागत करतो.

आज असाच तो आला. उदास दिसत होता. वर्टीला एकदम कर्णाची उपमा देणं अतिशयोक्तीचं वाटेल. कर्णाचा काळ वेगळा होता. दान मागणाऱ्यांच्या अपेक्षासुद्धा जगावेगळ्या होत्या. विसाव्या शतकात जगणाऱ्या, घर-नोकरी आणि संसार ह्यात भरडून गेलेल्या माणसांच्या अपेक्षा असून असून किती असतील? पण त्याही पुऱ्या करणारा कोणी भेटत नाही. अशा सगळ्या ठिकाणी माझ्या अनुभवाप्रमाणे वर्टी प्रथम धाव घेतो. काहींच्या अडचणी प्रखर असतात, त्याप्रमाणे वर्टीच्या स्वभावाचा फायदा घेणारेही खूप असतात, म्हणजे आहेतच. वर्टी त्यांची पर्वा करत नाही. वर्टीकडे पाहिलं म्हणजे मला आगीच्या बंबाची आठवण येते. कॉल खरा आहे की खोटा हे त्या जागी गेल्याशिवाय अग्निशामक दलाला ठरवता येत नाही. वर्टी तसाच सगळीकडे वेड्यासारखा धावतो. ह्या अशा माणसांची समजूत पटत नाही आणि कुणी त्यांची समजूत घालण्याच्या भानगडीत पडूही नये. ही सगळी झपाटलेली माणसं आणि जोपर्यंत त्यांच्या झपाटलेपणाचा उपद्रव होत नाही, तोपर्यंत गप्प बसावं. मन मोठं असेल, तर कौतुक करावं. किमान अशा माणसांना 'वेडपटा'त तरी जमा करू नये. अशा मंडळींजवळ असलेली सेवाभावी वृत्ती अंशरूपाने तरी स्वत:जवळ आहे का, ह्याचा फक्त शोध घ्यावा.

आज तो इतका बेचैन दिसला की मला वाटलं, कुठे तरी नितांत मदतीची आवश्यकता आहे आणि वर्टीची ताकद कमी पडत आहे. वर्टीसारखी माणसं जेव्हा अस्वस्थ होतात, तेव्हा त्याच्यामागे ह्याच स्वरूपाची कारणं असतात.

स्वत:ची इच्छा पूर्ण न झाल्याने अस्वस्थ होणारी माणसं किती आहेत, हे मोजण्याची गरज नाही. दुसऱ्याची इच्छा आणि गरज पुरी करता आली नाही म्हणून अस्वस्थ होणारा एखादाच वर्टी. पुष्कळदा असंही मनात येतं, की असे असंख्य वर्टी आपल्या अवती-भवती वावरत असतील, रस्त्यावरून, शेजारून निघून जात असतील आणि कितीतरी असे छुपे संत समाजाला माहीतही नसतील. सगळ्या देशांत रोज भ्रष्टाचाराची अनेक प्रकरणं वर्तमानपत्रांतून आपण वाचतो आणि तरीही देशाचा राज्यकारभार चाललेला आहे, त्यामागे वर्टीसारख्या अज्ञात सज्जनांची उपासना आहे.

पण आज त्या माणसाला काय झालंय? मी त्याला तसं विचारलं. शून्यात नजर लावून खूप वर्षं मागे गेल्याप्रमाणे तो सांगू लागला—

"माझं लग्न माझ्या वयाच्या तेविसाव्या वर्षी झालं. त्यानंतर एक महिन्याच्या आतच माझ्या मित्राचंही लग्न झालं. आम्ही दोघं चाळीत राहणारे. तो परळला, मी दादरला. दोघांचा एकाच खोलीतला संसार; पण माझ्या घरी मी आणि माझी पत्नी दोघंच होतो. मित्राच्या घरी त्याचे आई-वडील, तीन भाऊ आणि एक बहीण. माझ्या मित्राला नाइलाजाने स्वयंपाकघरात झोपावं लागत असे. रात्रीची जेवणं-भांडी घासणं, जमीन पुसून कोरडी करणं आणि मग तिथेच झोपायची तयारी करणं, त्यापायी रोज त्याच्या अंगावर काटा येत असे. मित्राचे वडील शेगावच्या महाराजांचे उपासक. पोस्टाच्या स्टॅम्पच्या आकारापासून, दोन फूट बाय दोन फूट आकारापर्यंत महाराजांच्या फोटोंनी भिंत भरलेली. मित्राचे वडील पहाटे पाचला उठत असत. पति-पत्नीचं वैवाहिक जीवन, नवी नवलाई, उत्कटता, आवेग, मीलनाची ओढ हे सगळे हिशेब मित्राला पाच तासांत बसवावे लागत होते. त्याची ती अवस्था पाहून दर शनिवार-रविवार मी त्याला माझ्याकडे बोलावू लागलो. हिंदी चित्रपटात दाखवतात, त्याप्रमाणे फुलांनी बहरलेला पलंग जरी मी त्याला देऊ शकत नसलो, तरीही मनमोकळेपणाने त्या वयाच्या डिमांड्स पूर्ण करण्याचं स्वातंत्र्य मी त्याला दिलं." वर्टी एवढंच बोलून थांबला.

मी म्हणालो, "तू ग्रेट आहेस. ह्याचा अर्थ तुझ्या रक्तामध्येच सेवाभाव जन्मापासून होता. विचार परिपक्व झाल्यानंतर तू असा झाला नाहीस."

त्याने हात धरून मला थांबवलं. तो कळवळून म्हणाला, "प्लीज, असं काही बोलू नकोस. मी ह्या गोष्टी विसरलो होतो. अकारण एका माणसाने मला त्याचं स्मरण करून दिलं."

मी विचारलं, "काय बिघडलं?"

वर्टी म्हणाला, "आणखीन एक घटना सांगतो. माझ्या मैत्रिणीचा नवरा

काविळीने आजारी होता. त्याला कस्तुरबा हॉस्पिटलमध्ये ठेवलं होतं. त्या काळात मैत्रिणीचा मुक्काम हॉस्पिटलमध्ये होता. त्या विभागात बायकांनी जेवायला जावं, असं एकही डिसेंट हॉटेल नव्हतं. पण अचानक समजलं, की हॉस्पिटलमध्ये पैसे भरले तर पेशंटच्या नातेवाइकांना जेवण देतात. मी परस्पर पैसे भरले. मैत्रिणीचा नवरा वाचला नाही, मात्र शेवटच्या दिवसापर्यंत तिचे जेवणाचे हाल झाले नाहीत; मी हेसुद्धा विसरलो होतो. ह्या दोन्ही चांगुलपणाच्या हकिकती आज मला एकाच दिवशी वेगवेगळ्या व्यक्तींकडून समजल्या आणि तेव्हापासून मी प्रचंड अस्वस्थ आहे, उद्ध्वस्त झालो म्हणालास तरी चालेल.''

मी विचारलं, ''ह्यात अस्वस्थ होण्यासारखं काय आहे? तू मोठा आहेसच.''

तो अत्यंत विषादाने म्हणाला, ''चांगुलपणाच्या कृतीचं, कृती संपताक्षणी विस्मरण व्हावं. कापूर जळतो, तशा त्या आठवणी जळून जाव्यात. कापूर जळला की राखेच्या रूपानेही त्याचं अस्तित्व राहात नाही; त्याप्रमाणे सत्कृत्याच्या आठवणीचं पुढच्याच क्षणी विस्मरण व्हावं. मी त्या दोन घटना विसरलो होतो त्यांची अधूनमधून आठवण होत राहणं, हे अहंकाराचं सुप्त रूप. आता हा अहंकार जरी प्रकट झाला नाही, तरी तो आतल्या आत मला पापणीच्या आत पुटकुळी व्हावी, तसा सलत राहील.''

अंतरीच्या उमाळ्याने मी विचारलं, ''मी काय करू सांग?''

पायात चपला सरकवीत, दार उघडीत वर्टी म्हणाला, ''अहंकार सावलीसारखा असतो. कुठेही गेलात, तरी पाठलाग करतो. आणखीन काही अशाच चांगुलपणाच्या हकिकतीपासून कसं पळायचं, हा मंत्र मिळायला हवा. तोपर्यंत काही खरं नाही.''

मी वर्टीला म्हणालो, ''आठवणी मुंगळ्यांसारख्या असतात. मुंगळा हाकलला म्हणजे त्याच जागी परत येतो. ह्या हकिकतींच्या आठवणींनी तुझा अहंकार न वाढता शल्य वाढतंय तोपर्यंत ह्या आठवणींनी पाठलाग केला तरी तू मुक्त आहेस. हाच मंत्र!''

६

प्रवीण दवणे ह्यांचा फोन, "माझ्या कॉलेजमध्ये कार्यक्रमाला याल का?" ह्या प्रश्नापाठोपाठ सुमारे दहा मिनिटं माझी निव्वळ स्तुती आणि स्तुती! आयुष्यामध्ये एक काळ नक्कीच असा येतो की कुणाच्याही स्तुतीने पिसारा फुलत नाही. त्यापेक्षा एखादा नवा विचार पुन्हा जगण्याचं सामर्थ्य देतो. तसं सामर्थ्य प्रवीणने दिलं.

तो म्हणाला, "पाडगावकर, सुधीर फडके, शांताबाई शेळके, वसंत बापट, जयंत नारळीकर अशी माणसं सध्याच्या विद्यार्थ्यांनी पाहिली पाहिजेत आणि हे कार्य प्राध्यापकांनी केलं पाहिजे. ते त्यांनी केलं नाही, तर हे विद्यार्थी रस्त्यावरच्या स्पीड ब्रेकर्सना सह्याद्री समजतील."

ह्या एका वाक्यावर मी यायचं कबूल केलं.

मी मनात म्हटलं, ही सर्व थोर मंडळी आहेतच, पण ज्यांच्या मनाचा मोठेपणा त्यांच्या भोवतीच्या वर्तुळाबाहेर पोहोचलाच नाही अशीही कितीतरी आहेत.

ह्या विचारापाठोपाठ एक नाव डोळ्यांसमोर आलं.

व्ही. डी. देसाई. मुंबई महानगरपालिकेचे एकेकाळचे डेप्युटी कमिशनर. मन आणि बुद्धी ह्याचा अपूर्व संगम. सर्वांशी समभावाने वागणारे एक मोठे गृहस्थ! व्ही.डी.देसाई ऑफिसमधून जेव्हा घरी येत असत, तेव्हा त्यांची गाडी कधीही रिकामी नसे. खात्यामधील स्टेनोग्राफरपासून थेट शिपायापर्यंत ते प्रत्येकाला लिफ्ट देत माहीमपर्यंत येत असत.

एकदा महालक्ष्मीच्या देवळासमोर सिग्नलजवळ त्यांची गाडी उभी होती. दोन-दोन गाड्यांच्या फटीमधून वाट काढत काढत मी त्यांच्या गाडीपर्यंत पोहोचलो. त्या दिवशी सकाळपासून 'गुंतता हृदय हे', ह्या गाण्याने मला झपाटून टाकलं होतं. त्या दिवसापुरतं, ते माझं 'साँग ऑफ द डे' होतं. मी माझ्याच तंद्रीत शिट्टीवर ते गाणं म्हणत स्कूटर चालवत होतो.

अचानक शेजारच्या गाडीतून हाक आली. पाहिलं, तर आमचे साहेब-व्ही.डी. देसाई. ते म्हणाले, "वपु, आता स्कूटर चालवणं बंद करा. रथ घ्या रथ!" मी त्यांना म्हणालो, "साहेब, महागाई किती प्रचंड आहे हे तुम्ही बघताच. रथ विसराच, मनोरथही परवडत नाही."

व्ही. डी. देसाईंसारख्या ऑफिसरला गमावणं म्हणजे, सगळ्या मुंबईचं किती प्रचंड नुकसान करणं, हे महापालिकेच्या एकाही नगरसेवकाला तेव्हा कळलं नाही. नेहमीप्रमाणे काही तांत्रिक अडचणी सांगितल्या गेल्या आणि कोणतीही व्यक्ती ज्याप्रमाणे ऑफिस सुटल्यावर घरी येते त्याप्रमाणे देसाईसाहेब आपल्या घरी आले.

आजही स्लिपडिस्क ही व्याधी झालेली असताना, त्यांचा प्रचंड उत्साह, कर्मयोग, ज्ञानयोग आणि भक्तियोग ह्यांचा त्रिवेणी संगम पाहून प्रश्न पडतो की, लहानपणी ह्यांना कोणतं बाळकडू मिळालं होतं? डोंगरे बालामृत नक्कीच नव्हे. ते केवळ लहान मुलांसाठी ठीक आहे. आयुष्यभर बालकासारखीच वृत्ती राहण्यासाठी ही अशी माणसं अमृतकलशच घेऊन जन्माला येतात.

माणसाने चांगलं वागावं ही झाली माणुसकीची व्याख्या आणि अशी चांगली माणसं भरपूर आहेत, पण ज्या प्रसंगी चांगुलपणा न दाखवणं नैसर्गिक ठरलं असतं, अशा प्रसंगीसुद्धा जी माणसं चांगुलपणाचा वसा टाकत नाहीत, उतत नाहीत, मातत नाहीत, त्यांच्या कहाण्या सप्ताहातल्या वारांप्रमाणे न वाचता कायम लक्षात ठेवाव्यात अशा असतात.

ही माणसं धावून धावून सगळ्यांना मदत करतात. अशा माणसांना जितक्या वरवरच्या जागा मिळत जातात, तितक्या प्रमाणावर जास्त-जास्त माणसांना मदत करायची ताकद त्यांना वरच्या स्थानामुळे मिळते.

ह्या व्यक्तीकडे एकदा गेलं की, आपलं काम हमखास होणार, ह्या धारणेनं अनेक गरजू जीव अशा माणसांकडे जातात. प्रत्येकाला न्याय देणं हे तो माणूस कितीही सुहृदय असला तरीही कसं शक्य आहे? ज्यांची कामं होतात ते त्यांचे भक्त होतात. उरलेले विरोधी पक्षात जातात. जी जमात कुणाचीच कामं करत नाही, ती सर्वांत सुखी. त्यांना शत्रूही नाही आणि मित्रही नाही. देसाईसाहेबांसारख्या व्यक्तीबद्दल लिहिताना खरोखरच प्रश्न पडतो की त्यांचा मोठेपणा जनसामान्यांपर्यंत कसा पोहोचवावा?

चांगुलपणा दाखवण्याची आवश्यकता नसतानासुद्धा त्यांचं जे दर्शन घडलं, ते आजही मला विचार करायला लावणारं आहे. एके दिवशी मी असाच उदास होतो, उद्ध्वस्त होतो. वसुंधरेची ब्रेन ट्यूमरची चार ऑपरेशन्स झाली होती. मन कुठे तरी गुंतवायचं म्हणून 'पार्टनर' नाटकात मी भूमिका स्वीकारली. त्या

दिवशी तशा मन:स्थितीत आपली व्यथा सांगावी अशा दोन व्यक्ती समोर आल्या. एक व्ही. डी. देसाई आणि दुसरे त्यांचेच बंधू डॉ. देसाई. डॉ. देसाई आणि व्ही. डी. देसाई म्हणजे कलियुगातील राम-लक्ष्मण. असं उत्कट प्रेम मी कोणत्याही दोन भावंडांत आजतागायत पाहिलं नाही.

मी व्ही. डी. देसाईंना फोन केला.

"बोला वपु!" सणसणीत आवाजात देसाईंनी माझ्या फोनचं स्वागत केलं.

"सर, मी खूप बेचैन आहे आणि माझी बेचैनी समजण्याची फ्रिक्वेन्सी फक्त तुमच्याजवळ आहे. मला सांत्वन नको आहे. एक नवा विचार हवा आहे आणि तुमच्यासारख्या ऑप्टिमिस्टिक माणसाजवळच मला धैर्य देण्याचं सामर्थ्य आहे."

व्ही. डी. देसाई त्यानंतर दहा मिनिटे माझ्याशी मोकळेपणाने बोलत होते. वसुंधरेची परिस्थिती त्यांना पूर्णपणे माहीत होती. त्यांच्या बोलण्यानं मला खरोखरच धीर आला. मी फोन बंद केला.

आणि दुसऱ्याच दिवशी 'महाराष्ट्र टाईम्स'मध्ये डॉ. देसाईंचा फोटो आणि त्यांच्या निधनाची वार्ता! मी चमकलो. बातमी वाचली. डॉ. देसाईंना जाऊन चार दिवस झाले होते.

मी तातडीने व्ही. डी. देसाईंना फोन लावला. त्यांची क्षमा मागितली आणि न राहवून विचारलं, "सर, तुमच्यावर एवढा प्रचंड आघात झालेला असताना काल तुम्ही काहीच कसं सांगितलं नाहीत?"

ते म्हणाले, "वपु, माझ्या आयुष्याचा ह्या घटनेने एक हिस्सा गेलेला आहे. तुम्हाला जास्त काही सांगण्याची आवश्यकता नाही, पण 'मी उद्‌ध्वस्त मन:स्थितीमध्ये आहे' असं तुम्ही म्हणालात, ते ऐकल्यावर मी तुम्हाला माझं दु:ख सांगत बसू का?"

विसाव्या शतकात संतांची व्याख्या ह्यापेक्षा वेगळी करता येईल का?

○

७

शुभा ही इतकी बेभरवशाची मुलगी आहे की, 'मी तुमच्याकडे येणार आहे.' असं तिने मला कळवलं तर ती येतेसुद्धा. सतत भन्नाट कल्पनांनी भारावलेली, आयुष्यावर प्रसन्न पण स्वत:वर नाराज. स्वत:वर नाराज ह्याचे कारण तिला स्वत:ला अजून तिच्यातली 'शुभा' सापडलेली नाही आणि जेवढी शुभा तिला गवसली आहे, त्या रूपात ती जेव्हा प्रकट होते, ते रूप समाज मान्य करीत नाही. जिव्हाळ्याची माणसं, 'कालपर्यंत नॉर्मल होती' असा चेहरा करतात. रक्ताची माणसं विलक्षण कासावीस होतात. ज्यांना तिचं मनस्वीपण पेलत नाही ती माणसं 'गॉन केस' म्हणून फुली मारून मोकळी होतात आणि 'देणं नास्ती, घेणं नास्ती' जमातीतली माणसं नाक उडवून आपल्या कामाला लागतात. म्हणजे पुन्हा नाक उडवायला मिळावं म्हणून दुसऱ्या शुभा शोधायला लागतात. 'नाक उडवण्यात'च धन्यता मानणाऱ्या माणसांना, नाकाने सुगंधही घेता येतो, हे वयाच्या कितव्या वर्षी कळतं कुणास ठाऊक! उरलेल्या माणसांजवळ, 'काही खरं नाही!'चा रबरी शिक्का तयार असतो. मंगळसूत्राचं लोढणं आधीच गळफासाप्रमाणे सांभाळणाऱ्या भगिनी शुभाच्या भावी अनामिक नवऱ्याची चिंता करतात.

मला तिचं झपाटलेपण आवडतं. माझ्या उसळी घेणाऱ्या मनोवृत्तीशी तिची फ्रिक्वेन्सी जुळते. मला तिची काळजी वाटते ती वेगळ्या कारणाने. ह्या अशा झपाटून जाऊन हरवणाऱ्या माणसांना जेव्हा एकटं एकटं वाटतं, तेव्हा ते क्षण किती अंत पाहतात, ह्या अनुभवांतून मी वारंवार जातो.

वसंत बापटांनी 'उल्हासानेच मलूल होतो' ही ओळ माझ्यावरच, आमची ओळख नसताना लिहिली आहे, अशी माझी खात्री आहे. 'अत्यंत आवडत्या माणसांच्या गराड्यातले एकटेपण' हा एक भयाण अनुभव आहे. आपल्याला प्रसन्न ठेवण्याची इतरांची धडपड वाया जात आहे, ह्या विचाराची त्या

अस्वस्थतेत भर पडते. शुभाचंही अशा क्षणी काय होत असेल, ह्याची मला पूर्ण कल्पना करता येते.

ती एके दिवशी अशीच आली. मोराच्या पिसाऱ्यासारखी हलकी झाली होती. शुभाने माझ्यासाठी आठ-नऊ इंच रुंदीचा गोल फ्लॉवरपॉट आणला होता. साध्या दुकानात दोनशे-अडीचशे रुपये आणि अकबरअलीसारख्या दुकानात त्याच फ्लॉवरपॉटचे साडेचारशे रुपये सांगितलं गेले असते तर नवल नव्हतं. चिनी मातीचे, पांढऱ्याशुभ्र पार्श्वभूमीवर 'देखते रहो' असं टरक्वाईज आणि डार्क निळ्या रंगाचे डिझाईन. ही कलाकुसर करून नंतर तो फ्लॉवरपॉट भट्टीतून काढला असावा. शुभाच्या हातात तो फ्लॉवरपॉट होता, पण तिचा चेहरा मला पुष्पगुच्छासारखा वाटला. ती तिची स्वत:ची निर्मिती असावी, इतकी ती बहरली होती. माझ्या घरातल्या सेंटरटेबलवर तो पॉट ठेवीत शुभा म्हणाली,

"हा तुमच्यासाठी."

"निमित्त?"

"द्यावासा वाटणं, हेच निमित्त."

"एवढे पैसे मध्येच कशासाठी घालवायचे?"

"केवढ्याचा वाटतो?"

मी अंदाज सांगितला.

"वपु, यू वुईल नॉट बिलीव्ह, मी हा फक्त चाळीस रुपयाला घेतला."

"कुठे?"

तिचा चेहरा उजळला. किती सांगू, कसं सांगू, क्रम कसा ठरवू असं तिला होऊन गेलं. अशा प्रसंगी तिचे डोळे बोलतात, हातांच्या हालचालींनासुद्धा शब्द फुटतात, ती सांगायला लागली, "आज मी अगदी धम्माल केली."

"म्हणजे नक्की काय केलंस?"

"मी गेले होते पुण्याला. आज सकाळी सातच्या एशियाडनं निघाले आणि पनवेलनंतर बस डावीकडे वळते ना, तिथंच मी उतरले."

"क्यों?"

"मातीची भांडी, फ्लॉवरपॉट्स, माठ, खुजे अशा सगळ्या वस्तूंचा पर्वत दिसला. राहवलं नाही, उतरले. चक्क त्या उन्हातान्हात राबणाऱ्या कामगारांच्यात दिवस काढला. वपु, कल्पना करा, त्या कामगारांच्या बायका एका हाताने पाळण्याला झोके देताहेत, पाजताहेत आणि एका हाताने भांड्यावर नक्षीकाम करताहेत आणि इतकं करून त्यांना कितीसे पैसे मिळतात? स्कूल ऑफ आर्ट हे नावही त्यांनी ऐकलेलं नाही. कुठंतरी राजस्थानात राहणाऱ्या अर्धपोटी माणसांजवळ ही देणगी कुठून आली?"

– हे सगळं सांगताना तिचे डोळे कमालीचे चमकत होते. इथे शब्दांचं पांगळेपण खुपतं. लेखकाला फक्त संवाद पोहोचवता येतो. माणसाच्या बोलक्या चेहऱ्यासाठी योग्य उपमा फार कमी वेळा मिळतात. वाचकांच्या कल्पनाशक्तीवरच लेखकाचा शब्दसंसार उभा असतो.

शुभा त्याच उत्साहाने म्हणाली, "मी आता जयपूरला जाणार. जयपूरपासून तीस-चाळीस मैलांवर एक खेडं आहे. तिथून ही माणसं, मुंबईत पोटापाण्यासाठी येतात. मातीमोलाने कला विकतात. परदेशात ह्या माणसांच्या स्वत:च्या मालकीच्या गाड्या असत्या. इथं डोक्यावर केवळ ताडपत्र्या आहेत."

"पुढे काय करणार?"

"माझं घर भरपूर मोठं आहे. किमान आठ-दहा बायकांना घरी सहा महिने ठेवून घेणार. त्यांच्या भांड्यांची प्रदर्शनं भरवणार. माझ्या परदेशांत काही मैत्रिणी आहेत. ही भांडी एक्स्पोर्ट करणार. मधले दलाल आणि मोठेमोठे लूटमार करणारे दुकानदार कटवणार. ह्या कामगारांना, कलावंतांना किमान स्वत:च्या मालकीचं घर देणार. त्यांच्या कलागुणांचं भरपूर माप त्यांच्या पदरात भरभरून देणार."

तिच्या प्रचंड उत्साहाने मीही चिंब झालो. लेखकांपासून चित्रकारांपर्यंत ह्या देशात 'क्रिएटिव्ह आर्टिस्ट' कसे नाडले जातात, हा अनुभव तीन तपांच्यावर घेतलाय, ऐकलाय. ('मेनका प्रकाशन'चे बेहेरे हा अपवाद वगळला तर.) कॅसेटवाल्यांनी तर वाटमारीच केली आहे.

मी सरसरून आलो. शुभाच्या योजनेसाठी, स्वप्नासाठी मला एकाच मार्गदर्शकाची आठवण झाली. स्वत:चे लाखो रुपये खर्च करून, स्वप्नं प्रत्यक्षात उतरवता येतात, हे सिद्ध करणारा सुधीर निरगुडकर. जी. डी. बिर्लांची गोष्ट वेगळी पण माझ्यासारख्या छोट्या माणसांचा बिर्ला, सुधीर निरगुडकरच. त्यांना माणसात बसवणं अशक्य. त्यांना अनुभवणं हाच मार्ग.

शुभाला घेऊन मी सुधीरकडे गेलो. त्यांनी तिची योजना ऐकली.

"प्रदर्शनं कुठं भरवणार?"

"जहांगीरसारख्या हॉलमध्ये." शुभा म्हणाली.

"त्यानं काय होणार?"

"मग कुठे?"

"एन. सी. पी. ए., नेहरू सेंटर, सेंटॉर अशा दणदणीत प्रमाणावर हवं."

शुभा गप्प.

"त्या अगोदर भरपूर प्रसिद्धी हवी. त्या भांड्यांचे पान-पान भरून रंगीत फोटो पेपरमध्ये आले पाहिजेत."

मी मध्येच म्हणालो, "ते अशक्य आहे. टॅक्स चुकवणाऱ्या नट-नट्यांना

तेवढ्यासाठीच वगळलं.''
''पोस्टर्स छापावी लागतील. कुणी आर्टिकल्स लिहिली नाहीत, तर अर्धी-अर्धी पानं जाहिराती छापाव्या लागतील. प्रेस कॉन्फरन्सेससुद्धा घ्याव्या लागतील. दूरदर्शनचा विचार करावा लागेल. म्हणजे प्रसारमाध्यमाच्या हेतूनं.''
मी सुधीरला अडवलं. ''मातीतून कलाकृती घडवणारी माणसं दाखवण्याऐवजी आमची माणसं मातीत कशी जाताहेत, हेच तिथं दिसतं.''
शुभाचा चेहरा कोमेजला. ती वाशीच्या कामगारांना भेटून आली होती. उन्हातान्हात दिवसभर राहिली होती. त्यांचं जेवण कोणत्या दर्जाचं होतं आणि अंगावर वस्त्रं किती आहेत, हे ती पाहून आली होती. आठ-दहा माणसांना, स्वतःच्या घरी सहा महिने ठेवून घेणार, त्यांना घरचं सुग्रास जेवण देणार, सगळं सांगून आली होती. हे सगळं 'अर्धसत्य' आहे, हे ध्यानात यायला लागलं. मारुती गाड्या नाक्यावर थांबवून फक्त चाळीस-पन्नास रुपयांत ती भांडी घेऊन आपले दिवाणखाने सुशोभित करणारे लोक तिला दिसत होते.
तिने भीतभीत विचारलं, ''किती खर्च येईल?''
''सहा महिने तर प्लॅनिंगमध्ये जातील. मुंबईप्रमाणे दिल्लीसारख्या मोठ्या शहरांचाही विचार केला पाहिजे. बघू, करू काहीतरी.''
आम्ही बाहेर पडलो.
अमरसन्स, सेण्टॉर, ताज, ओबेराय, अकबरअली ह्यांसारख्या ठिकाणी चाळीस रुपयाच्या कलाकृतीची किंमत चारशेपासून, दीडदोन हजारापर्यंत का होते हे तिला कळलं होतं.
परतीच्या वाटेवर चिमणीचा चिवचिवाट थांबला होता आणि एक दयार्द्र मन, एक सुरेख फ्लॉवरपॉट...नव्हे, तडे जाऊन तुकडे तुकडे झालेलं काचेचं भांडं मला घरापर्यंत सांभाळून न्यायचं आहे, एवढंच मला जाणवलं.
अशी अनेक मनं जोडणारं 'स्टिकफास्ट'सारखं सोल्यूशन मिळतं का? किंवा किमान जीवन साथीदार?
मी एकाकी झालो. एकटेपणाच्या भयाण दरीत गेलो. आकाशाला गवसणी तर सोडाच, पण परंपरा, रूढी, नीती-अनीतीच्या कल्पना, स्वप्नं न पडणारी माणसं आणि मंगळसूत्रांचा गळफास बसलेल्या अनेक शुभा मला त्या दरीत दिसल्या.
आयुष्याकडून त्यांच्या फार मोठ्या मागण्या नव्हत्या.
'जे का रंजले, गांजले' अशांसाठी फक्त काहीतरी करायचं होतं, त्यांपैकी सगळ्यांनाच गरुडाचे पंख नव्हते; पण लहान मुलांचे चेहरे फुलून यावेत म्हणून फुलपाखराचे का होईना इवलेसे पंख होते.

व्यवहाराच्या कात्रीची ओळख नसलेल्या सगळ्या शुभा.

'हे करायचं काही अडलंय का? आपण स्वत:पुरतं पाहावं' अशा असंख्य चेहऱ्यांच्या गराड्यात गुदमरलेल्या सगळ्या शुभा.

○

८

घटना बऱ्याच वर्षांपूर्वीची. माझे सुमारे नऊ-दहा कथासंग्रह प्रकाशित झालेले. काही समीक्षकांनी उज्ज्वल भवितव्याची ग्वाही दिलेली. काहींनी 'चौकटीत फिरणारा' म्हटलेलं. इतरांनी डेक्कन जिमखान्यावरून उचलून 'सदाशिव पेठ' बहाल केलेली. कथाकथनासाठी आमंत्रणं मात्र भरपूर प्रमाणात यायला लागलेली. पहिलं जाहीर कथाकथन नगद पंचवीस रुपयांत केलेलं. असाच एक कार्यक्रम संपवून सकाळी सात वाजता रत्नागिरी सोडलं. कार्यक्रमाची नशा अजून उतरली नव्हती. त्या दिवशी रविवार होता. संपूर्ण दिवस प्रवासात जाणार होता. सोमवारी ऑफिस होतं आणि त्याच दिवशी डेक्कन क्वीनने पुण्याला जायचं होतं. सोमवारी टिळक स्मारकला कार्यक्रम होता. पुण्याच्या संयोजकांनी 'कोणता वार सोयीचा आहे?' असं पत्रानं विचारलं होतं आणि त्यांना मी 'वारंवार' इतकंच कळवलं होतं. तो काळ खरोखरच तसा होता. 'समय होत बलवान्' ह्या सत्याचे विस्मरण होण्याचा तो काळ.

अनिरुद्ध पुनर्वसूंच्या शब्दांत सांगायचं झालं तर,

तो काळ असा होता
आम्ही अगदी फॉर्मात होतो
खोकण्यातसुद्धा मजा होता
आम्ही खोकायचं, कुणी बघायचं
त्यात केवढा चार्म होता
आता मात्र जमत नाही
खोकून खोकून जीव जातो
तरी कुणी बघत नाही
खोकला काही थांबत नाही
कारण आम्ही वृद्ध झालो

एस.टी. कोणत्या तरी स्टँडकडे वळली. ड्रायव्हरने गाडी रिव्हर्समध्ये घ्यायची. कंडक्टरने खाली उतरून गाडीवर थपडा मारायच्या आणि मागे सरकायला जागा उरली नाही की एक जास्त जोराची थप्पड मारायची. हा गावठी प्रकार प्रत्येक स्टँडवर. एवढी लांबलचक गाडी सरळ स्टँडवर न्यावी आणि रिव्हर्सिंगची भानगड न ठेवता सरळ दुसऱ्या बाजूने बाहेर काढता येईल असा एकही आराखडा गेल्या सत्तेचाळीस वर्षांत तयार करता येऊ नये? वेटिंग हॉलची ठरलेली सिमेंटची बाकडी. टॉयलेट लांब कुठे तरी मोकळ्या जागेत. पाण्याची बोंब, काळवंडलेल्या भिंतींचं गचाळ रेस्टॉरंट, गायी-शेळ्या हिंडताहेत. निसर्गविधी करताहेत. 'गाडी दहा मिनिटं थांबेल', असं कंडक्टरने सांगितल्याने पॅसेंजर्स पळापळ करताहेत. मुतारीच्या बाहेरच लघुशंका करताहेत. कँटीनमधले थंडगार पदार्थ. प्रत्यक्षात बस अर्ध्या तासाने सुटणं, बस रिव्हर्समध्ये घेत असतानाच पॅसेंजर्सनी टोळधाडीसारखं घुसणं, हे दृश्य किती वर्षं पाहायचं?

ही सगळी वैचारिक दारिद्र्याची फळं आहेत आणि एकाही मंत्र्याला एस. टी.ने प्रवास करावा लागत नाही हे त्याचं कारण आहे. पुणे-मुंबईकरांचं नशीब म्हणून जयंतराव टिळकांची गाडी घाटात ट्रॅफिक जॅममुळे अडकली. नवा रस्ता त्यामुळे झाला. 'रास्ता रोको'सारख्या बिनडोक आंदोलनांपेक्षा 'नये रस्ते बनाओ' ह्याची गरज जास्त आहे.

'देखते रहो!' असा एकही एस.टी. स्टँड अजून आम्ही बांधला नाही. मुंबईहून पुण्याला जाताना एस. टी. स्टँड उजवीकडेच का? प्राण पणाला लावून ड्रायव्हरने अरुंद गल्लीतून एशियाडचं धूड स्टँडकडे वळवायचं आणि तेवढ्याच मुष्किलीनं बाहेर काढायचं. लोणावळ्याच्या जरा बाहेर, पुण्याला जाणाऱ्या बसेससाठी प्रशस्त वेगळा स्टँड डावीकडेही का बांधू नये? कारण एकच. एकाही मंत्र्याला ती बस स्वत:ला चालवायची नसते आणि थ्री स्टार, ग्रेड वन हॉटेलवाल्यांकडून जमिनीचे भरपूर पैसे मिळतात.

आपल्या राज्यकर्त्यांकडे पैसा भरपूर आहे. देश दारिद्र्यरेषेखाली आहे. हे सगळं आता आठवायचं कारण, आजही परिस्थिती फारशी बदललेली नाही.

शौचालयावर 'सुलभ' लिहून काय होतंय?

सूतिकागृहामागे लिहून जसा उपयोग नाही तसंच.

आपल्या देशात 'सुलभ' गोष्ट एकच– 'दगदग!'

खचाखच भरलेल्या प्रवाशांमधून वाट काढीत एक दहा-बारा वर्षांचा मुलगा, भाजलेल्या शेंगा घेऊन आला. नेमका शेवटचा दाणा खवट निघतो म्हणून मी भाजलेल्या शेंगा खात नाही, पण त्या दिवशी त्या मुलाचा अत्यंत निरागस

चेहरा पाहून मी शेंगा घेतल्या.
तो खाली उतरला. बाहेर जाऊन माझ्या खिडकीजवळ येऊन त्याने मला "काका" म्हणून हाक मारली आणि माझ्या हातात एक मोठा कागद दिला.
"ह्याचं काय करू?"
"शेंगांच्या साली ह्या कागदात टाका, एस. टी. त नको."
मी उडालोच.
"तुझं नाव?"
"सदानंद थिटे. आपलं नाव काय?"
"का रे राजा? माझं नाव कशाला हवं?"
"मी सगळ्यांना कागद दिले, पण माझं नाव विचारणारे तुम्ही पहिलेच."
मी माझं नाव सांगितलं. तो चमकला. त्याने मला रस्त्यावरच वाकून नमस्कार केला.
"मी तुम्हांला ओळखतो."
"कसा काय?"
"माझ्या बाबांच्यामुळे. आमच्या घरी सकाळी दासबोधाचं वाचन होतं. त्याशिवाय बाबा त्यांना आवडलेल्या गोष्टी वाचून दाखवतात."
"व्यवसाय?"
"भिक्षुकी. गावात पूजा वगैरे सांगायला जातात."
"तेवढ्यावर भागतं?"
त्याने उत्तर दिलं नाही. तो दुसऱ्या एस. टी. कडे धावला. माझीही बस सुटली. मध्ये कितीतरी वर्षं गेली.

असाच एक कथाकथनाचा कार्यक्रम मी संपवला. चाहत्यांच्या घोळक्यातला एक अनोळखी पुढे आला. ठरावीक साच्यातला प्रश्न त्याने मला विचारला, "तुमच्या कथेसारखी तत्त्वनिष्ठ माणसं, वास्तवात किती आणि काल्पनिक किती?"
"तत्त्वनिष्ठ माणसं 'फॅण्टसी' वाटावीत, असा काळ स्वातंत्र्य मिळाल्यापासून आला आहे."
तेवढ्यात संयोजक मध्येच म्हणाले, "तत्त्वनिष्ठ माणूस प्रत्यक्षात पाहायचा आहे का?"
"जरूर", कुणीतरी म्हणाले.
"या हो, पुढे या," संयोजकाने घोळक्यातल्या एका माणसाचा हात धरून त्याला माझ्यासमोर आणलं आणि सांगितलं,

"ह्यांचा परिचय करून घ्या आणि जमलं तर ह्यांच्यावर काहीतरी लिहा."
"हे कोण?"
तो गृहस्थ आपण होऊन म्हणाला,
"तुम्ही मला ओळखणं शक्य नाही आणि तशी अपेक्षाही नाही. तेव्हा मी फार लहान होतो आणि आजही फक्त वयानं वाढलो. मी सदानंद थिटे."
माझ्या सर्व मित्रपरिवारात थिटे आडनावाचं कुणीच नव्हतं. हा तो लहानपणचा शेंगा आणि त्याबरोबर आवर्जून सालांसाठी कागद देणारा तोच मुलगा असेल का? – पण चार माणसांसमोर हा प्रश्न कसा विचारायचा?
"आपण काय करता?"
"आदर्श शिक्षक आहेत." संयोजकांनी कौतुकाने सांगितलं.
"आहे नाही, होतो." थिटे गडबडीने म्हणाले.
"म्हणजे?"
"कालच राजीनामा दिला."
"अरे?"
"म्हणून तर कार्यक्रमाला येऊ शकलो, नाही तर पेपर्सचे गठ्ठे घेऊन घरी बसलो असतो."
मी भीत-भीत विचारलं,
"तुमचं बालपण फार जिकिरीचं होतं का?"
"स्वच्छ निखळ दारिद्र्य होतं."
"दारिद्र्य निखळच असतं. वैभव आणि सत्तेच्या खालीच खूपदा चिखल असतो."
मग धाडस करून सरळ विचारलं,
"एस. टी.त शेंगांबरोबर सालं टाकायला..."
"कागद देणारा मीच."
"राजीनामा कसला?"
"शिक्षकपदाचा. शिक्षकच व्हायचं हा माझा संकल्प होता. सातत्याने निरागस मुलांच्या सहवासात आपणही टवटवीत राहतो, पण हा विचार जुना ठरला. आमच्या काळातले वर्गबंधू आणि त्या काळातले शिक्षक, नजरेसमोर होते. आजचे चिमणे जीव, किलोकिलोची पुस्तकांची पोती घेऊन आले की, डोळ्यांत पाणी येतं. काही वेळ वर्ग दिसतच नाहीत, पण सगळ्या महाराष्ट्राचे डोळे भरून आले तरी पाठ्यपुस्तक मंडळाचे डोळे उघडायचे नाहीत. त्यात आपला मुलगा पहिला आला पाहिजे, असं स्वत:चं बालपण विसरलेल्या प्रत्येक पालकाला वाटतं. आई-वडिलांनाच पुन्हा प्राथमिक शाळेत घातलं तर तेही पास

होणार नाहीत. हे एखाद्या कथाकथनात सांगाल का?''
''जरूर. पण राजीनाम्याचं काय?''
''मी नागरिकशास्त्र, मराठी आणि अभ्यासक्रमात नसलं तरी थोडं थोडं संस्कृत त्यांच्या कानावर पडेल असं करतो. पंधरा दिवसांपूर्वी नागरिकशास्त्र विषयाची चाचणी परीक्षा होती. मी मुलांसाठी माझ्या वर्गावर दुसऱ्या मास्तरांना लक्ष ठेवायला सांगितलं आणि स्वत: शाळेबाहेर येऊन उभा राह्यलो. मुलांनी पेपर संपवले आणि ती शाळेबाहेर आली. हातगाडीवरच्या गंडेऱ्या, चिवडा, चुरमुरे वगैरे पदार्थ त्यांनी घेतले. वडा-पावाचा जमाना आहे, त्याचाही समाचार चालला होता. त्या सगळ्या मुलांनी ते सगळे कागदाचे बोळे तिथेच टाकले आणि ती घरी गेली. फक्त नऊ मुलांनी कचऱ्याचा डबा शोधून, त्यात कागद टाकले. मी फक्त त्या नऊ मुलांनाच 'नागरिकशास्त्र आणि आरोग्य' ह्या विषयात पास केलं, पस्तीस मुलांना नापास केलं.''
''ग्रेट.''
''तोच ग्रेटनेस नडला. पस्तीस पालक आणि त्यात एक आमदार भांडायला आले. ते आमदार स्वत: चार वेळा तंबाखूची पिंक खिडकीबाहेर टाकून आले. काहीजणांचा सिगारेटचा धूर सहन करावा लागत होता. म्हणून म्हटलं, पालकांनाच शिक्षणाची गरज आहे. दोन-तीन 'पानपराग' पालकही होते. काय सांगणार त्यांना?''
''झालं काय पुढे?''
''मी त्यांना एकच वारंवार सांगितलं, 'प्रश्नांची उत्तरं चोख आहेत, पण ती पोपटपंची आहे. ज्या नऊ मुलांनी केरांचे डबे शोधून त्यात कचरा, कागद टाकले त्यांच्या वृत्तीत नागरिकशास्त्र भिनलं. ही मुलं तुमच्यासारखी शहरभर तंबाखूच्या पिचकाऱ्या टाकणार नाहीत.' मी तर त्या आमदारालासुद्धा सांगितलं, 'एरवी शिक्षकाचं कामही तुम्ही केलं पाहिजे.' त्यांचा एकच हेका, 'पोराला पास करा.' मी 'नाही' म्हणालो. आचरणात उतरवायचं नसेल, तर शिक्षण कशाला हवं? चूक मुलांची नाही. मी ठसा उमटवू शकलो नाही, म्हणून राजीनामा दिला.''
मला पुन्हा दादा कुलकर्णी आठवले.
'शील घडवतं ते शिक्षण' हे दादांच्या शाळेचं बोधवाक्य. दादांची आणि थिटे ह्यांची भेट का झाली नाही?

१

"आज शूटिंगचा शेवटचा दिवस. पाच वाक्यांचा डायलॉग राहिलाय आणि रिटेक आहे. म्हणून पळापळ आहे." छोटू उभ्या उभ्या म्हणाला.

"रिटेक म्हणजे काय?"

"म्हणजे समज, आता तुझी खोली पसाऱ्यासकट जशी आहे तिथं पंधरा दिवसांपूर्वी जर शूटिंग झालं असेल तर ही खोली तशीच्या तशी तयार करायची. पंधरा दिवसांपूर्वी जर इथं एखादा गजरा ठेवलेला असला तर तस्साच गजरा आज हवा, त्यासाठी थेट क्रॉफर्ड मार्केटपर्यंत जावं लागलं तरी जायचं."

"कुणी?"

"प्रॉडक्शन मॅनेजर, म्हणजे अस्मादिकांनी."

"केवळ पाच वाक्यांसाठी?"

"एक हुंकार राहिला असला तरी. कंटिन्युएशनच्या शॉटऐवजी, रिटेकऐवजी आख्ख्या पिक्चरचं शूटिंग परवडलं, असं होतं. तेव्हा ऊठ."

मी छोटूबरोबर गेलो. तो मला त्याच्या व्यवसायातल्या गोष्टी सांगत होता. त्याच्यासाठी खास एसी कार होती. छोटू समजावत होता, "पूर्वी स्टुडिओज असायचे. मांडलेला सेट आठ-आठ दिवस तसाच ठेवला जायचा. शूटिंग संपलं की फिल्म डेव्हलप करून 'रश प्रिंट्स' बघितले जायचे. एखादा शॉट पुन्हा घ्यावासा वाटला किंवा मुळातच घ्यायचा राहिला तर सेट तयारच असायचा. आता ठरावीक बंगले भाड्याने मिळतात. फर्निचर आपल्याला हवं ते."

"म्हणजे आज तू पाच वाक्यांसाठी हे सगळं गोळा करणार?"

"केलं. डिकी भरलेली आहे. आता जाता जाता फक्त पोपटाचा पिंजरा मिळवायचा."

जरा वेळ ह्या प्रचंड व्यापावर विचार करीत मी म्हणालो, "अचाट आहे!"

"साठ-सत्तर लाख खर्च करायचे आणि पहिला 'शो' झाला रे झाला की वर्षाची मेहनत आणि एवढे लाख ह्यांचं भवितव्य तीन तासांत प्रेक्षक ठरवतात.''

"तुम्हा मंडळींना अशा वेळी काय वाटतं?''

"तो विचार केला, तर कुणी पिक्चर काढणारच नाही. दोन नंबरचे गुंतवणारा निर्विकार असतो. कलावंतांना एक वर्षाची जी निर्मितीची नशा असते त्यातून ते गेलेले दिवस आठवतात आणि मी चिमणीच्या घरट्यापासून सापाच्या टोपल्या, एखादा देव्हारा, एखादा 'टी सेट' – फोडायचा असेल एखाद्या सीनमध्ये, इथपासून एखादी विशिष्ट रंगाची मारुती व्हॅन मिळवताना काय दमछाक झालेली आहे, ते आठवत राहतो. पिक्चर दिसतच नाही.''

"एक चांगलं आहे, दिमतीला एसी कार आहे.''

"आज आहे.''

"असं का म्हणतोस?'' असं विचारेतो गाडी थांबली, आम्ही उतरलो.

त्यानंतर सेटवर छोटूची पळापळ अफाट चालली होती. प्रोड्यूसर प्रेमकुमार आणि डायरेक्टर त्रिवेदी यांच्यात हुकूम सोडायची जुगलबंदी सुरू होती. स्टिल कॅमेरामन सेटिंगचा प्रत्येक कोपरा फोटोच्या आल्बममधून दाखवत होता. खिडकीवरच्या पडद्याला चुण्या किती अंतराने पडल्या होत्या त्याचाही हिशेब होता. छोटूच्या ह्या जबाबदारीच्या कामाला फरफट म्हणायचं, हमाली की ससेहोलपट की उरस्फोड? पण सेट मनासारखा लागल्यावर स्वत: डायरेक्टरने त्याला चहाचा कप हातात दिला. प्रोड्यूसरने स्वत:ची खुर्ची त्याला बसायला दिली. पेडेस्टल फॅन त्याच्या दिशेने फिरवला. हिरॉईन त्याचे केस कुरवाळून शॉटला तयार झाली. मनात आत्मीयता नसली की एखाद्या पामेरियन कुत्र्याला कुरवाळलं काय किंवा जित्याजागत्या माणसाला स्पर्श केला काय, सारखंच. का हे असे स्पर्श म्हणजे बोनस समजायचे?

शॉट ओके झाला.

दोनच दिवसांनी छोटू मला एका ग्रेड वन हॉटेलमध्ये श्रमपरिहारार्थ घेऊन गेला. आश्चर्य म्हणजे पलीकडच्याच टेबलावर प्रेमकुमार आणि त्रिवेदी बसले होते. छोटूने हात उंचावून अभिवादन केलं. दोघं आम्हांला त्यांच्याकडे बोलावतील ही माझी अपेक्षा. ते तर विसराच, पण त्यांनी छोटूला ओळख पण दाखवली नाही. मी छोटूचं काय झालं असंल, ह्या विचाराने पाहिलं. तो निर्विकार होता.

"धिस...इज फिल्मलाईन. एका मोठ्या स्वप्नातलं छोटं स्वप्न.''

"म्हणजे काय?''

"पानपराग खाल्ल्यावर बाहेरचं रॅपर आपण सांभाळून ठेवतो का?''

"अरे पण...''

"हिरॉईनने केसातून हात फिरवला त्याचाही शहारा अंगावर उमटत नाही, तसंच हे", छोटू शांतपणे म्हणाला.
"तुम्ही प्रेक्षकांना कधीकधी प्रत्यक्ष रडवता, आणि..."
"आम्ही कोरडे पाषाण असतो म्हणून रडवू शकतो. ज्याला दगड लागतो, ठेच लागते तो विव्हळतो. ज्याच्यामुळे ठेच लागली त्या दगडाला पाझर फुटल्याचं कधी पाहिलंस का?"
"छोटू, तू इतक्या निर्विकारपणे सांगतोयस हे ठेच लपवण्याकरता का?"
छोटू गप्प राहिला. ट्रान्समध्ये गेला आणि सांगू लागला,
"माझं हे सहावं पिक्चर. पहिल्या पिक्चरला शेवटचा शॉट संपल्यावर जेव्हा असं घडलं तेव्हा घरी जाऊन बेदम रडलो. त्यावेळच्या हिरॉईनने शूटिंग संपल्यावर तिच्या केसातला गजरा 'हा तुमच्यासाठी' म्हणून दिला, तेव्हा तो गजरा मी प्रीमियर होईपर्यंत सांभाळून ठेवला."
"कोण होती?"
"आशा मुखर्जी. अशीच एक देखणी एक्स्ट्रॉ. त्यानंतर दोन महिने भणंगासारखा फिरलो. एके दिवशी 'ओशो'च्या कॅसेटवरची एक कथा ऐकली. 'क्रांती एका क्षणात होते,' असं म्हणतात, तशी क्रांती झाली."
"मला कथा ऐकव." मी उतावीळपणे म्हणालो.
ऑर्डर देऊन छोटू सांगू लागला, "चीनचा सम्राट. अनेक शतकांपूर्वीचा. त्या काळातलं वैभव. प्रचंड राजवाडा. दासदासी, सरदार, सैनिक, भलामोठा दरबार... एवढा मोठा सेट उभा करताही येणार नाही."
"हा प्रॉपर्टी मॅनेजर बोलला."
छोटू हसला आणि म्हणाला, "प्रॉडक्शन मॅनेजर म्हण."
"तेच."
"त्या चीनच्या सम्राटाला एक देखणा राजबिंडा, नक्षत्रासारखा राजपुत्र होता. त्याने दरबारात पाऊल टाकलं की, दरबार प्रसन्न व्हायचा. दासदासी अकारण ओढण्या सावरायच्या. सरदारांच्या माना लवायच्या. राजकुमाराचा चेहरा रुबाबदार तरीही खानदानी शालीनता. त्या विराट साम्राज्याचा तो भावी सम्राट. दरबाराची सूत्रं तोच हातात घेत असे. त्याच्या न्यायनिपुणतेवर, बुद्धिप्रधान कोमल वक्तव्याने दरबार स्तंभित व्हायचा.
तो राजबिंडा राजपुत्र आजारी पडला. सम्राटाचा एकुलता वारस. सम्राटाचा दुसरा प्राणच. राजवाड्यावर राजवैद्य, हकीम, भविष्यकार म्हणजे राजज्योतिषी, साधुसंत यांच्या झुंडी येऊ लागल्या, पण गुण नाही. पंधरा दिवसांत, राजकुमारापेक्षा, त्याच्या चिंतेनं सम्राटाचं वजन निम्म्यानं कमी झालं आणि एके

दिवशी राजवैद्याने नाइलाजानं सांगितलं, 'आजची रात्र शेवटची.'

'सम्राट उशाशी बसून राहिला. रात्री नऊ ते पहाटे चार, पापणीही न मिटता तो राजपुत्राचा श्वास न् श्वास मोजीत राहिला, पण सम्राटही शेवटी माणूसच. बसल्याबसल्या पाचच मिनिटं झोप लागली. शरीर, बुद्धी, मन थकलेलं. आली झपकी. तेवढ्या अवधीत त्याला स्वप्न पडलं. नेहमीसारखा दरबार भरला होता. सम्राट सिंहासनावर आणि गंमत म्हणजे, त्याच्या डाव्या-उजव्या हातांना देखणी सहा-सहा सिंहासनं. एक नव्हे तर बारा राजपुत्र. देखणे, तरतरीत, राजबिंडे, शरीर कमावलेले, एकापेक्षा एक देखणे. सम्राट आपल्यावरच नव्हे, तर परिवारावर, दैवावर, दरबारावर प्रसन्न. आज एक विशेष सोहळा. मंगलवाद्यं वाजताहेत. दरबार धुंद, मंत्रमुग्ध आहे आणि तेवढ्यात एक तीव्र, भेदक किंकाळी सम्राटाच्या कानावर पडली... सम्राटाला जाग आली. पाचच मिनिटांची डुलकी. तेवढ्यात हे चित्तवृत्ती फुलवणारं स्वप्न आणि त्याचा भंग किंकाळीने. राजपुत्राने इथली यात्रा संपवलेली. राणी त्याच्या छातीवर पडून आक्रोश करीत आहे. सम्राटाने ते दृश्य पाहिलं आणि तो प्रचंड मोठ्यांदा हसत हसत दालनात फिरू लागला. सरदार धावले. त्यांना वाटलं, सम्राटाला वेड लागलं, धक्का असह्य झाला. एका वयस्कर प्रधानाने सम्राटाला शांत केलं. राजपुत्र गेल्याची खबर दिली. हसण्याचं कारण विचारलं. सम्राट हसतच म्हणाला,

'कुणाकुणासाठी रडू? एक नव्हे– मला तेरा राजपुत्र होते. एकाहून एक राजबिंडे. हा असा दरबार भरला होता. बारा राजपुत्र होते. एका क्षणात, एका किंकाळीत ते गेले आणि ज्याच्यासाठी रात्रभर जागलो तो खरा राजपुत्र गेला तेव्हा मी इतर बारा राजपुत्रांजवळ होतो. तेव्हा शोकच करायचा तो किती मुलांसाठी करू?'

त्या क्षणापासून सम्राट बदलला. क्रांती झाली, परिवर्तन झालं. ही कथा मी ऐकली आणि मीही बदललो. सम्राट म्हणाला होता, 'बारा राजपुत्र हे जसं स्वप्न, तसा एकुलता एक राजपुत्र होता, हेही स्वप्नच.' सम्राट संन्यस्त झाला.''

''काय सांगतोस?''

''क्रांती एका क्षणातच होते, व्हायची असेल तर. जीवन हे स्वप्न. चित्रपटसृष्टी हे स्वप्नाला पडलेलं स्वप्न. आता त्या दोघांनी ओळखही दाखविली नाही, हे सत्य. वेळ आली की पुन्हा बोलावतील. अख्ख्या मुंबईत एसी कार माझा शोध घेत येईल.''

''आणि तू जाशील?''

''अवश्य. सगळंच स्वप्न, हे रक्तात भिनलं की साक्षीभाव आपोआप येतो.

पानपरागचं रॅपर त्यांना रिकामं वाटलं, म्हणून ते फेकतात. जिताजागता माणूस असा रिकामा होतो का? त्याचं वय जितकं वाढतं, तितका तो आतून भरून आलेला असतो, पण गरज संपली की...''

''तुमची चित्रसृष्टी अशीच.''

छोटू म्हणाला, ''चित्रसृष्टी म्हणू नकोस, सगळी सृष्टीच तशी म्हण. संसारही तसाच. घरातली वयस्कर माणसं, पानपरागच्या रॅपरसारखी फेकली जातातच ना? ती रिकामी नसतात. ती जास्तीतजास्त समृद्ध होत जातात, पण त्यांची संसारातली गरज संपलेली असते. मुलं संस्कार झाले असतील तर सौजन्याने वागतील, प्रेमानं नव्हे. अशी माणसं उरी फुटून मरतात. हे कधी कोणी बघतं? शंभरापैकी नव्वद घरांत अशा पानपरागच्या रिकाम्या पुड्या दिसतील. ही माणसं जेव्हा मरतात तेव्हा सोबत किती खजिना नेतात ते...''

''छोटू...''

''ही स्वप्नांची शक्ती. आपण जागे झालो, म्हणजे स्वप्नातलं थोडं-थोडं आठवतं, पण स्वप्नात गेलो म्हणजे जागेपणातलं काहीच आठवत नाही. स्वप्नातही जो जागा राहतो तो माणूस, साधक. फिल्मलाईनमध्ये तसं राहायचं, म्हणजे आशा केस कुरवाळून गेली, तरी काही वाटत नाही. चल, खायला लाग.''

◯

१०

ह्या घटनेला माझ्या स्मृतीनुसार बावीस वर्षं होऊन गेलेली आहेत. मुंबई पोलिसांच्या वाहतूक खात्यातर्फे, ट्रॅफिक डिपार्टमेंटतर्फे, एकतीस डिसेंबरला सगळ्या वाहनधारकांना एक भेटकार्ड मिळत असे. चौकाचौकांतले पोलीस सिग्नलमुळे थांबणाऱ्या गाड्यांना ते कार्ड देत असत, त्यांपैकी एका वर्षीच्या कार्डावर रथारूढ अर्जुन आणि कृष्ण सारथी असं चित्रकार साठे ह्यांच्या डेकोरेटिव्ह-रिॲलिस्टिक पद्धतीचं, रेखाचित्र होतं आणि खाली एक ओळ होती–

'नव्या संपूर्ण वर्षात, तुम्ही चांगले सारथी आहात असं म्हणण्यासाठी, आम्ही असू ना?' त्याखाली 'ट्रॅफिक डिपार्टमेंटतर्फे' असा निर्देश.

माझ्या माहितीप्रमाणे, हा उपक्रम दोन-तीन वर्षे चालला, नंतर बंद पडला. नागरिकांना नव्या वर्षाच्या शुभेच्छा द्यायच्या? माणुसकीला काळिमा फासणाऱ्या अशा गोष्टी युनिफॉर्ममधल्या माणसाने बंद केल्याच पाहिजेत.

अगदी काही दिवसांपूर्वी, दादरला रानडे रोड चौकात, मी डाव्या बाजूला वळण्यासाठी, सिग्नलची प्रतीक्षा करीत होतो. एकाएकी छातीतून कळा यायला लागल्या. सॉर्बिट्रेट घेतली. झटपट डॉक्टरांना गाठायचे. 'मरो तो सिग्नल, आणि डावीकडे तर वळायचं आहे–' म्हणत मी वळलो. मुद्दाम अंधारात लपलेल्या वाल्या कोळीची शिट्टी आली. सिग्नल तोडल्याबद्दल त्या ट्रॅफिक इन्स्पेक्टर क्षीरसागरांनी माझ्याकडून ऐंशी रुपये वसूल केले. फॉर्मवर नाव लिहून घेताना त्यांनी 'वपु' म्हणून मला ओळखावं, अशी माझी मुळीच अपेक्षा नव्हती. हा 'हार्ट पेशंट' आहे, इतकाच विचार त्याने करायला हवा होता, पण अशी अपेक्षा कशी करायची?

कार्यक्रमासाठी बाहेरगावी जाताना माझे मित्र नाटेकर ह्यांनी एके ठिकाणी मुद्दाम जीप थांबवली, कारण तीन-चार पोलीस तिथं अंतरा-अंतरावर उभे होते. पुणे-

कोल्हापूर रस्ता म्हणजे ट्रक ट्रॅफिक किती, ते सांगायला नको.
नाटेकर म्हणाले, "आता एक गंमत पाहा." मी पाहिलं, तर अनेक ट्रक्समधून सिगारेटची रिकामी पाकिटं रस्त्यावर फेकली जात होती आणि रस्त्यावरचे पोलीस ती जमा करीत होते.
नाटेकर म्हणाले, "दोन-तीन हजार पगार असलेले हे पोलीस, कुत्र्याला बिस्किट फेकल्यावर त्यानं धावावं, त्याप्रमाणे ट्रकवाले पाकिटं फेकतात आणि हे पोलीस धावतात. त्यात पाचाच्या आणि दहाच्या नोटा असतात. ह्या हवालदारांचा साहेब कुठेतरी जीप घेऊन उभा असेल. हा ट्रॅफिक बघा आणि ह्यांची एका दिवसाची कमाई, अंदाज करा."
आणि इथं कारण काही असो, मी नियम मोडला होता, ही वस्तुस्थिती होती आणि आपण ड्युटी केली हे क्षीरसागरांना सिद्ध करायचं होतं. 'पाच सेकंदांनी काही फरक पडत नाही'– असं पावती फाडताना ते म्हणाले. हार्ट पेशंट एका सेकंदात जातो, हे समजायला हार्ट लागतं. 'सॉर्बिट्रेटची एक गोळी आज ऐंशी रुपयाला पडली.' असं म्हणत, ह्या प्रकारानं टेन्शन वाढून मी आणखी एक गोळी घेतली.
मध्येच नाटेकरांचा किस्सा का सांगावासा वाटला, हे मी सांगू शकणार नाही. मेंदूतल्या स्मृती अल्फाबेटिकली लागलेल्या नसतात, म्हणूनच की काय, ह्या क्षणी आठवण झाली ती बालम केतकरची. बालम एक कमर्शियल आर्टिस्ट. त्याने मला एक स्केच काढून दिलं. ते वापरून मी एक भेटकार्ड बनवलं. त्या भेटकार्डावर मी मुंबईतल्या तमाम हवालदारांना शुभेच्छा दिल्या–
"एकोणीसशे ऐंशी साल तुम्हाला चांगले जावो, असे सालाबादप्रमाणेच म्हणायचं. वर्ष जसं जाणार तसंच जाणार आणि जातं. हरताळ, मोर्चे, निदर्शनं, रास्ता रोकोसारखी बिनडोक आंदोलनं, असे कितीतरी...! निधर्मी राज्यात, प्रत्येक जमातीचे कर्कश्श स्पीकर्स लावून सणवार, मिरवणुका... त्यात मंत्र्यांचे दौरे, बंदोबस्त. हे मंत्री लोक हेलिकॉप्टर का वापरीत नाहीत?
मुंबईसारख्या प्रचंड औद्योगिक शहरात, पन्नास-पन्नास फुटांवर तुम्ही उभे. ती तुम्हालाच कैद. हजारो वाहनं तुमच्याभोवती फिरतात. त्यांतली एकही गाडी तुमची नसते, तरीही नव्या वर्षी देश समृद्ध होवो, म्हणजे तुम्हांला हे वर्ष चांगलं जाईल."
सिग्नलपाशी मोटरसायकल थांबवायची, हवालदाराला खुणेनं बोलवायचं, त्याच्या हातात कार्ड ठेवायचं. तो मजकूर वाचेपर्यंत अस्मादिक पुढच्या चौकात. त्या ग्रीटिंग कार्डखाली मी माझं नाव न लिहिता, FROM MRY 690 आणि MMN 7160 असे माझ्या आणि सुहासच्या वाहनांचे नंबर्स

छापले होते. त्यात थोडा स्वार्थही होता. अनवधानाने वाहतुकीचा नियम मोडला गेला आणि एखाद्या हवालदाराने ओळखून गुन्हा माफ केला तर?
वाहतूक खात्याने ग्रीटिंग कार्डस् तीन-चार वर्षे दिली. त्यांनी तो उपक्रम बंद केला, नंतर मी तीन-चार वर्षे चालू ठेवला.
कलानगर, माहीम कॉजवे, माहीम चर्च, शिवाजी पार्क, प्रभादेवी, सेंच्युरी बझार, ग्लॅक्सो, वरळी नाका, पेडर रोड, बाबुलनाथ, मरीन ड्राइव्ह, मेट्रो आणि शेवटी महापालिकेचा भोज्या... हा माझा वीस वर्षांचा ठरलेला रस्ता.
चौकाचौकातले पोलीस परिचयाचे झाले. १९८३ मध्ये नोकरी सोडली.
ग्रीटिंग्जचा रस्ताही पारखा झाला. माझा हा सगळा उपक्रम कौतुकाचा ठरो वा न ठरो, उन्हापावसात राबणाऱ्या माणसालाही शुभेच्छा का देऊ नयेत? पोलीस माझ्याकडून, त्यांच्या मित्रांसाठीही जास्तीची कार्डं मागू लागले.
ह्या उपक्रमाचा मला एक प्रचंड आश्चर्याचा आणि आनंदाचा धक्का बसला, तो दीड वर्षांपूर्वी. कलानगरवरून मी उजवीकडे वळलो आणि मागून पोलीसची शिट्टी आली. मी सिग्नल शंभर टक्के चुकवला नव्हता. थांबलो. पोलिसाने स्कूटर आयलँडकडे वळवायला लावली.
"काय चुकलं बाबा?"
"काय पन् चुकीचं झालेलं नाय."
"मग?"
"ग्रीटिंग कार्ड वाटणारे तुम्हीच ना?"
मी उडालो.
"अहो, त्याला किती वर्षं झाली?"
"बाराहून जास्त म्हना की."
"तेव्हा माझी अडीच हॉर्सपॉवरची मोटरसायकल होती, आता ही कायनेटिक, नंबर बदललेला आणि..."
"ते तुम्हीच ना?"
"हो"
"लई खराब झाला..."
"तरी ओळखलंत?"
"म्हणूनच थांबिवलं."
"बोला."
ट्रॅफिक आयलँडमधल्या कोऱ्या करकरीत हीरो होंडाकडे बोट करीत हवालदार म्हणाला, "साहेब, ही माझी स्वत:ची गाडी. माझं नाव भंडारी. आता तुमच्या कार्डावर आमची पण गाडी..."

मी भंडारींना शेकहँड केला आणि विचारले,

''फार उशिरा गाडी घेतलीत?''

भंडारी अभिमानाने म्हणाले, ''स्वत:च्या पगारात आणि साहेब युनिफॉर्मची ऐट न वापरता गाडी घ्यायची, म्हणजे एवढी वर्षं लागणारच ना? सांगा, गप का?''

मी काय सांगणार?

मला ट्रकमधून फेकली जाणारी सिगारेटची रिकामी पाकिटं, त्यामागे धावणारे हवालदार आणि लांबवर उभी राहिलेली साहेबाची जीप दिसत होती.

पुढच्याच क्षणी मनात विचार आला, ''कमिशनर, मंत्री, कस्टम ऑफिसर्स, रेशनकार्डपासून पासपोर्ट ऑफिसपर्यंतच्या यंत्रणेत किती माणसं, अधिकार, खुर्ची ह्याचा गैरफायदा न घेता, अभिमानानं फ्लॅट, दाराशी गाडी किंवा सुबत्ता, फॉरिनची वारी ह्यांसारख्या गोष्टी निव्वळ पगारावर मिळवत असतील?'' देशाला असे कितीतरी 'भंडारी' हवे आहेत.

$\bigcirc$

११

'डॉ. पंतवैद्य हा एक अफलातून इसम आहे,' हे वाक्य लिहिताना मला विशेषणांचं तोकडेपण जाणवतंय. 'अफलातून' शब्दात तो मावणार नाही. अफाट उंची, नाव 'हिमालय' आणि शरीरयष्टी अशी की 'पंतवैद्य' ऐवजी 'हाडवैद्य' हे आडनाव जास्त समर्पक. माणसाच्या मसल्स चुकवून तो जन्माला आलाय, म्हणून तो 'अफलातून' शब्द विसराच, त्याला कोणत्याही प्रकारानं पकडलं तरी तो त्यात मावत नाही आणि दुसऱ्या अर्थानं कितीही गर्दी असली तरी तो मावतो.

ही अशी माणसं जन्माबरोबरच, अंगठ्याच्या ठशाप्रमाणे स्वत:साठी एक स्वयंभू विशेषण का आणत नाहीत? व्यवसायाने 'ॲनॅस्थिटिस्ट' म्हणजे मराठीत 'भुलेश्वर' पण सध्या परफॉर्मिंग 'मॅजिशियन.'

'परफॉर्मिंग' ह्या शब्दातली ताकद, गर्भितार्थ, मथितार्थ, काय जे म्हणायचं असेल ते व्यक्त करायला मला तरी मराठी शब्द सापडत नाही. कथाकथनाच्या कार्यक्रमाला साहित्य संमेलनाच्या एका माजी अध्यक्षांनी थेट 'नाच्या पोरा'च्या पायरीपर्यंत लेखलं होते. त्याच्याखाली पायरीच नव्हती, म्हणून आम्ही चार-पाच कथाकथनकार वाचलो. कथाकथनाला त्या महाशयांनी 'वठवून दाखविण्याची कला' असं संबोधलं होतं. मला ती कला 'वेठी'ला वगैरे धरल्याप्रमाणे तेव्हा वाटलं होतं. मान्य करा अथवा न करा. भाषेतली ताकद त्याच भाषेत अनुभवण्याचा आनंद वाढवला पाहिजे. प्रतिशब्द जाता जाता स्वीकारावा, पण तोही कसा हवा? ललत रागात 'पंचम' लावून एक वेगळी खुमारी, रागदारी निर्माण झाली तसा प्रतिशब्द वाणीने झेलला पाहिजे आणि तसं घडत नसेल तर परभाषेतील शब्द जसाच्या तसा उचलावा. इतर सगळ्या इंपोर्टेड- बाह्यांग सजवणाऱ्या- गोष्टी हव्या असतात. बुद्धिवैभव वाढवणारी भाषा का नाकारायची? 'भाषा हटवा' ऐवजी 'भाषा घटवा' ही चळवळ हवी.

चौदा भाषा बोलणाऱ्याचा सत्कारही करायचा आणि अमुकतमुक भाषा हटाव हे 'कॉम्प्युटर'च्या युगात बोलायचं.

महापालिकेत नोकरीला असल्यापासून मला 'जनरल हॉस्पिटल' ह्याला 'सर्वसाधारण रुग्णालय' प्रतिशब्द खटकत आलाय. 'ऑर्डिनरी'कडे झुकणारा हा प्रतिशब्द. 'सर्वांगीण' हा शब्द सगळ्या अंगांनी जवळचा नव्हता का? जाऊ दे! पंतवैद्य व्यवसायानं 'ॲनॅस्थिटिस्ट' म्हटल्यावर त्यांच्यावर लिहिताना मलाही 'भूल' चढली आणि विषयांतर वाढायला लागलं.

मित्रवर्तुळात तो 'पंतू' ह्या संक्षिप्त नावाने ओळखला जातो. त्याच्या बालवयातला एक प्रसंग. खरे तर बऱ्याच वर्षांपूर्वी म्हणायला हवे. बालपण संपलेय कुठे? पंतूच्या पिताजींनी एक काचेचे मिठाचे भांडे आणले. पंतूच्या पायाचा धक्का लागून त्याच दिवशी ते भांडे फुटले. त्या क्षणी घरातल्या सगळ्या ज्येष्ठ मंडळींकडून, 'बावळट', 'वेंधळा', 'धांदरट', 'लक्ष कुठं असतं?' – अशा सगळ्या अभिप्रायांचा वर्षाव झाला. पंतू गप्प.

दुसऱ्या दिवशी वडिलांनी पुन्हा तस्संच भांडं आणलं आणि जेवण होताक्षणी त्या दिवशी वडिलांच्या पायाचा धक्का लागून तेही भांडं फुटलं. पंतूने वडिलांकडे फक्त एक कटाक्ष टाकला.

वडिलांनी नंतर त्याला खोलीत बोलावून घेतलं आणि ते म्हणाले, "आता बोल मला धांदरट, बावळट, वेंधळे, जे जे म्हणायचं ते."

नजरेतून ही सगळी विशेषणं, पंतूकडून वडिलांपर्यंत पोहोचली होतीच. आता शब्द हवे होते आणि ते शब्द येणार नसतील, तर त्यामागचं कारण हवं होतं.

खाली मान घालून पंतू म्हणाला, "मी असं बोलू शकत नाही."

"का?"

"तुम्ही मोठे आहात."

वडील म्हणाले, "ऐक आता. मला हा मोठेपणा रातोरात मिळालेला नाही. मी शिकलो. पैसे मिळवतो. कुटुंबाचा भार मी खांद्यावर घेतला आहे. कपडालत्ता, शुश्रूषा, शिक्षण सगळं मी सांभाळतोय, म्हणून मला कुणी बोलू शकणार नाही. भांडं फुटायला नको होतं- ह्यात वाद नाही, पण मी तसं पुन्हा आणू शकतो. इतकी शक्ती मी कमावली आहे, म्हणून कुणी बोलू शकणार नाही. आता तुला एक कथा ऐकवतो– सगळे गोप एकदा कृष्णाकडे गेले. ते म्हणाले, 'तू एवढा मोठा, पण संध्याकाळी सवंगडी होऊन आमच्यात बरोबरीने खेळतोस. नंतर ह्या भव्य प्रासादात आरामात राहतोस. आम्ही लहान घरांतून, झोपड्यांत कसे राहतो, ह्याची तू चौकशीसुद्धा करत नाहीस.'

कृष्णाने क्षणभर डोळे मिटले आणि तो म्हणाला, 'ठीक आहे. उद्या या, काहीतरी करू.'

सगळे गोप आपापल्या घरी जातात तो काय, प्रत्येकाच्या घराचं राजमहालात रूपांतर झालेलं. दोन दिवस सगळ्यांनी महोत्सव साजरा केला. तिसऱ्या दिवशी गावातले नागरिक अशाच एका घरी गेले. 'शंभू, तू दोन दिवस गाई वळायला आला का नाहीस?'

स्वत:च्या प्रासादाकडे बोट दाखवीत तो म्हणाला, 'मला आता काम करायची गरजच नाही.'

कुंभार, चांभार, सुतार सगळ्यांच्या घरी अशीच उत्तरं मिळाली. नगरीचा कारभार बंद व्हायची वेळ आली. 'बैठा संप', 'नियमाप्रमाणे काम' हे शब्दही त्या काळात कुणाला माहीत नव्हते. फक्त समृद्धी लाभली आणि माणसं उद्दाम झाली. आपल्या देशात स्वातंत्र्य मिळाल्यापासून उद्दामपणाचीच समृद्धी का आली? शेतकऱ्यांची कर्जं माफ करून किती फरक पडला? नगरातल्या लोकांची तर हालत झालीच, पण कृष्णाच्या सवंगड्यांची पण कुचंबणा व्हायला लागली. ते मग पुन्हा कृष्णाकडे धावले.

'आम्ही जसे होतो, तसंच आम्हांला कर. तेच छान होतं.'

नगरीचा कारभार पूर्वपदावर आला.

गोष्ट संपवत वडील म्हणाले, "आयुष्य हा एक प्रवाह आहे आणि प्रवाह म्हटलं की उतार हवाच. समाजाची सगळी कामं व्हावीत, म्हणून श्रीमंत, गरीब, मध्यमवर्गीय, कुणी बुद्धिवान, कुणी बिनडोक, हे चढउतार हवेतच. ह्याचा अर्थ ऐपतवाल्यांना सगळं माफ आहे, असं नाही. माणसाने मस्तवाल होऊ नये; पण काही ना काही कर्तृत्व प्राप्त झालं, म्हणजे काही अपराध आपोआप पोटात घातले जातात.

सगळ्या कामांची सम प्रमाणात विभागणी केली गेली ती समाज उभा राहावा म्हणून. कोणतंही काम करणारा माणूस हलक्या प्रतीचा नसतोच. समाजजीवन समृद्ध आणि प्रवाहासारखं गतिमान करणारं, कोणतंही काम हलकं असेलच कसं? पण आपल्या राज्यकर्त्यांनी त्याला जातीचं रूप दिलं. जाति-जमाती झाल्यामुळे प्रत्येक माणूस दुसऱ्या माणसापासून लांब गेला. हे अंतर जितकं वाढेल, तेवढा प्रवाह खंडित होईल आणि सत्ताधारी लोकांच्या खुर्च्या टिकून राहतील. तेव्हा खूप शीक. मोठा हो. अधिकार चालून येतील."

फुटलेल्या भांड्यातल्या मिठाला पंतू जागला आणि आज डॉक्टर पंतवैद्य ॲनॅस्थिटिस्ट आहेत. उत्तम जादूगार आहेत. साहित्य-संगीत-प्रेमी आहेत. आवडलेलं साहित्य, गद्य असो–पद्य असो ते मुखोद्‌गत आहे. वसंत बापटांची

'झेलमचे अश्रू' ही चाळीस कडव्यांची कविता, त्यांनी बापटांनाच माझ्यासमोर, डॉ. लता-अनिल काटदरे ह्यांच्या घरी तोंडपाठ म्हणून दाखवली होती. मी पंतूला तर मानतोच, पण त्याहीपेक्षा पंतूला घडवणाऱ्या त्यांच्या न पाहिलेल्या वडिलांना जास्त मानतो.

फुटलेलं भांडं हे निमित्त, पण मुलाशी चर्चा करून, त्याला विचाराला प्रवृत्त करण्याचं सामर्थ्य आणि त्याहीपेक्षा इच्छा, किती वडिलांकडे, पालकांकडे आहे? जास्तीतजास्त गप्पागोष्टी करण्यासाठी आपल्या मुलांसारखे श्रोते नाहीत, हे किती पालकांना समजलंय? स्वतःचेच मित्र, ड्रिंक्स, त्याच त्याच गप्पा, पत्ते, स्वतःचा जीव रमवणं, हे आजचं चित्र.

We are all biological parents and not psychological guardians and parents.

○

१२

अनंता म्हणाला, ''आज संध्याकाळी माझ्या घरी ये, चहा घे आणि पुढे हो.''
मी विचारात पडलो. घरात पाऊल पडताक्षणी त्याचा आणि बायकोचा खटका उडतो.
ती गप्प असते. निमित्त अनंताच काढतो.
''हा संसार मी आहे, म्हणूनच चाललेला आहे. तुमचं भाग्य समजा, आम्ही तुम्हाला पसंत केलं.''
बेल वाजवतानाच हा भाव असतो. बाहेर सोशल वर्कर म्हणून अनेकांच्या माना झुकतात. घरी हुकूमशाही. दार उघडायला वीस-पंचवीस सेकंद लागले, तरी हा उखडणार. खिशातली किल्ली वापरणार नाही, कारण दार उघडणं हे पत्नीचं कर्तव्य. दार उघडंच असेल तर, 'दार उघडं कसं? कुणी येणार होतं का?' हा प्रश्न. अशा वातावरणात त्याच्याकडचा चहा म्हणून मी शक्यतो टाळतो.
लोकांची कामे करून हा दमलेला. तकतकलेल्या चेहऱ्यानेच 'एण्ट्री!'
तो 'चल' म्हणाला. 'नाही' किती वेळा म्हणणार?
माझा आणखी एक मित्र. त्याचे नाव अनंताच. तो जाता-येता म्हणतो, ''मी फार तापट आहे.''
पण मी त्याला रागावलेला पाहिलेला नाही. दोन्ही अनंत, अनंत अंतरावर...
मी 'हो' म्हणालो, तेवढ्यात समोर देवकर.
''मी आज टॅक्सीने थेट पार्ल्यापर्यंत जाणार आहे. तुला वाटेत ड्रॉपतो.''
देवकरची ही खासीयत. शब्दांची स्वत:ची टांकसाळ. मी तुला 'फोनतो' म्हणजे फोन करीन. एकदा असंच म्हणाला, 'टॅक्सीनं मदरआईसला जातोय. दादरला तुला सोडतो. दोन क्षण 'मदरआईस' शब्दाने डोक्याला मुंग्या आल्या.
मग तो म्हणाला, ''मदर म्हणजे मा आणि आईस म्हणजे हिम', थोडक्यात माहीमला जातोय.''

मग अनंताने त्यालाही आमंत्रण दिलं. घराच्या दरवाजापर्यंत सोशल वर्कबद्दल प्रसन्न चेहऱ्याने बोलणाऱ्या अनंताचा चेहरा, संसाराची ॲलर्जी असावी इतका बदलला. दार उघडेपर्यंत त्याने बेलवरचं बोट काढलं नाही. देवकर माझ्या कानात म्हणाला, ''काही काही माणसं संसार लिव्हत नाहीत, संसार यूजतात.''

सवयीने तर्क करून मी वाक्याचा अर्थ समजून घेतला. 'संसार जगत नाहीत, संसारही वापरतात.'

दार उघडलं गेलं. चपला काढायच्या आत अनंता म्हणाला, ''चहा,''

आम्ही बसलो. अनंताने शिपायाला हाक मारतात तशा मार्दवहीन आवाजात हाक मारली, ''सरोज...''

ती समोर येऊन उभी राहिली.

''नांदेडकरचा बरोबर तीन वाजता फोन येणार होता, आला?''

''नाही.''

''तुला झोप लागली असेल.''

''मला दुपारची झोप कधीच मिळत नाही.''

''मलाही ऑफिसात झोप मिळत नाही.''

''मी तक्रार केलेली नाही.''

''शेजारी गप्पा मारायला गेली असशील.''

''त्याला वेळ मिळाला असता तर झोप काढली असती.''

''फोन एंगेज्ड असेल.''

''नव्हता.''

''डायलटोन गेला असेल.''

''कल्पना नाही.''

''मधूनमधून चेक करायला हवं.''

''उद्यापासून करीन.''

अनंताची बायको आत गेली. कोर्टात साक्षीपुरावे किंवा उलटतपासणी करताना वकील पिंजऱ्यातील माणसाशी बोलतच असतो. त्या गप्पा नसतात, संवाद तर नसतोच. समोरच्या माणसाला शब्दकैद करण्याचा तो आटापिटा असतो. अनंताचा संवाद हा 'सवालजबाब' असतो. साध्यासुध्या दैनंदिन जीवनात आयुष्य एकत्र काढायचं असताना, असा हुकूमशाही सूर संसारात कशासाठी? ह्याच पत्नीशी रात्री शृंगाराची इच्छा व्यक्त करताना किंवा अपेक्षा करताना आपलं एरव्हीचं वागणं अशा माणसांना आठवत नाही का?– ह्या विचारापाठोपाठ देवकरचं विधान आठवलं, 'काही काही माणसं संसार

वापरतात.'

चहा आला.

''पत्रं आलीत का?''

''हो.''

''मग आल्याबरोबर का नाही दिली? सोशल वर्क म्हणजे सुळावरची पोळी असते. अनेक प्रॉब्लेम्स आणि संसार मी सावरतोय, एवढं कळत नाही?''

अनंताच्या ह्या प्रश्नावर माझ्या आठवणीत त्याची बायको प्रथमच बोलली, ''सुळावरच्या पोळीचा हव्यास कशाला? स्वत:च्या संसारात, मानाने पाटावर बसून भाकरी खा.''

मग काय?

पंधरा मिनिटे अनंताचा एकपात्री प्रयोग.

मी त्याला कसंतरी शांत करीत म्हणालो, ''जाऊ दे रे, घरोघरी असंच होतं.''

''एक घर वगळून.'' देवकर म्हणाला. त्याने 'ड्रॉपून' शब्द वापरला नाही. तेव्हा मी ओळखले, त्याला गंभीरपणे काहीतरी सांगायचं आहे.

''कोणतं घर?''

''माझं स्वत:चंच. असेच आता माझ्या गैरहजेरीत माझ्या घरी जा. माझी बायको हेच सांगेल.''

''संघर्ष कधीच नाही?''

''मीही माणूस आहे, संघर्ष व्हायचाच; पण अगदी किरकोळ उपाय केले तर सत्तर टक्के संघर्ष टाळता येतात.''

अनंता 'काय बकबक करतोय,' अशा नजरेने पाहात होता.

''सत्तर टक्के?'' मी विचारले.

''त्यापेक्षाही हे प्रमाण वाढवता येतं.''

''मोघम नको. उदाहरण हवं.''

''ठीक आहे, ऐक. एका शनिवारी मी रोहिणीला एक काम सांगितलं. दुपारी दोनपर्यंत ते झालं नाही. कामावरून आल्यावर मी तडकलो. ती गप्प राहिली. रात्री आमचा पिंटू, वय वर्षे चार म्हणाला, 'आईनं मला मारलं!'

'का?'

'मी चुकून दार लावलं.'

'म्हणजे?'

मग मला कळले. बँकेतून पैसे आणण्यासाठी रोहिणी निघाली. तिने पायांत चपलाही घातल्या. तेवढ्यात बेल वाजली. दारात तिची मैत्रीण. 'बँक बंद व्हायच्या आत जायला हवं' म्हटल्यावर तिची मैत्रीण जायला निघाली. तिला

निरोप देण्यासाठी रोहिणी जिन्यापर्यंत आली. तोपर्यंत पिंटूने दार बंद केलं. पर्स, चेकबुक, लॅचच्या किल्ल्या सगळंच आत राहिलं. मग रोहिणीने चिरंजीवांना माहेरी सोडलं. रस्त्यावरचा एक किल्ल्या बनवणारा शोधून आणला.

त्याच्याकडून दरवाजा उघडून घेतला. घराच्या किल्ल्या घेऊन पुन्हा माहेरी गेली. वडिलांकडून पैसे उसने आणले. माझ्यापेक्षा प्रचंड श्रम आणि मन:स्ताप तिला झाला होता. तो संघर्षाचा शेवटचा दिवस.''

''त्यानंतर आजतागायत...''

''बारीकसारीक असतंच. नंतर मी जो प्रयत्न आणि आजतागायत जो प्रयोग करतोय तो महत्त्वाचा आहे, असं मी ठामली म्हणतोय.''

''म्हणजे ठामपणे?''

''येस. तुम्हाला माझी भाषा समजू लागली तर. भाषा समजणं ही पहिली महत्त्वाची पायरी. भाषेमागे विचार असतो. मी विचार केला, आपण कलहप्रिय आहोत का?— नक्कीच नाही. कलह का होतो? तर काही ना काही मागण्या असतात, अपेक्षा असतात. मागण्यांचं नातं वेळेशी असतं.''

''उदा. टिंब?''

देवकर समजून हसला आणि सांगू लागला,

''बाहेर जाताना इस्त्रीचे कपडे लागतात. मग लाँड्रीवाला आणि कपडे ह्यांच्या वेळा ठरवून टाकल्या. ठरावीक पँटसाठी ठरावीक शर्ट हवा म्हटल्यावर एकाच हँगरवर कपड्यांच्या जोड्या जमवल्या. हे एक उदा. टिंब. मुळातच आपल्या जगण्यासाठी गरजा कोणत्या आणि मागण्या किती ह्याचा दोघांनी ताळा मांडला. मग प्रायॉरिटीज ठरवल्या. संपूर्ण दिवसात एकूण वस्तू लागतात किती, ह्याची चक्क यादी केली तेव्हा कळलं, तशा फार कमी लागतात. चाळीस टक्के संघर्ष इथंच संपले. मग उरले मानसिक तणाव. हे आपणच निर्माण करतो. अस्वस्थ करणाऱ्या सगळ्या गोष्टी समाज निर्माण करतो. आपल्या गैरहजेरीत घरातही खूप समस्या बायकोला सोडवाव्या लागतात. बेल वाजल्यावर त्या ओझ्याखाली दमलेली बायको दार उघडते. आपण आपल्याच समस्यांवर खूष असतो. मी त्यावर उपाय शोधला. घराच्या दारापाशी दहा मिनिटं बाय वॉच, उभं राहायचं. शांत व्हायचं. दार उघडलं गेलं की, प्रसन्न हसून विचारायचं, 'कशी आहेस?' मुलगा घरात नसेल तर हाच प्रश्न कमरेभोवती हात टाकून विचारायचा. तीही विचारते, 'प्रथम तुम्ही कसे आहात सांगा.'

''खरंच?''

''उत्कटली. संसार नेहमी प्रतिध्वनी करतो. मग पाच मिनिटं आम्ही नुसते गप्प

बसतो. मग छोट्या छोट्या हकिकतींवरून आम्ही समस्यांवर येतो. मानवी प्रयत्नांच्या पल्याड असलेल्या गोष्टी ऊपरवाल्यावर सोडतो. बाकीच्यांवर उपाय शोधायचा प्रयत्न करतो.''

''कशी आहेस?' ह्या प्रश्नावर बायको वरकरणी 'छान आहे' म्हणाली तर?''

''आम्ही एकमेकांचे चेहरे न्याहळतो. माणूस मस्त असला की प्रथम डोळे हसतात आणि डोळ्यांना आनंद अनावर झाला म्हणजे ओठ लाफतात.''

मी विचारात पडलो. देवकर म्हणाला. ''पशुपक्षी भाषेविना मस्त जगतात. माणसाला शब्दांचं वरदान मिळालं. ह्या जास्तीच्या शक्तीतून, वरदानातून किती पराकोटीचा आनंद निर्माण करता आला असता, पण शेवटी बहिणाबाईप्रमाणे हेच म्हणावं लागणार—

'मानसा मानसा
कधी व्हशील मानूस?'

आयुष्य खूप सोपंही करता येतं आणि अवघडही. चॉईस इज युवर्स.''

◯

१३

शिरीष हा एक अफलातून असामी आहे. साधा, सरळ, पण जबरदस्त Sense (Nonsense) of humour असलेला प्राणी. आपल्या ह्या सत्तर टक्के निरक्षर असलेल्या प्रगत देशात Sense (Nonsense) of humour जास्त आहे; पण शिरीष वेगळाच आहे. तो म्हणतो, ''राज्यकर्ते आणि इतर सगळे राजकीय पक्ष कुटुंब नियोजनाचं नाव काढीत नाहीत. त्यामागे त्यांचा चांगला हेतू आहे.''

''कसा काय?''

''भारत सातत्याने अब्जावधी रुपयांचं कर्ज परदेशातून आणतोय. जर दरडोई कर्जाचं ओझं कमी करायचं असेल तर लोकसंख्या वाढायला नको का?''

धिस् इज् शिरीष!

पुण्याच्या लक्ष्मीरोडबद्दल बोलायलाच नको. काही दिवसांपूर्वी ट्रॅफिक सिग्नल लांबून दिसावा म्हणून सुमारे तीस ते पस्तीस फूट उंचावर जास्तीचे सिग्नल बसवण्यात आले, पण असंख्य स्कूटर्स, अगणित रिक्षा आणि बेसुमार पादचारी ह्यांच्यावरच नजर, डोळ्यांत तेल (नव्हे रिक्षांचे धूर) घालून वाहन चालवताना एवढ्या उंच बघायची सवय करावी लागते. शिरीषच्या तर ते ध्यानातच आले नाही. आता ते अंगवळणी पडले ते विसरा. पण तेव्हा तो पकडला गेला.

''काय राव, सिग्नल बघाल की नाही?''

''सिग्नल? – कुठाय?''

''तो बगा की, चारच दिवस झाले बसवून.''

शिरीष पटकन् म्हणाला, ''आणखीन थोडा वर लावा तो सिग्नल. म्हणजे विमानं पण थांबतील.''

हवालदार स्वतःच हसला आणि त्यानं शिरीषला सोडून दिलं.

सदाशिव पेठेच्या हौदाजवळ तो राहतो. चौकापासून पन्नास फुटांवर, पण 'नो

एण्ट्री' पायी त्याला एक प्रचंड मोठा वळसा घेऊन घर गाठावं लागतं. अर्थात् शंभरपैकी नव्वद वेळा तो 'नो एण्ट्री' मधून स्कूटर घुसवतो, कारण त्या चौकात कधीच पोलीस नसतो, पण कोणे एके दिवशी तिथे पोलीस होता. शिरीषने स्कूटर घुसवताक्षणी पोलीसाची शिट्टी वाजली. शिरीषच्या डोक्यातली चक्रं शीघ्र गतीने फिरली. तो पोलिसालाच म्हणाला, "अरे नवल आहे! तुम्ही? आणि ह्या वेळेला इथं?"

"राव, काय विचारता? लायसन्स."

"ते दाखवतोहो, पण अचानक बंदोबस्त वाढला की भीती वाटते. आई-वडील घरात एकटे असतात. काही अचानक गडबड झाली की प्रथम त्यांची काळजी वाटते आणि मग पोलीस लोकांची दया येते."

"राव, आमचा विचार कोण करतो?"

"मी करतो. सणवार असो, मिरवणुका असोत, निवडणुका..."

"लायसन्स दाखवा."

"पंचवीस पावलं माझ्याबरोबर या. थंडगार पाणी घ्या. माझ्याबरोबर चहा घ्या. आईची तब्येत बघतो. लायसन्स आहेच. पैसे मात्र वडिलांकडून घ्यावे लागतील."

पोलिसाला जावेच लागले. शिरीषने त्याचा आदरसत्कार केला. कॅमेरा घेऊन आई-वडिलांबरोबर फोटोही घेतला.

"मोठ्या मनाचे समजूतदार पोलीस आता उरले नाहीत." असं म्हणत स्वतःची सुटका करून घेतली.

पण ह्याहीपेक्षा त्याच्या प्रसंगावधानाचं कौतुक करायचं, ते अगदी वेगळ्या कारणासाठी. निवडणुका आणि त्यानुसार धामधुमीचा काळ होता. त्यावेळचा जिवावरचा प्रसंग.

गर्दीचे मानसशास्त्र हा वेगळाच मामला आहे. त्यात ती गर्दी अशिक्षित आणि बेकारांची असावी आणि ह्या देशात असे रिकामटेकडे किती आहेत ते सांगायला नको.

'रास्ता रोको' आंदोलन. कोणत्या पक्षातर्फे हे सांगायची वेळ आता आली तेव्हा प्राथमिक शाळेच्या कोऱ्या पाटीवरची पहिली अक्षरं आठवली–

ग, म, भ, न, र, स, त, ळ.

गोविंदस्वामी आफळे ह्या मुळाक्षरांवर फार तडकायचे. ते म्हणायचे, "प्रारंभीच असं रसातळाला नेणारं काय सांगता?– ह्याऐवजी 'ओनामासिद्धं' म्हणायला शिकवा." पण आज मला 'ग म भ न' चाच जास्त आधार वाटतोय.

तर 'ग' पक्षाचा एक उमेदवार सगळे राष्ट्र सावरणार, वगैरे वगैरे. सत्तेचाळीस

वर्षांचा छापलेला प्रचार. त्या उमेदवाराच्या गाडीला पुणे-मुंबई महामार्गावर (?) एका ट्रकने उडवलं. उमेदवार जागच्या जागी खलास.

ट्रक होता 'म' पक्षाचा. खरं तर तो सरळसरळ अपघात होता. घातपाताचा मामला नव्हता, पण निवडणुका म्हटलं की, शिंक येऊन मरणाराही हुतात्मा ठरतो. 'ग' पक्षाने सरळसरळ हा योजनाबद्ध बळी घेतलाय, असं जाहीर केलं. लगेच रास्ता रोको! जंगी प्रेतयात्रेची तयारी. वाजंत्री, ताशेवाले, अंगविक्षेप करीत नाचणारी तरुण पोरेपोरी आणि दुःख बुडवण्यासाठी बिअरच्या बाटल्या. शिरीष त्याच दिवशी मला भेटायला येणार होता. डेक्कन क्वीनने येणार, तेव्हा काही प्रश्न नव्हता, पण पुण्याहून फोन आला शिरीषच्या बायकोचा. शिरीष स्कूटरवरून निघाला होता. मी सांगितलं, ''ट्रॅफिक बंद असेल तर तो पुण्याला परतेल.''

''त्यांना कल्पनाच नाही.''

''तू काळजी करू नकोस. तो पोहोचला की मी फोन करीन.''

शिरीष दुपारी दोनच्या सुमाराला पोहोचला. जाम तडकला होता. त्याने साबणाने तोंड धुतलं. दोन ग्लास गार पाणी प्यायला आणि मला पहिला प्रश्न विचारला,

''रास्ता रोको हे मूर्ख आंदोलन कुणी शोधलं?''

''मी नक्कीच नाही.''

''ह्या आंदोलनाने नक्की अडवणूक कुणाची होते?''

''मला माहीत नाही.''

''सामान्य भरडले जातात. आज तीनशे गाड्या उभ्या होत्या. त्यात एकूण माणसे किती अडकली? लहान मुलं किती? भुकेली किती? तहानलेली किती? आजारी किती? — मागच्या एका आंदोलनात एक ॲम्ब्युलन्स अडकली होती. आजही तसं घडू शकतं. परीक्षेसाठी, इंटरव्ह्यूसाठी जाणारे तरुण असतील. परदेशात जाणारे काही असतील. लोकशाहीमध्ये कामावर जाणाऱ्या माणसांच्या आड येण्याचा अधिकार रिकामटेकड्या माणसांना कसा पोहोचतो? आंदोलन पुकारणारे स्वतःच्या घरी, ज्यांच्याविरुद्ध आंदोलन ते एअरकंडिशण्ड ऑफिसात किंवा घरी सुरक्षित. हिंमत असेल तर त्यांना घराबाहेर पडता येणार नाही असं करा. प्रवाह वाहता राहिला नाही तर त्याचं डबकं होतं, त्याप्रमाणे कार्य करण्याची इच्छा असलेल्या माणसांचे रस्ते–तेही वाहते राहिले पाहिजेत. नाहीतर समाजाचं डबकं होईल.''

''मान्य आहे. तू सुटलास कसा ते सांग.''

''कुणकुण लागली तेव्हा मी वाटेवर दहा रुपयांचा हार घेतला. पाच-दहा

माणसं माझ्या अंगावर धावून आली. दोघांनी स्टिअरिंग पकडलं. एकाने स्कूटरची किल्ली काढून घेतली. मी त्यांच्यापेक्षा वरचढ आवाजात डाफरलो, "बेवकूफ, तुम्हांला काही भेजा आहे की नाही? आपल्याच माणसाला अडवता? काकासाहेबांचं शेवटचं दर्शन घ्यावं म्हणून पुण्याहून स्कूटरवर आलो. पुष्पहार आणला आणि मलाच अडवता? शरम वाटते की नाही?"
"काय सांगतोस?"
"त्या क्षणी सगळे बाजूला झाले. मला प्रेताच्या हातगाडीपर्यंत वाट मिळाली. मोर्चेवाले दुतर्फा उभे राहिले. प्रेताचा चेहराही न पाहता मी हार घातला. प्रेताच्या पायावर डोकं टेकलं. मग मी भाषण केलं–'ग' पक्ष सत्याच्या मार्गानं जाणार आहे. सत्तेच्या नव्हे. 'म' गटाची दडपशाही सहन केली जाणार नाही. काकासाहेबांचं हे बलिदान 'ग' पक्षाचे हात आणखीन बलवान करणार आहे. त्यानंतर प्रचंड टाळ्या. मी एक पन्नासची नोट प्रेतयात्रेसाठी काढून दिली, मग काय? 'ग' पक्षाच्या दोन स्वयंसेवकांनी मला खोपोलीपर्यंत एस्कॉर्ट केलं." मी प्रचंड हसलो आणि गंभीर झालो.

शिरीष म्हणाला, "राज्यकर्ते आणि पुढारी ह्यांच्याप्रमाणे मूर्ख, अशिक्षित जनतेचा आपल्यालाही उपयोग करून घेता आला, तर लोकशाहीला पर्याय नाही."

$\bigcirc$

१४

वसुंधरेच्या ब्रेनट्यूमरच्या एका मोठ्या ऑपरेशनमधून ज्या-ज्या अन्य उपाधी निर्माण झाल्या त्यापायी सातव्या-आठव्या ऑपरेशनच्या वेळी मन कासावीस झालं होतं. रात्री अकरा वाजता मी डॉ. श्रीखंडे ह्यांच्या घरी गेलो.

"हे ऑपरेशन करावं की करू नये?"

डॉक्टरांनी मला सरळसरळ एक प्रश्न विचारला, "तुम्हाला आता बायको कशासाठी हवी आहे? त्या व्हेजिटेटिव्ह आयुष्यच जगणार."

"तिला अजून खाल्लेलं पचतं. आहार दणकून आहे आणि संगीत समजतं. वाचा गेली आहे, पण कितीही जुनं गाणं लावलं तर गाण्याचे सगळे शब्द सांगते. गाणं संपलं की बोलणं संपलं. Speech centre आणि Music centre ह्यांच्या मेंदूमध्ये वेगवेगळ्या जागा असतात. तिच्या बाबतीत काळ थांबलाय. संपूर्ण कॅसेटस् ऐकते. एक बाजू संपली की मला पायाने उठवते. मी मग दुसरा भाग लावतो. हे रात्रभर चालतं."

"म्हणूनच विचारलं, तुम्हाला बायको का हवी आहे?"

"जोपर्यंत तिला संगीताचा आनंद लुटता येतोय आणि पचनशक्ती चांगली आहे तोपर्यंत हे आनंद हिरावून घेणारा मी कोण? मी तारणारा नव्हे आणि मी मारणारा नव्हे. स्वत:ला स्वत:ची व्याधी असह्य झाली की ज्याचा तो आत्महत्या करायला स्वतंत्र असतो. वसुंधरेला काहीच कळत नाही. तिने किती सोसायचं आणि तिने जगावं की मरावं, हे ठरवणारा मी कोण? ऑपरेशन फॉर्मवर सही करायला परमात्मा स्वत: येणार आहे का?"

श्रीखंड्यांनी सगळं ऐकून घेतलं. तासभर माझी समजूत घातली आणि ऑपरेशन करायचं ह्या निर्णयासकट मी घरी परतलो.

दुसऱ्या दिवसाची रात्र— के.ई.एम.चा कॉरिडॉर. मी, दिलीप कोल्हटकर आणि सुरेंद्र दातार. किर्लोस्करवाडीचा 'पार्टनर' नाटकाचा दौरा कॅन्सल करायचा की

नाही ह्याबाबत चिंतेत. मी दिलीपला म्हणालो, ''तुला नाटक पाठ आहे. माझं काम तू कर.''

तेवढ्यात डॉ. देवल म्हणाले, ''तुम्ही मुंबईत राहून करणार काय? इथं पॅसेजमध्ये उपाशीपोटी रडत उभे राहणार ना? आम्ही तुम्हाला ऑपरेशन थिएटरमध्ये घेणार नाही आणि घेतलं तरी तुमचा उपयोग शून्य! वहिनी शुद्धीवर नाहीत, म्हणजे वपु आपल्याजवळ आहे ह्या त्यांच्या समाधानाचा आनंदही तुम्हाला नाही. तेवढ्या वेळात तुम्ही प्रयोग करून यालसुद्धा. तेव्हा जा.''

''तिचे केस आता छान वाढलेत. पुन्हा सगळे काढणार का?''

पाठीवर थोपटण्यापलीकडे देवल काही बोलले नाहीत.

जुन्या चालीरीती, रूढी, परंपरा सुदैवाने मागे पडल्या. अनेक समाजसुधारकांचे समाजावर हे अगणित उपकार आहेत. 'सोशल वर्कर' हा शब्द प्रचारात नव्हता, म्हणून त्याचेही आभार मानले पाहिजेत. अशाच रूढींपैकी 'केशवपन' रूढी संपुष्टात आली असली तरी त्या स्मृतीचा पगडाही मन घायाळ करतो. पहिल्या ऑपरेशनच्या वेळी बेशुद्धावस्थेतल्या वसुंधरेच्या केसांना न्हाव्याने माझ्याच उपस्थितीत वस्तरा लावला त्या क्षणाच्या आठवणीने आजही काटा येतो. मी हयात आहे आणि केशवपन केलेली पत्नी समोर...

प्रयोग संपवून पहाटे साडेपाच-सहाला परतलो, तसाच के.ई.एम. वर धावलो. पुन्हा केशवपन झालेलं. देवल म्हणाले, ''ऑपरेशन मेजर होतं. तुम्ही प्रयोगाला जाणार नाही म्हणून ऑपरेशन किरकोळ आहे अशी थाप मारली.''

नाट्यव्यवसायातल्या एखाद्या प्रयोगामागे कशी अग्निपरीक्षा असते हे सांगण्यासाठी श्री. सुधाकर नातू ह्यांनी एका दैनिकात इतर दोन-तीन हकिकतींत ही घटनाही प्रसिद्ध केली आणि त्या दैनिकाने माझ्या नावाचा उल्लेख असतानाही ती घटना छापली. त्यानंतर तीन-चार दिवसांनी जांभळ्या हस्ताक्षरात एक इनलँड आलं.

'स्वत:चा जीवनसाथी मरणाशी झुंज देत असताना तुम्हाला एक नाट्यप्रयोग महत्त्वाचा वाटला का?' इथपासून जे काही वाग्बाण मारायचे ते मारून 'मला ह्या पत्राचं उत्तर नकोय. मी भ्याड नाही, तरीही मी माझा पत्ता तुम्हाला देणार नाही.' आणि खाली 'मल्लिका' अशी सही. 'मुंबई-२८' हा पोस्टाचा शिक्का. म्हणजे ही भ्याड नसलेली निर्भीड मुलगी दादरची असावी हा तर्क. बॉम्बे सेंट्रलच्या माणसाला दादरला पत्र टाकता येणार नाही, असं नाही. पण आपण 'भ्याड' नाही ही मल्लिकाची मल्लिनाथी कशासाठी?

आपल्या ह्या लोकशाहीत स्वत:ची पत, प्रतिष्ठा, निष्ठा, ज्ञान, अधिकार ह्या

गोष्टी बाजूला ठेवून कोणत्याही अपरिचित व्यक्तीला तो कोणत्या परिस्थितीत, मन:स्थितीत कोणते निर्णय का घेतो? हा प्रश्न विचारण्याचा अधिकार कुणालाही आहे. ह्या आपत्तीतून आशा भोसले ह्यांच्यासारख्या निखळ स्वरानंद देणाऱ्या, तीन तपांवर स्वरांचा अभिषेक करणाऱ्या कलाकारालाही मुक्ती नाही. ही मल्लिका कॉलेजकन्या असेल, स्कॉलरही असेल किंवा मातापित्यांच्या प्राप्तीवर 'ऐष' करणारी, ब्युटी पार्लरच्या आधारावर जगणारी 'मेनका'ही असेल. कदाचित उच्चविद्याविभूषितही असेल. एव्हाना तिचं लग्न होऊन वाग्बाण सहन करणारा (?) हक्काचा नवराही तिला मिळाला असेल. प्रश्न तोही नाही. मला आणि वसुंधरेला न पाहिलेल्या ह्या मल्लिकेने आणखीन चार दिवसांनी, 'आता वसुंधराबाई कशा आहेत, ऑपरेशन यशस्वी झालं का?' असं पत्र का पाठवलं नाही?

व्यावसायिकदृष्ट्या 'पार्टनर' नाटक कोसळलं. पस्तीस प्रयोगांनंतर नाटक बंद करण्याचा निर्णय दातारांनी घेतला, पण एकूणएक कलावंतांनी ''हे नाटक करताना आम्हांला इतका आनंद होतो की शंभर प्रयोग होईतो आम्हांला मानधन नको.'' असं सांगितलं. प्रश्न होता क्षमा राजचा. ती एकमेव व्यावसायिक रंगभूमीवरची कलावंत होती. भीती होती विलासराजची. विलासराजना जे जे ओळखतात, त्यांना मी 'भीती' शब्द का वापरला ते कळेल, पण तेही व्यावसायिकच. त्यांनी आपण होऊन सांगितलं, ''निर्मात्याच्या अडचणी आणि व्यथा मी ओळखतो. उत्पन्न होईपर्यंत दातारांकडून एक पैसा घ्यायचा नाही.''

माधुरी भागवत, ज्योत्स्ना कारखानीस, प्रमोद पवार, शशी जोशी, खानविलकर ही धनाढ्य मंडळी नव्हेत. प्रसंगी पदरमोड करून त्यांनी शंभर प्रयोग केले आणि रंगमंचावरचा 'पार्टनर' रसिक ज्या दिवशी डोक्यावर घेत होते, त्या दिवशीच्या बळावर मला माझ्या विकलांग पार्टनरची, 'लाईफ पार्टनर'ची सेवा करायला जास्त बळ येत होतं.

पुलंना लिहिलेल्या पत्रात मी तेव्हा कळवलं होतं, 'मला माझ्या वयाच्या अठ्ठावन्नाव्या वर्षी सत्तावन्न वर्षांचं मूल झालं आहे. आता पत्नीवर नुसतं प्रेम नाही तर तिचा मला लळा लागला आहे.'

'मी भ्याड नाही. तरीही पत्ता देणार नाही.' असं लिहिणाऱ्या 'मल्लिका' नावाच्या वृत्तीला वाचकांनी विशेषण शोधावं.

''तुम्हाला अशी माणसं भेटतात का हो?'' हा प्रश्न मला अजून विचारला जातो.

त्या सगळ्यांना सांगतो, ''अशी माणसं प्रत्यक्ष भेटत नाहीत. पत्रातून दिसतात, नुसती भेटत नाहीत.''

मल्लिका ही 'वृत्ती' आहे, पण 'मल्लिका' व्यक्ती म्हटलं तर तिने दुसरं पत्र पत्त्यासहित पाठवायला हवे होतं, मग त्या पत्राबद्दल मला तिचे आभार मानता आले असते. त्या आनंदालाही त्या 'भ्याड' मल्लिकेने मला पारखं केलं.

तुमच्यात, माझ्यात, प्रत्येकात एक मल्लिका असते. दुसऱ्याच्या अडचणी समजून न घेता शेरे मारणारी जीभ, हिचं नाव मल्लिका. आपल्याच मित्रांबद्दल, परिवाराबद्दल, जन्मदात्या आई-बापांबद्दलही, दोनच दिवसांच्या परिचयात आपण काय काय बोलतो, का बोलतो आणि तरीही आपण स्वत:ला माणसं का समजतो?

का जो ह्या तऱ्हेने वागतो, त्याचंच नाव माणूस?

◯

१५

अशीच एक ऐकलेली हकिकत. ज्या काळात आर्थिक व्यवहारासाठी नाणी आणि नोटा प्रचारात आल्या नव्हत्या असा काळ. कवड्या चलन म्हणून वापरात होत्या. त्या काळातही माणसं कमिशन काढत असत. बाळकोबा नावाचे गृहस्थ त्यात चॅम्पियन. बाळकोबांना त्यांच्या मित्रांनी एकदा चॅलेंज दिला.

एका कवडीला मोठ्यात मोठी पाच लिंबं मिळायची. लिंबं आणायचे काम बाळकोबांवर सोपवण्यात आलं. दुसऱ्या दिवशी बाळकोबांनी खरोखरच सर्वांत मोठ्या आकाराची लिंबं आणून दाखवली. मित्रांनी विचारलं,

"बाळकोबा, तुम्ही प्रत्येक कामात कमिशन काढता; पण ह्या व्यवहारात तुम्हाला मध्ये हात मारता आलेला नाही."

बाळकोबा विशिष्ट अर्थाने हसून म्हणाले, "असं तुम्हाला वाटतं."

"कमिशनला जागाच नव्हती."

बाळकोबा म्हणाले, "असं तुम्हाला वाटतं, कारण तुम्ही बारकाईनं माझ्याकडे पाहिलं नाहीत."

सगळे काकदृष्टीने पाहू लागले, पण पत्ता लागेना.

"हरलात?"

सगळ्यांनी माना डोलावल्या. मग बाळकोबा म्हणाले, "सकाळी पूजा केली. गंध उगाळताना खोड वापरलं नाही. थोडी कवडी वापरली. दोन-चार वळसे दिले. त्याचं हे कपाळावर लावलेलं गंध. हे कमिशन. त्याच कवडीची ही लिंब. आता बोला!"

त्या काळापासून, 'पैसे खाणे' ह्या विषयावर सगळ्यांची वाचाच गेली आहे. बाळकोबा ह्या पर्वताचं गौरीशंकर म्हणजे हर्षद मेहता— असं आजपर्यंत तरी समजायला हरकत नाही. दुसरा कोणी एक कुठेतरी तयारही होत असेल.

मला एकदा पासपोर्ट ऑफिसमध्ये अजब माणूस भेटला. त्याने मला, मी माझं

व्हिजिटिंग कार्ड पाठवताक्षणी ओळखलं. हे मी खूप नवलाईने सांगावं अशातला भाग नाही. वाचनाचं मद्य ज्याला ज्याला चढलेलं आहे, असा वाचक तमाम लेखकांना ओळखत असतो. हात जोडून नम्रपणे त्यांनी विचारलं,
"काय सेवा करू?"
"सेवा नको, काम करून द्या."
"म्हणजे सेवा..."
मी त्यांना थांबवीत म्हणालो, "मला 'सेवा' शब्दाची भीती वाटते. सामाजिक कार्य करणाऱ्यांचा तो लाडका शब्द आहे. ज्याला काही काम करायचं नसतं तो 'सेवा' शब्द वापरतो. वापरणाऱ्याची नम्रता आणि ऐकणाऱ्याला अहंकार."

दिलखुलास हसत तो म्हणाला, "काम सांगा."
"तुमचं ऑफिसचं नावच असं आहे की, येणाऱ्याचं काम त्यात प्रकट झालं आहे. मराठी भाषांतर माझ्या जिभेवर आणि मेंदूवर ह्या वयात चढणं शक्य नाही. तेव्हा सरळ सोप्या शब्दात सांगतो, पासपोर्ट हवाय. मिळेल का?"
"तुमच्यासारख्यांना द्यायचा नाही, तर कुणाला द्यायचा? कधी जाणार?"
"दोनच महिने राह्यलेत, तेवढ्या अवधीत..."
"आम्ही कशासाठी आहोत?"
"मान्य! पण तुम्ही कितीजणांसाठी धावणार?"
गंभीर चेहरा करीत टेबलावर कोपरं टेकवीत ते म्हणाले, "काळेसाहेब, खरं सांगायचं तर ही कामं चुटकीसरशी होणारी आहेत. तुमचं हे काम मी मोजून दहा दिवसांत करू शकतो."
"मग?"
"पण एखाद्याचं काम आम्ही असं पंधरा दिवसांत करून दाखवलं तर वरिष्ठ अधिकाऱ्यांना असं वाटतं, हजार-पाचशे तुमच्याकडून घेतल्याशिवाय आम्ही तुमच्यासाठी धावपळ केलेली नाही. माणसानं काय करावं? आता मी मनात आणलं, तर ज्या खुर्चीवर मी बसलो आहे, ती खुर्ची मला दर दिवशी हजारो रुपये मिळवून देईल, पण नुसत्या खुर्चीत काय आहे? वृत्ती पण लागते ना? आता महापालिकेचं उदाहरण घेऊ. एवढी वर्षं झाली. अनेक कमिशनर्स आले आणि गेले. पिंपुटकर आणि तिनईकर ह्यांच्याइतका दरारा कुणाचा वाटला का?"
"काही ऑफिसर्स सौम्य असतात."
"तुम्ही दुर्वास की वसिष्ठ ह्याला मी महत्त्व देत नाही. तुम्ही कार्य करून दाखवा. मला स्वत:ला ह्या दोनच नावांची आठवण होते. स्वच्छ कारभार. पिंपुटकर आणि तिनईकर."

मी घाईघाईनं, उतावीळपणानं म्हणालो, ''आणखीन खूपजणांनी स्वच्छ कारभार केला असेल. शंभर वर्षांच्या वर जी महानगरपालिका डौलात उभी आहे ती स्वच्छ प्रशासकांच्या अभावी नक्कीच नाही.''

मी इतकं म्हणालो आणि धास्तावलोही. मला ह्याच माणसाकडून पासपोर्ट मिळवायचा होता. त्याच्या 'हो' ला 'हो' करायलाच हवं. माणूस सात्त्विक चेहऱ्याचा होता. मुख्य म्हणजे कपाळाला हळदीचा ठिपका होता. तो भंडारा असावा. म्हणजे कुलदैवत 'खंडोबा'. बुशशर्टची कॉलर फाटलेली होती. गळ्यात रुद्राक्षाची माळ होती. मागच्या सेल्फवरचा टिफिन कॅरियरसुद्धा ॲल्युमिनियमचा होता. तो खुर्चीबरोबर येणाऱ्या अधिकाराचा दुरुपयोग करीत नव्हता, ह्याच्याच सर्वत्र ह्या खुणा होत्या.

तो मृदू आवाजात म्हणाला. ''स्वच्छ कारभार, करप्शन याच्या माझ्या व्याख्या आणि संकल्पना वेगळ्या आहेत. करप्शन म्हणजे प्रत्येक वेळी त्याचा पैशाशीच संबंध असतो, असं नाही. लायक आणि कर्तव्यदक्ष माणसावर अन्याय करायचा. मर्जीतल्या माणसांना शैक्षणिक पात्रता नसतानाही क्वालिफिकेशन्समध्येच फरक करायचा. रातोरात, हातोहात सरकारी मंजुरी मिळवायची आणि पात्रता असलेल्या ऑफिसातल्या माणसाला, न्याय मिळवण्यासाठी कोर्टात जायला लावायचं, हेही करप्शनच आहे.''

''करप्शन?''

''मी मानतो. तेही तसा अनुभव आला म्हणून. माझी स्वत:ची बहीण इन्कमटॅक्स ऑफिसमध्ये आहे. ती सर्व दृष्टींनी क्वालिफाईड आहे. पोस्ट ग्रॅज्युएट आहे. तिला डावलून प्रमोशन मर्जीतल्या माणसाला मिळावं, म्हणून 'प्रमोशननंतर ती माणसं हवं ते क्वालिफिकेशन मिळवतील' असा नियम बदलून घेतला.''

''तुमची बहीण गप्प बसली?''

''नोकरीला लागल्यापासून ती अन्यायच सहन करीत आली आहे. तिच्या वरिष्ठ अधिकाऱ्याने तिला अपॉइंटमेंटच दिली नाही. कुसुम भावे हे अधिकाऱ्याचं नाव. सध्याच्या कॉम्प्युटरच्या जमान्यात शैक्षणिक पात्रता, उच्च पदासाठी वाढवायची की कमी करायची? नुसतं भावे आडनाव आणि कुसुम नावाने काय होतं? कुसुम नावातला 'कु' कुग्रामातल्या 'कु'सारखा समजायचा का? आडनावाप्रमाणे 'भाव' ही शुद्ध हवा.''

''तुमची बहीण आणखी वरिष्ठ अधिकाऱ्याला का भेटली नाही?''

''भेटली. तो लाख माणूस आहे, पण त्याने कोर्टात जायला सांगितलं. तुमच्या सात्त्विक स्वभावाचा योग्य उपयोग न करणं हेही करप्शनच. सत्त्व वृत्ती हे परमेश्वरी वरदान. हाताखालच्या निष्ठावंत माणसांना मदत न करणं, हे त्या

वरदानाचं करप्शन आहे.''
हे वाक्य बोलताना त्यांनी रुद्राक्षाची माळ हातात घेतली. क्षणभर डोळे मिटले. मग म्हणाले, ''तुमचं काम करून टाकू. तुम्ही आमचं एक काम करा, असं सांगणं म्हणजे...''
''सांगा ना.''
''आमच्या बहिणीवर होणाऱ्या अन्यायावर काहीतरी लिहा. कोर्ट न्याय देईपर्यंत ती रिटायर होईल. तुमच्यासारख्या लेखकाने दखल घेतली तर तेवढंच तिला समाधान.''
''आपल्या ह्या मुंबईत रेल्वे वाहतूक कोसळली म्हणजे स्टेशनास्टेशनावरून 'हमें खेद है', असा अनाउन्सर, लाऊडस्पीकरवरून टाहो फोडतो. पॅसेंजर्सचं नुकसान–मनस्ताप त्याने भागतो का? तुमच्या त्या कुसुम भावेने हातोहात नियम बदलून आणला असेल, तर तुमच्या बहिणीला वरची जागा मिळू नये, हा उद्देश उघड आहे.''
त्यानंतर त्या रुद्राक्षवाल्याने मला दहा-बारा हेलपाटे मारायला लावले. कडक कपड्यातला त्याचा शिपाई पण ओळखीचा झाला आणि एके दिवशी तो शिपाई तर चक्क माझ्याबरोबर फूटपाथवर आला.
''काय म्हणताहेत आमचे साहेब?''
मी चिडलोच होतो. मी सांगितलं. ''माझं काम त्यांनी झटपट केलं, तर त्यांनी पैसे खाल्ले, असं सगळे समजतील.''
शिपाई वेगळ्या अर्थाने हसला.
''काय झालं?''
''मला आता पंचवीस रुपये द्या. उद्या पासपोर्ट घेऊन जा. त्यातले पाच रुपये माझे, वीस आमच्या साहेबाचे.''
''फक्त वीस रुपयांसाठी...''
''दर दिवशी अशी चाळीस माणसं धरा की, मग किती होतात?''
''अरे, तो फाटका शर्ट, रुद्राक्षाची माळ, कपाळावरचा भंडारा...''
''तो त्यांचा युनिफॉर्म समजा. पंचवीस रुपये द्या. तुम्हाला स्कूटरवरून स्टॉपवर सोडतो.''
''तुझी स्कूटर आहे?''
''आता साहेबाची चार चाकी गाडी आहे. मग शिपायाची दोन चाकी तरी...''
मी मुकाट्याने पंचवीस रुपये काढून दिले. स्कूटरवर बसताना तो म्हणाला, ''साहेबांनी तुम्हाला पहिल्या वेळेलाच सुचवलं होतं, आपल्यावर आळ घेतील म्हणून. तुमच्या ध्यानात आलं नाही.''
मी गप्प आणि माझ्या डोळ्यांसमोर भंडाऱ्याऐवजी कवडीचं गंध लावणारा बिनचेहऱ्याचा बाळकोबा.

१६

A customer is the most important visitor on our premises. He is not dependent on us. We are dependent on him. He is not an interruption in our work. He is the purpose of it. He is not an outsider in our business. He is a part of it. We are not doing him a favour. He is doing us a favour by giving us an opportunity to do so.

दादरला रानडे रोडवर असलेल्या, एका नामवंत चष्मेवाल्याच्या दुकानात, महात्मा गांधीचं हे वचन फ्रेम करून लावलेलं पाहिलं आणि माझ्या एकट्याच्याच एका चष्म्याच्या ऑर्डरवर, हे दुकान चालणार आहे, अशा रुबाबात मी काउंटरपाशी उभा राहिलो. 'वेल कम् टू यू', किंवा 'हॅव अ नाईस टाईम' असे अनोळखी माणसालासुद्धा म्हणायची अमानुष अमेरिकन पद्धत या महान भारत देशात नाही, म्हणूनच प्रत्येक ट्रकवर, टेम्पोवर 'मेरा भारत महान' ही ओळ लिहिणं सक्तीचं आहे. यावरून एक घडलेली घटना आठवली. एका ट्रकवाल्याने, 'सौ में नब्बे बेइमान' असं वाक्य वर लिहून त्याच्याखाली 'मेरा भारत महान'– असं लिहिलं. ट्रॅफिक इन्स्पेक्टरने तो ट्रक घाटात अडवला.

"वरचं वाक्य खोडून टाक!" इन्स्पेक्टर त्याच्या पट्टीत बोलला.

ट्रकड्रायव्हर तोडीस तोड भेटला. तो म्हणाला, "कायद्याप्रमाणे 'मेरा भारत महान' असं मी लिहिलं आहे. त्याच्याआधी काय लिहायचं ते कायद्याने सांगितलेलं नाही. मी काहीही लिहीन. तुम्ही स्वत:ला नव्वदाच्या बाहेरचे समजू शकता."

नवल म्हणजे इन्स्पेक्टर चुपचाप निघून गेला.

काउंटरपलीकडच्या माणसाजवळ मी चष्म्याची निसटलेली काच बसवायला दिली आणि तिथेच आणखी एक सूचना पाहून उडालोच.

'चष्म्याचे काम करीत असताना, चष्म्याच्या काचा फुटल्यास किंवा अन्य नुकसान झाल्यास ती जबाबदारी आमची नाही.'

मी तिथल्या कॅशियरला म्हणालो, ''ह्याचा अर्थ काय?''

''स्पष्ट मराठीत लिहिला आहे.''

''तो समजला, पण आमचा चष्मा तुमच्या ताब्यात. आम्ही बाहेर धृतराष्ट्रासारखे परावलंबी. चूक तुमच्या कामगाराची, तरीही जबाबदार आम्हीच?''

त्याने तितकाच प्रतिहल्ला करून मला निरुत्तर केलं, ''तुम्ही समजा, पत्नीला डिलिव्हरीसाठी पाठवलंत, तुम्ही बाहेर, पत्नी थिएटरमध्ये. समजा मूल रिटार्डेड झालं तर काय डॉक्टर जबाबदार?''

गप्प बसलो.

गांधीजींचा बोर्ड पुन्हा वाचला आणि आकाशाकडे हात करीत गांधींना म्हणालो, ''कोणत्या देशातल्या नागरिकांना कोणता संदेश द्यायचा हे जर महात्म्यांना कळत नसेल, तर आम्ही कोण?''

सुदैवाने चष्मा सदेह बाहेर आला. हातीपायी धड. आईचा सवालच नव्हता. मूल आणि बाप सुखरूप रस्त्यावर आले.

अमेरिका आणि प्रत्येक टेम्पो-ट्रकवर 'मेरा भारत महान' असं सांगावं लागणाऱ्या देशाची तुलना होणं अशक्यच, पण आठवणी कशा विसरायच्या? अमेरिकेला गेलो असताना एका मॉलमध्ये एक टी शर्ट घेतला. दोन दिवस बरा वाटला, पण नंतर नकोसा झाला. मी सुधीर सौरला तसं सांगितलं. तो म्हणाला, ''नॉट सो बिग डील.''

त्या क्षणी मला, ह्यूस्टनच्या शशिकांत किराण्यांची आठवण झाली. दोन्ही खांदे उंचावून ते खास ढंगात हे वाक्य उच्चारायचे. एक महिना मी त्यांच्याकडे राजासारखा राहिलो होतो. त्यांच्या घरात पाऊल ठेवताच, गृहस्वामिनी उज्ज्वलाने एक ग्रीटिंग कार्ड दिलं होतं.

'तुमचा इथला निवास सुखाचा होवो, मोकळेपणाने राहा!' असा संदेश असलेले कार्ड.

''काय करायचं?'' आठवणी बाजूला ठेवत मी सुधीरला विचारलं.

''पावती सांभाळून ठेवली असेल, तर आज परत करायचा.''

''कारण काय सांगायचं?''

''आय् जस्ट डोण्ट लाईक इट टुडे, असं स्पष्ट सांगायचं. ते काही म्हणत नाहीत.''

आठवणी म्हटलं की किती सांगायच्या? पुण्यातलं एक दुकान. बाकरवड्यांपासून आंबाबर्फीपर्यंत तोड नाही. माझ्या स्वत:च्या देखत तो प्रकार

घडल्यामुळे दुकानाचं नावही सांगायला हरकत नाही, पण शनीच्या पाराजवळ किंवा बँक ऑफ महाराष्ट्र समोर म्हटल्यावर दुकानाचं नावही सांगायची गरज नाही. मी आणि अनंतराव भागवत, आंबाबर्फी घेण्यासाठी दुकानात गेलो. भागवतांनी पाव-पाव किलो आंबाबर्फी मागितली. पाव-पाव किलोचे डबे सेल्समनने एका प्लॅस्टिकच्या पिशवीत टाकून दिले.

भागवत त्याला म्हणाले, "मला दोन घरी हे प्रेझेण्ट म्हणून द्यायचे आहेत. प्लॅस्टिकची आणखी एक पिशवी द्या."

"जास्तीची पिशवी मिळायची नाही."

"तुम्ही त्या पिशवीचे पैसे घ्या."

"आम्ही मिठाई विकतो, पिशव्या विकत नाही."

दुधाचा आणि मिठाईचा रोजचा लाखो रुपयांचा व्यापार असताना, हे उत्तर! रस्त्यावरची कोथिंबीरवालीसुद्धा आठ आण्याची कोथिंबीर घेतली तर प्लॅस्टिकची पिशवी देते, आणि इथे?

तरी मला आनंद झाला, कारण इथे गांधीजींचा 'गिऱ्हाईक म्हणजे सर्वस्व माना' अशा प्रकारचा फलक नव्हता. याला व्यवसायातला प्रामाणिकपणा म्हणतात. जो संदेश वृत्तीला पेलणार नाही, तो दुकानात लावायचाच नाही, तरी हल्ली पुणं जरा सोशल व्हायला लागलं आहे. पंचेचाळीस-सेहेचाळीस साली तर– 'अपमान होतो ना? मग उधार का मागता?' अशी नम्र पाटी असायची. ती आता पुणेरी टांगेवाल्यांप्रमाणे नाहीशी झाली आहे.

रवी हुदलीकरला मी चष्म्याची हकिकत सांगितली. त्याबरोबर रशिया-कम्युनिझम, लंडन, अमेरिका, 'एअर इंडियात मी असताना'— असं करीत त्याने दिल्लीत लँडिंग केलं. तो म्हणाला,

"हे काहीच नाही, मी माझा अनुभव सांगतो. चष्म्याचा नंबर काढण्यासाठी मी एका डॉक्टरकडे गेलो. त्याने मला नंबर दिला आणि एका दुकानाचं नावही सांगितलं. मी त्या दुकानात गेलो. काउंटवरच्या मुलीने माझ्या हातातला कागद घेतला. मी फ्रेम पसंत केली. वीस-पंचवीस मिनिटांत चष्मा मिळाला. दुकानातला ठरावीक फलक मी वाचला. घरी आलो. दुकानातली माणसं एका ठरावीक अंतरावर तक्ता धरतात. घरी आल्यावर आपण ते दहा-बारा इंचाचं अंतर डोक्यात ठेवून काही लेखन-वाचन करीत नाही. कधी पडल्या पडल्या वाचतो. दोनच दिवसांत डोकं ठणकायला लागलं. मग पुन्हा डॉक्टरांकडे. त्यांनी नंबर बदलून दिला. परत त्याच दुकानदाराकडे. मग जुनी फ्रेम, नव्या काचा. दोन दिवसांनी पुन्हा डोकं दुखणं सुरू. पुनश्च सगळी तीच यात्रा."

"यानंतर त्या काउंटवरच्या मुलीला एकाएकी काय वाटलं, कुणास ठाऊक.

हातात एक केसपेपर घेऊन, तो पेपर वाचायचं नाटक करीत ती मला म्हणाली, 'मि. हुदलीकर, एक सांगू का? तुम्ही फक्त ऐका. चेहरा शांत ठेवा. तुम्ही या दुकानात येऊ नका. त्या डॉक्टरांचं आणि या दुकानाचं संगनमत आहे. हा प्रकार नेहमी चालतो.'

'प्रथम का सांगितलं नाहीत?'

'माझी नोकरी गेली असती.'

'तुम्हाला अन्यत्र नोकरी मिळू शकते. माझे डोळे गेले तर मला उरलेलं आयुष्य पारखं होईल, याचा विचार केलात का? पाप-पुण्य या गोष्टी मी मानत नाही. मी माणुसकीला सलाम करतो. या अप्रामाणिक प्राप्तीत, तुमचा हिस्सा आहे, एवढंच ध्यानात ठेवा, जमलं तर विचार करा. अनेकांचं आयुष्य धोक्यामध्ये आणण्यात तुमचं सहकार्य आहे.'

रवीने हकिकत संपवली.

मी विचारलं, "ती भडकली का?"

"खरी कथा पुढेच आहे. ती तेव्हा गप्प राहिली. मी डॉक्टर बदलला. दुकान बदललं, त्यानंतर मध्ये एक महिना गेला. संध्याकाळी जरा पाय मोकळे करावेत म्हणून बाहेर पडलो आणि कानावर हाक आली. समोर एक मुलगी. प्रचंड थकलेली, चेहरा ओढलेला."

'ओळखलंत?'

'नाही बुवा.'

'मी त्या चष्म्याच्या दुकानात.'

'माय गॉड, काय ही अवस्था?'

'सकाळी नऊपासून मी हिंडतेय. जेवले पण नाही सबंध दिवसात.'

'का पण?'

'तुम्ही बोललात त्याच दिवशी मी राजीनामा दिला आणि तेव्हापासून नोकरी शोधतेय.'

मी रवीला पटकन म्हणालो, "या पोरीला आयुष्यात चष्मा लागणार नाही. हिला नजर आली आहे."

१७

एके दिवशी विनू आला तो उड्या मारीतच. जगावर चिडलेला आणि पुष्कळसा उदास. ह्याशिवाय अन्य भाव मी त्याच्या चेहऱ्यावर क्वचितच पाहिलेला. विनू तसा असणं, अत्यंत स्वाभाविक. छोट्यामोठ्या नाटकसिनेमांतून किरकोळ भूमिका करणारा, पण 'टॅलेण्टेड' कलावंत. व्यवहारात मात्र धुंडिराज. पुढच्या प्रयोगात काम केलं की मागच्या प्रयोगाचे पैसे मिळतील, हा त्याचा प्रयोग कायम फसत गेला. नंतर दूरदर्शन सिरियलवाल्या टोळीच्या ताब्यात तो सापडला.

आज जो तो आला, तो वेगळा, सर्वस्वी वेगळा विनू.

"माझ्याकडे विन्याच आला आहे का?"

"थांब. मी आज तुला पार्टी देणार आहे, पण त्यापूर्वी माझ्या काही प्रश्नांना उत्तरं हवीत."

"जरूर."

"मीटरपेक्षा, चार आणेही जास्त न घेणारा, सुटे पैसे परत करणारा टॅक्सीवाला तुला कधी भेटला आहे का?"

"नाही."

"मीटरवरचा दिवा गेला असल्यास मीटरवरचा आकडा नीट दिसावा म्हणून, जवळ काडेपेटी बाळगणारा रिक्षावाला पुण्यात भेटला आहे?"

"नाही."

"आपण खूप कामात असतो किंवा अर्धा तास पडावं म्हणून आडवे होतो. बेल वाजते. झक मारीत उठावं लागतं. बघावं तर कुणी तरी मार्केट रिसर्च करणारा, किंवा 'घरात कुणी लेडीज मेंबर आहेत का?' असं विचारणारी एजंट आली नाही, असा एखादा दिवस आठवतो का?"

"त्या जमातीने तर सळो की पळो केलंय."

“तुमचा घसा तपासायचा म्हणून, झटकल्याशिवाय लागणारा टॉर्च कोणत्याही डॉक्टरकडे पाह्यलास का?”

मी फक्त प्रचंड हसलो!

“सेलच्या भव्य पाट्या पाहून आपण दुकानात जातो. तुला नेमकं जे कापड आवडतं ते सेलच्या यादीत असतं का?”

“तेवढंच वगळून इतर कापडं असतात. बरं, ही तोंडी परीक्षा आता...”

“शेवटचा प्रश्न. टी.व्ही. सिरियलचं स्क्रिप्ट प्रोड्यूसरच्या हातात ठेवताक्षणी, चेक देणारा देवमाणूस कधी आजवर भेटलाय का?”

मी म्हणालो, “देवमाणूस? देव आडनावाचा माणूसही नाही भेटला.”

विनायकने टाळी दिली.

“माझं राहूदे. तुला आत्तापर्यंतच्या कोणत्याही कामाचे पैसे मिळाले का?”

“ऐक. घरी अठरा विश्वे श्रीमंती असलेला एक प्रोड्यूसर मला भेटला.”

वेडीवाकडी, विरुद्ध अर्थाची विशेषणं वापरणं ही विनायकाची खासीयत; म्हणजे बाजारात एखादी अफलातून देखणी, डोके फिरवून टाकणारी वस्तू पाहिली की तो म्हणणार, ‘एक अतिशय घाण वस्तू पाहिली.’ त्या भाषेत तो सांगू लागला.

“एका सिरियलमधला माझा बारावा सीन झाला आणि प्रोड्यूसर माझं ‘बारावं’ करून मोकळा झाला.”

“बारावं की तेरावं?”

“ते आपल्याला माहीत नाही. मी मरेन तेव्हा माझ्या तेराव्याचा खर्च मला करावा लागणार नाही, ह्या भयाण आनंदात मी असतो, पण आज मी तुला एका घाण हॉटेलात पार्टी देणार. मी पैसे वसूल केले.”

“आँ, कसे?”

“आमचा तो अठरा विश्वे श्रीमंतीवाला प्रोड्यूसर त्याच्या त्या घाण इम्पोर्टेड गाडीतून एका थिएटरपाशी आला. त्याने डिकी उघडली, व्हिडिओ कॅमेरा आणि एक भलामोठा बॉक्स बाहेर काढला आणि डिकीला कुलूप न लावता वर गेला. मी तिथंच कर्मधर्मवियोगाने उभा होतो. म्हटलं, आता हा सगळी सिरियल, एपिसोड्स पाहणार. तो परत यायच्या आत वेगाने संथ हालचाल करायला हवी. मी काय केलं असेन?”

मी नुसतं पाहिलं.

“समोर एक मोटर वर्कशॉप होतं. एका टायरवाल्याला पकडलं. त्याच्याकडून पंधरावीस मिनिटांत त्या मोटारीची चारही चाकं काढली आणि मेकॅनिकला सांगितलं, ‘पुन्हा हाक मारली म्हणजे ये.’

मी तिथंच आडोशाला उभा राहिलो, पिक्चरलाईनला ताटकळत थांबण्याची प्रॅक्टिस भरपूर झालेली असते. ज्याची गरज नसते तो माणूस सेटवर असला तरी पारदर्शक असतो. तासा-दीड तासाने आमचा तो नवकोट दरिद्रीनारायण आला आणि प्रचंड गोंधळला. त्याची गाडी लाकडी ठोकळ्यांवर उभी. त्या क्षणी त्याला गर्भधारणा झाली.''

मी ओळखलं, तो गर्भगळीत झाला.

''बरं पुढं?''

''त्याने गाडीभोवती प्रदक्षिणा घातल्या. तोपर्यंत मी पुढे झालो, नमस्कार केला आणि म्हणालो, 'आपण मला बहुतेक ओळखलं नसेल. संध्याकाळी टी.व्ही.वर, 'आपण यांना पाहिलंत का?' ह्या कार्यक्रमात मला पाहा.'

'तू इथं कसा?'

'असाच.'

'टायर्स कुणी काढले, हे तुला माहीत असेल.'

'मी म्हटलं, हो, मीच काढले.'

''तू कबूल केलंस?''

''झटपट विलंब करून.''

''मग?''

'' 'बास्टर्ड!' असं मला तो जिव्हाळ्याने म्हणाला.''

मी डोकं गरम ठेवून सांगितलं, 'समोर लॅमिंग्टन रोड ओलीस स्टेशन आहे.'

'ओलीस?'

'तर काय, पोलीसखातं हे कुणाकुणाकडे ओलीस पडलेलंच आहे, तिथं जा, तक्रार करा. मी टायर्स, खरी तर संपूर्ण चाकंच काढली आहेत. हा गुन्हा कबूल करीन. ते लॉकअपमध्ये टाकतील, पण मी गुन्हा कबूल केल्यामुळे ते मारहाण न करता, कुरवाळीत राहतील, पण काही झालं तरी ती चाकं कुठं ठेवलीत, ते सांगणार नाही, आणि सांगितलं तरी चोरीचा आरोप शाबित होणार नाही.'

''तू देवदूत आहेस,'' निर्माता वात्सल्याने ओरडला.

''म्हणजे, हैवान किंवा सैतान?''

''येस.''

''मग?''

''मी सांगितलं, 'मला सिरियलचे पैसे नकोत. तीन हजारांऐवजी मला चार चाकांचे तीस-पस्तीस हजार मिळतील. तुमच्या भाऊबंदांनी बुडवलेल्या सिरियलचेही वसूल होतील..' ह्यावर तो घनघोर रागावला, मुसळधार चिडला

आणि पोट धरधरून ओरडला, मग मुकाट्याने तीन हजार रुपये आणि वर पाचशे रुपये चाकांसाठी दिले.''

''काय सांगतोस?''

''बाबा रे, टेढी उंगलीसे घी निकलता नहीं. ही दुनिया दुर्जनांची राहिलेली नाही.''

''बाबारे, सरळ बोल. सीधी उंगलीसे म्हण.''

''छे, छे, माणसं सरळ उरली नाहीत. टेढी उंगलीला कुणी बधत नाही. कधी कधी सरळ बोट घालावं लागतं. त्याने पैसे दिले. मी त्याच मेकॅनिकला बोलावलं. चाकं काढून दिल्याबद्दल त्याला वीस रुपये मजुरी दिली आणि त्या प्रोड्यूसरला सांगितलं, 'कष्टाचं फळ ते नासायच्या आत द्यावं. चाकं काढायचं काम माझं होतं. त्याची मजुरी मी दिली. तुम्हाला चाकं लागणारच असतील तर त्याची मजुरी तुम्ही द्यायची.' आणि मेकॅनिकला एक बदसल्ला दिला, 'कामका पैसा साब से पहिले लेना. काम होने के बाद उनको पेहचान भूलने की आदत है, इतना वो भला आदमी आहे!' असं म्हणून सटकलो. आता चल. तुला मस्तपैकी आलिशान घाण हॉटेलात पार्टी देतो.''

विनायकने सणसणीत ऑर्डर दिल्यावर मी त्याला विचारलं, ''चोरीचा आरोप शाबित होणार नाही म्हणालास, ते कसं? चाकं होती कुठे?''

''प्रोड्यूसरच्या त्या घाण इम्पोर्टेड गाडीच्याच डिकीमध्ये.''

१८

'शब्द हे शस्त्र आहे, जपून वापरा'. पुण्यातल्या शंभरापैकी किमान तीस टक्के रिक्षांच्या मागे हे वाक्य वाचायला मिळतं. आपण एखादी रिक्षा थांबवण्याचा प्रयत्न करतो. तो एक अक्षरही न बोलता, तुमच्याकडे न पाहता निघून जातो. 'साहेब, गाडी परत करायची आहे.' ह्या स्वरूपाचं एखादं तरी विधान त्यानं करावं आणि मग जावं ही आपली अपेक्षा. मुंबईतला रिक्षावाला– टॅक्सीवाला आणखी जास्त बिझी असतो. तो फक्त गती कमी करतो आणि आपण पळत पळत, त्याला कुठं जायचय, ते सांगायचं आणि त्यानं गती वाढवीत निघून जायचं.

एकही शब्द न वापरता उगारलेली ही शस्त्रं. तीस वर्षांत एक्कावन्न पुस्तकं स्वत: लिहून आणि अनेक लेखकांची पुस्तकं वाचूनही 'शब्द' ह्या शब्दानेच घातलेलं कोडं मला सोडवता आलेलं नाही. मनातला भाव, त्यासाठी संपूर्ण भाव सामावून घेणारा शब्द सुचणं, त्याचा उच्चार, ऐकणाऱ्याची सावधानता, तो शब्द स्वीकारण्याची तयारी, शब्दात लपलेला भाव जाणण्याची बुद्धिमत्ता आणि मनोभूमीएवढा हा प्रवास आणि प्रतिसादाची अपेक्षा असेल तर ह्याच स्टेशनांवरची हिरवी निशाणं झेलत आपल्या मनातल्या भावनांचं टर्मिनस हा जगातला मैलात मांडता न येणारा प्रवास. अज्ञान, अहंकार, उपेक्षा, निरिच्छता, प्रतिसंवादाबाबत उदासीनता, बेपर्वाई, श्रेष्ठकनिष्ठतेचे हिशेब आणि स्त्री-पुरुष, एवढे लाल धोक्याचे दिवे ओलांडले गेले तर प्रस्थान सोडणारी गाडी मुक्काम गाठते. लोखंड, पितळ, टेबल, पुस्तक ह्या स्वरूपाचे शब्द वगळायचे, पण तिथं अल्पांशाने भाव किंवा भावना आली की मामला बिथरला. एका साध्या पत्रव्यवहारात, मी शस्त्र उगारलं नव्हतं. जपून वापरण्याचा सवालच नव्हता. तरी 'वार' झाला..., पण तो कुणावर?

माझ्यावरच.

एका पत्राचा मायना— 'प्रिय.'

सरसकट ओळखी-अनोळखी, सगळ्याच वाचकांच्या पत्रांचा प्रारंभ, त्यांना उत्तर पाठवताना मी 'प्रिय' लिहितो. कारण एकमेव. पत्र पाठवणाऱ्या माणसाशी संवाद साधायची इच्छा आहे म्हणून. आयुष्याच्या माझ्या ज्या संकल्पना आहेत, नव्हे आयुष्य म्हटलं की ज्या श्रद्धा आहेत, त्यात माझ्या कुवतीनुसार 'संवाद' ह्याला फार प्रचंड शिखरावरचं स्थान आहे, साहजिकच माझ्या कथा जास्त संवादमय आहेत, म्हणून वाचकांना उत्तरे पाठवताना मी नेहमी 'प्रिय' अशीच साद वा प्रतिसाद देतो.

इंग्रजी भाषेप्रमाणे 'डिअर श्री' किंवा 'डिअर श्रीमती' ह्यातल्या डिअर शब्दाचा अर्थ कितपत गांभीर्याने घेतला जातो? पण तो शब्द आपण पचवलाय. 'डिअर कस्टमर' अशा प्रारंभानेही व्यावसायिक पत्रं येतात. 'डिअर' म्हणताक्षणी त्या विक्रेत्याने किंवा एजंटाने, आपल्याला तत्काळ बाहुपाशात घेतलंय असं आपण मानत नाही.

'प्रिय' शब्दाची बातच दूर.

कोकणात 'रांडेच्या' ह्या शब्दाकडेही कुणी गांभीर्याने पाहत नाही. गोनीदांच्या 'पडघवली'त किंवा श्री. नां. च्या 'गारंबीच्या बापू'त त्या काळातले वाचक प्रारंभी अंगावर पाल पडल्याप्रमाणे भांबावले होते. नंतर तेंडुलकरांच्या नाटकांनी ह्या शब्दांतली भीषणता 'गिघाडे'त घालवली.

'च्यायला' किंवा 'साल्या' ह्या शब्दांना धार लावायचं ठरवलं, तरी त्यावर धार चढणार नाही.

''देन व्हॉट अबाऊट प्रिय?''

एका गाजलेल्या साप्ताहिकाच्या सहसंपादिकेला मी 'प्रिय' असा मायना लिहिला. माझ्या आतापर्यंतच्या 'माणसां'त 'अनंतराव भागवत' ही व्यक्ती डोकावून गेली आहे. आमचे अनंतराव स्वत: बॅडमिंटन कोच. उरस्फोड करून, मेहनत करूनही योग्य ते श्रेय न मिळालेली एक असामी; पण, व्यवसायावर निस्सीम प्रेम असलं की उरस्फोड श्रेयासाठी केली जात नाही. स्वत:च्या प्रेमाला न्याय देण्यासाठीच, अनेक माणसं आयुष्यभर छंद जोपासतात. बॅडमिंटनचा जन्म कसा झाला, इथपासूनचा इतिहास भागवतांच्या अनंताला मुखोद्गत आहे; तेवढंच प्रेम क्रिकेटवर. इंग्रजी माध्यमातून त्यांचे बरेचसे लेखही प्रकाशित झाले आहेत. धृतराष्ट्राला जर फटकन विचारलं, 'तुमच्या बावन्नाव्या राजपुत्राचं नाव सांगा.' तर त्याला कॅटलॉग पाहावा लागेल आणि तोही शकुनीने वाचावा लागेल.

पण अनंतरावांना बावन्न सालातल्या कोणत्याही दोन देशांतल्या मॅचबद्दल

विचारा. ते अंपायर, स्टेडियम, पीच, प्लेअर्स, कॉमेंटेटर, स्कोअर यांची कॉम्प्युटरप्रमाणे माहिती पुरवितात. सांगण्याची हातोटी-जांभया येऊ न देणारी. मी त्या गाजलेल्या साप्ताहिकेच्या सहसंपादिकेला हे सगळं कळवलं. एकपानी सदरासाठी भागवतांच्या वतीने शब्द टाकला.

पत्राचा प्रारंभ अर्थातच 'प्रिय' ह्या शब्दाने केला आणि पत्राच्या शेवटी लिहिलं.

'आपण सहकुटुंब केव्हातरी माझ्या घरी या, मस्तपैकी एक गप्पांची मैफल साजरी करू.'

ह्या पत्रावर त्या सहसंपादिकेचा एक सणसणीत फोन आला.

"मला वपु काळ्यांशी बोलायचं आहे."

"मी बोलतोय."

"तुमचा माझा परिचय नसताना, मला प्रिय म्हणायचा अधिकार तुम्हाला कुणी दिला?"

"पण... एक मिनिट."

"तुम्हाला साधे सभ्यतेचे रिवाज माहीत नाहीत. तुम्हाला हे शोभलं नाही."

"सॉरी !"

फोन बंद झाला. घडलं ते एवढंच. मला फक्त प्रश्न पडला. मी 'प्रिय' न लिहिता, नुसतं 'स. न. वि. वि.' लिहिलं असतं, तर 'स'चा अर्थ होतो. 'सप्रेम' ह्याचा अर्थ मी लगेच त्या व्यक्तीच्या प्रेमात पडलो असा तिने घेतला असता का?

परिचयाच्या व्यक्तीला 'प्रिय' लिहिताना तो अंतरीचा उद्गार असतो. अपरिचित व्यक्तीच्या बाबतीत तो केवळ उपचार असतो. आपलं एवढं चुकलं होतं का?

स्वत:च्या वयाचा विचार अशा वेळी मनात येतो–वय, रिवाज, परंपरा, संस्कार, भावना, विचार आणि मुख्यत: 'हेतू'. ते प्रेमपत्र नक्कीच नव्हतं. असणं शक्यच नाही. अपरिचित चेहऱ्यावर प्रेम करणारी व्यक्ती जन्माला आलेली नाही. येणारही नाही.

परावाणी ते वैखरी ह्यांत किती प्रचंड अंतर असतं ते साठी उलटल्यावर समजलं, हेही नसे थोडके!

'शब्द हे शस्त्र आहे. जपून वापरा!' हे वाक्य लिहिणाऱ्या पुण्याच्या सगळ्या रिक्षावाल्यांना सलाम! त्यांच्यापैकी कुणी भेटला तर सांगेन. 'शब्द शस्त्र आहे. वापरणाऱ्यावरही वार करतं' असंही लिहा.

११

रौप्यमहोत्सवी 'भावसरगम'च्या निमित्ताने अविनाश प्रभावळकरांचा परिचय झाला. ओघानेच मुंबईच्या सध्याच्या विद्यमान महापौर सौ. निर्मलाताईसुद्धा भेटल्या, पण दोघं एकाच वेळी भेटली नाहीत. सौ. निर्मलाताईंची भेट महापौरांच्या बंगल्यावर झाली. महापौरपद मिळालं म्हणून चेहऱ्यावर 'आढ्यता' तर सोडाच पण त्याचा डौल, रुबाब ह्यांपैकी कशाचा मागमूसही नव्हता. त्या 'निर्मला'च होत्या. त्या क्षणी वाटलं, आजवर इतके महापौर आले आणि गेले. कारकीर्द संपेतो, त्यांना स्वत:चे पाय राहिले नव्हते. खुर्चीच्या पायांनी ते वर्षभर वावरले, मात्र चार पायांनी नव्हे. त्यातले दोन पाय वगळायला हवेत. काही सन्माननीय महापौरांचा अपवाद वगळायचा.

निर्मलाताईंशी गप्पागोष्टी करताना मात्र नक्की वाटलं, महापौरांची खुर्चीच एका वर्षात ह्या निर्मलाताईंचं सौम्य व्यक्तिमत्त्व, सौजन्य, आतिथ्य, साधेपणा हे सगळे गुणधर्म शोषून घेईल आणि एका वर्षानंतर निर्मलाताई निर्मलाच राहतील. 'वहिनीच्या बांगड्या'मधील सुलोचनाबाईंप्रमाणे 'वहिनी'च राहतील.

अविनाशजींनी तर एक संदेशच दिला. केवळ मला नव्हे, तर ज्यांना ज्यांना आपण सामान्य वाटतो, अशा सगळ्यांना.

आमच्या भेटीत, महापालिका आणि माझी नोकरी हा विषय निघणं अपरिहार्य होतं. दीनानाथ नाट्यगृहाचा मी आर्किटेक्ट आहे, हे तोपर्यंत त्यांना माहीतही नव्हतं. मी म्हणालो, ''तुम्ही अशा यंत्रणेत नोकरीला असलात की तुम्हाला वैयक्तिक श्रेय मिळत नाही. मी त्या वास्तूकडे 'विटा-सिमेंट लोखंडानी उभी राहणारी वास्तू' ह्या भावनेने कधीच पाहिलं नाही. पडद्यालाच टाळी घेणाऱ्या नेपथ्यकार पु. श्री. काळ्यांचा ब्रश मला पेलला नाही. कथाकथनाच्या एका जाहीर हाऊसफुल्ल समारंभाचे अध्यक्ष गदिमा, ह्यांनी माझी व्यथा दूर केली. त्यांनी श्रोत्यांना सांगितलं, 'नेपथ्यकार बापाचा कुंचला मुलाच्या हातात लेखणी म्हणून

आला आहे.' "मी नाटककारही होऊ शकलो नाही, म्हणून रंगदेवतेने मला सिमेंट-वाळू-विटांच्या माध्यमातून तिची सेवा करायची संधी दिली. पार्लेकर रसिक माझ्या कथाकथनाला कितपत उचलून धरतील आणि किती वर्षं, ते मी सांगू शकत नाही, पण त्यांच्यासाठी मी कायम स्वरूपाची एक वास्तू बांधतोय, ही भावना होती. रात्री अकरा-बारा वाजेपर्यंत मी, इलेक्ट्रिकल इंजिनियर माळी, नेरूरकर, त्याचप्रमाणे माझे सहकारी आर्किटेक्ट भालेराव ह्या सगळ्यांनी घड्याळ दूर ठेवून काम केलं आहे. ह्या कामात ह्या सगळ्यांचा मोठा वाटा आहे, पण नोकरीत, आमच्या नावाच्या पाट्या वास्तूवर लागणार नाहीत. चार्जशीट देण्याची वेळ आली की यंत्रणेला एकटा माणूस सापडतो."

प्रभावळकरांनी विचारलं,

"तुम्हाला चार्जशीट द्यावं, अशी पाळी तुमच्यावर का आली असेल?"

"कंत्राटदार आणि वरिष्ठ अधिकारी ह्यांची एकदा गट्टी जमली म्हणजे मधल्या माणसांचं काय होतं, हे स्वातंत्र्य मिळाल्यापासून, प्रत्येक नागरिक जाणून आहे."

"तरीसुद्धा..."

"थिएटरच्या रेस्टॉरंटसाठी कंत्राटदारांनी मला एक अफलातून देखणी टाइल दाखवली. मार्बलला मागे सारील अशी टाइल. रिवाजाप्रमाणे मी त्या टाइलवर शिक्का मारून पसंतीची सही केली आणि साइटवर प्रत्यक्षात वेगळ्याच फरशा बसवण्यात आल्या. मी उडालोच! त्याच दिवशी सर्वांत वरिष्ठ अधिकाऱ्याची फौजफाट्यासकट थिएटरची पाहणी. टाइल्स पाहून ते चिडले. मी चिडलोच होतो, पण माझ्या चिडण्याला साहेबांच्या खुर्चीचा दर्जा नव्हता, अधिकार नव्हता. नोकरीत कधीही 'मधला' होऊ नये. वरिष्ठांना काम हवं असतं आणि हाताखालच्या माणसांना सवलती. तुम्ही टांगलेले."

प्रभावळकर हसले.

"आमच्या डिपार्टमेंटला तर एक बाई आर्किटेक्ट होती. ती साडेबारा-एक वाजता लंचला जायची. ती चार सव्वा-चारला यायची. साहेबांनी झापलं, 'तुला स्टाफवर कंट्रोल ठेवता येत नाही.' मी तिला त्याप्रमाणे विचारलं. तिने शांतपणे सांगितलं, 'बसनं जायचं-यायचं, जेवायचं आणि मुख्य म्हणजे, घरातल्या सगळ्या गुलाबाच्या कुंड्यांना पाणी घालायचं, म्हणजे इतका वेळ लागणारच.'

आता बोला! मी रिपोर्ट केला, तो साहेबांनी फाडून टाकला. कारण ती व्यक्ती, त्यावेळच्या कमिशनरतर्फे नोकरीवर आली होती."

"बरं, चार्जशीटचं म्हणालात ते..."

"फॅक्ट आहे. मी वारंवार सांगितलं. मी Approved म्हणून सही केलेली टाइल कंत्राटदाराला आणायला सांगा. रिवाजानुसार ती साइटवर हवी. ती टाइल सापडली नाही म्हणे आणि पंधरा-वीस ऑफिसर्ससमोर साहेबांनी मला 'चार्जशीट' देण्याची धमकी दिली."

"रिअली?"

" 'मॅजिस्टिक गप्पा' ह्या सत्रात, 'नोकरी करणारे लेखक' ह्या परिसंवादात ही हकिकत मी जाहीररीत्या सांगितली आहे."

"तेव्हा आपला परिचय नव्हता."

"चर्चा संपल्यावर, महाराष्ट्रातल्या सर्वांत लाडक्या लेखकाच्या बंधूंनी मला सांगितलं, 'थिएटरचं काम संपल्यावर, तुमच्या साहेबांच्या सौ.ना फियाट मिळाली.'

मी विचारले, 'मलाच हे माहीत नाही. तुम्ही कशावरून म्हणता?'

ते म्हणाले, 'गाडीच्या खरेदीची, रजिस्ट्रेशनची कागदपत्रं घेऊन कंत्राटदारच धावपळ करीत होता. मला वाटलं, तुम्ही तेही जाहीर कराल."

मी मनात म्हटलं, आपण स्वत:च्या संदर्भापुरतं, व्यथांबद्दल बोलावं, तर्काला जागा मिळेल, अशी विधानं का करा? आपल्याला नोकरीत जो पगार मिळतो तो सकारण-अकारण होणाऱ्या अपमानाचा मिळतो. आपण काम करतो, ते फुकटच. त्या जुन्या आठवणींनी अशीच एक खपली निघाली. Voluntary Retirement त्याच साहेबापायी घ्यावी लागली, हेही आठवलं.

माझा व्यथित चेहरा पाहून प्रभावळकरांनी जे सांगितलं, ते मला एकट्यालाच नव्हे तर अस्मितेची जाणीव असलेल्या समाजातल्या प्रत्येकाला सांगितलं.

ते म्हणाले,"आपल्याला आपली उंची आहे त्यापेक्षा वाढवता येणार नाही, पण त्याच वेळेला आपली जी उंची आहे–शारीरिक, बौद्धिक किंवा भावनात्मक पातळीवरची– ती उंची दुसऱ्या कोणत्याही माणसाला कमी करता येणार नाही. मोठ्या उंचीवरची माणसं स्वत:चा मोठेपणा सोडतात, तसाच ते दुसऱ्याचाही विसरतात. काही मोठ्या माणसांना तर जाहीर कार्यक्रमात दुसऱ्याला क:पदार्थ मानण्याची हौस असतो. अशा प्रसंगी त्यांची उंची कमी होते. तुम्ही कमावलेली उंची कमी होत नाही."

मी प्रभावळकरांना मनातल्या मनात दंडवत घातला आणि म्हणालो,

"माणसानं सामान्य आणि लहानच राहावं. मोठ्या माणसांसमोर नम्रपणा स्वीकारण्याचा मोठेपणा त्यांच्यापाशी असतो, आणि ते आहेत त्यापेक्षा लहान कधी होणार नाहीत."

२०

आमचा गाडगीळ गेला.

नाव पांडुरंग. पंढरपूरचा विटेवर उभं राहून कंटाळलेला पांडुरंग पंढरपूर सोडून थेट ठाकुरद्वारला राहायला आला, असं म्हटलं तर ती अतिशयोक्ती ठरू नये. तितकाच भोळा, तितकाच साधा. फरक असेलच तर पंढरपूरचा पांडुरंग फक्त कमरेवर हात ठेवून लाखो भाविकांची दु:खं ऐकत उभा आहे. आमचा पांडुरंग गाडगीळ हात सरसावून प्रत्येकासाठी धावपळ करणारा.

चाळीतलं आयुष्य, सार्वजनिक नळावरून शेजारी संधी देतील तेव्हा पाणी भरणं. राहण्याची खोली एकच! मध्ये पडदा लावून दोन भाग केलेले. जेवायला बसलात तर डायनिंग हॉल. पाहुणे येतील तेव्हा ड्रॉइंग हॉल आणि रात्री बेडरूम. अशा पांडुरंगाला पत्नी भेटली तीही रुक्मिणीसारखी, पण ती कधीही रुसून स्वतंत्र राहिली नाही. आर्थिक परिस्थिती सगळ्याच सरकारी नोकरांची असते तशी. इन्क्रिमेंट मिळाले तर अमुक करू आणि ॲरियर्स मिळाले तर तमुक करू आणि पांडुरंगासारखा साधा माणूस ॲरियर्स मिळाले म्हणून काश्मीरला वगैरे जाणाऱ्यांपैकी नव्हता. त्याने रुक्मिणीला शिवणाचं मशिन घेऊन दिलं. रुक्मिणी साधी-भोळी. न शिकलेली. तिला नाइट स्कूलमध्ये घातलं. मॅट्रिकपर्यंत शिकवलं आणि अशाच एका शिवणाच्या क्लासमध्ये शिवण शिकवण्याकरिता नोकरी मिळवून दिली. बेतासबात आर्थिक परिस्थितीमुळे वारंवार उसवणारी शिवण, त्याला रुक्मिणी टाके घालत राहिली. त्याचे कष्ट पाहिले, प्रामाणिकपणा पाहिला. दोन रुळांवरून फक्त सरळ धावण्याचं आयुष्य काहींच्या वाट्याला येतं. पांडुरंग परिवारासकट आयुष्यावर खूष होता. आटपाटनगरीतल्या एखाद्या सरळ, साध्या माणसाप्रमाणे त्याची कहाणी, पण ही साठा उत्तराची कहाणी पाचा उत्तरी सफळ संपूर्ण होण्यासारखी राहणार नाही ह्यावर कुणाचाच विश्वास बसला नसता. तसाच माझाही बसला

नाही.

पांडुरंग ज्या चाळीत राहात होता, तिथेच टप्प्याटप्प्याने चाळ पाडून फ्लॅट्स बांधायचं ठरलं. पहिला मोठा हप्ता भरण्याइतकी पुण्याई पांडुरंग-रुक्मिणीने प्रचंड काटकसर करून आणि दिवसाचे अठरा तास काम करून शिल्लक टाकली होती, पण ही पुण्याई कंत्राटदाराच्या घशात जाईल आणि फक्त पांडुरंगाचा फ्लॅट अपुरा राहील हे कुणालाच माहीत नव्हतं. कोर्टकचेऱ्या आणि सरकारदरबारी खेपा घालून पांडुरंगाचा पिट्ट्या पडला. नशिबाने साथ दिली होती ती फक्त नोकरीच्याच बाबतीत. तिथं त्याला त्याच्या प्रामाणिकपणाचं आणि अथक कष्टाचं पुरेपूर माप मिळालं. सरकारी नोकरीत असूनसुद्धा पांडुरंगाच्या गुणवत्तेचं चीज करणारा साहेब त्याला भेटला आणि पांडुरंगाला भराभरा प्रमोशन्स मिळत गेली. आता पत्नीला 'तू नोकरी सोडू शकतेस' हे सांगण्याइतपत स्थानापर्यंत तो पोहोचला. एक मुलगा-एक मुलगी. दोघंही मोठी झाली. मुलगा बी. कॉम. होऊन स्वतःच्या पायावर उभा राहिला.

स्वतंत्र प्राप्तीची मस्ती त्याच्या डोक्यात चढली नाही. पांडुरंगासमोर तो नामदेवासारखा वाकलेला असायचा. त्या मानाने मुलगी जरा वेगळी ठरली. कोणत्या जन्मीचे आणि कोणत्या घराण्याचे संस्कार घेऊन ती पांडुरंगाची परीक्षा घेण्याकरिता त्याच्या पोटी जन्माला आली कुणास ठाऊक! हट्ट करणे, तारांगण घालणे आणि प्रसंगी धमक्या देऊनही स्वतःचा हट्ट पूर्ण करून घेणे हाच तिचा स्थायीभाव होता. प्रारंभी कौतुक, मग आश्चर्य, त्यानंतर धक्का बसणं आणि शेवटी सगळं असह्य होणं अशा टप्प्याटप्प्याने आमचा पांडुरंग झिजत चालला होता. जमेची बाजू फक्त एकच! रुक्मिणी आणि पांडुरंगाचा पोरगा. तो बी. कॉम. वर थांबला नाही. ढोरमेहनत करून तो सी. ए. झाला. घराची मांडणी, सजावट बदलली. टेपडेक, टी.व्ही., आधुनिक फर्निचरने ते झगमगू लागले. मुलीची अरेरावी वाढत चालली होती. कॉलेजला ती पिकनिक म्हणून जायची. अभ्यासाच्या टेबलापेक्षा आरशासमोरचा वेळ जास्त चांगला जायचा. तिच्या बाबतीत तिचा देखणेपणा हा वरदानाऐवजी शाप ठरला. सुमार बुद्धी आणि बेसुमार सौंदर्य या दोन चाकांवर ती भन्नाट धावत होती, पण त्या धावण्यात फक्त गती होती, दिशा नव्हती. तिच्यासाठी सांगून येणाऱ्या स्थळांना, 'तुमची मुलगी काय करते?' याचं उत्तर पांडुरंग कधीच देऊ शकला नाही. ह्याबाबत मुलीलाच काही कधी विचारावं तर ती सांगायची, ''माझं लग्न करायची वेळ तुमच्यावर येणारच नाही. मी स्वयंवर करणार आहे.'' माझ्यासारख्या अत्यंत निकट मित्राच्या बाबतीत स्वतःकडे पराकोटीचा नम्रपणा घेण्याचं पांडुरंगाला काहीच कारण नव्हतं; पण तो वृत्तीनेच तसा. तो सातत्याने आमंत्रण करीत

असे आणि मी आश्वासनं देत असे. त्याच्या घरी कालांतराने फोनही आला.
फोनवरचं त्याचं बोलणंही खूप भावूक असायचं. त्याचं पहिलंच वाक्य ठरलेलं
असायचं, "काय रे बाबा! कामात वगैरे आहेस का? तू पडलास मोठा लेखक.
मी रिकामा माणूस आणि आता तर सेवानिवृत्त झालेला. म्हणजे कायमचा
रिकामा. तुझं तसं नाही. पाच मिनिटं बोलू का?"
मी नेहमीच्याच पद्धतीने म्हणत असे, "पांड्या, सरळ सरळ गप्पा मार पाहू.
प्रस्तावना कसली करतोस? आपल्या गाठीभेटी कमी होतात याचा अर्थ मी
मोठा आणि तू छोटा असा मुळीच नाही. आपल्या दोघांच्यात अशी भाषा
वापरलेली मला मुळीच आवडत नाही, हेही तुला माहीत आहे. काय म्हणतेय
फॅमिली फ्रंट?"
"मी एक साधा माणूस, कारकून म्हणून लागलो आणि ऑफिसर म्हणून निवृत्त
झालो. आमच्या आयुष्यात आणखी काय घडणार? आपल्याला कुणाचं देणं
नाही आणि आपलं कुणाशी वैर नाही ह्या आनंदात आम्ही जगणार आणि
मरणार. एकदा मुलीचा प्रश्न सुटला की सुटलो. माझ्या मित्रांना तुला
भेटायचंय. तू असतोस कामात. तुझा वेळ का घ्यायचा?"
ह्या प्रश्नावर माझ्याकडे उत्तर नसायचं. तो खरोखरच साधा होता. त्याला
वाचनाचंही वेड नव्हतं. तो तसं कबूल करायचा.
म्हणायचा, "तू इतकं लेखन केलंस, बाबा रे, मी त्यातली एकही ओळ
वाचली नाही म्हणून रागावू नकोस. कसलाही छंद न परवडणारा मी एक
साधा माणूस."
पांडुरंगाच्या या सरळपणावरच मी बेहद्द खूष होतो. त्याला आयुष्यात कोणतीही
नाटकं जमली नाहीत हे त्याचं दुर्दैव. केव्हातरी मुलीचं लग्न झालं. पांडुरंगाचं
आमंत्रण आलं, पण एकूणच या मुलीची जी प्रतिमा मनात तयार झाली होती
त्यामुळे आवर्जून जावंसं वाटलं नाही. मी पांडुरंगाला फोन केला. फोनवर
त्याचा तोच सूर...
"तू मोठा लेखक, लग्न-मुंजीसारख्या समारंभांना तुला वेळ मिळणं मुष्किल;
पण एखाद्या संध्याकाळी ये. पिठलं-भात खाऊ आणि गप्पा मारू."
पांडुरंगाच्या जीवनाची ही साठा उत्तराची कहाणी पाचा उत्तरी संपायला खरोखरच
हरकत नव्हती. त्याच्या पत्रिकेत अचानक सगळ्या पापग्रहांचं सेमिनार का
भरलं, याचा उलगडा आजतागायत झालेला नाही. त्याचा एके दिवशी फोन
आला. ह्या वेळेला मात्र त्याने नेहमीसारखा प्रारंभ न करता एकदम विषयालाच
हात घातला.
"आज मी तुझा वेळ घेणार, तुला वेळ असो नसो. मी भरपूर बोलणार आणि

हे जे बोलणार आहे ते कुठेतरी प्रसिद्ध करावंस, म्हणून बोलणार. माझ्या आतापर्यंतच्या आयुष्यावर तुला रामदासाप्रमाणे 'असंख्यात ते जन्मले आणि मेले' या पलीकडे काही लिहिता आलं नसतं, पण माझ्यासारखा दुर्दैवी बाप तू आतापर्यंत पाहिला नसशील.''

''का रे बाबा?''

''आमचं कन्यारत्न तुला माहीतच आहे. आपले दिवस थोडे राहिले आहेत हे जाणून मी मृत्युपत्र केलंय. माझ्या मुलीला आणि जावयाला भुसावळहून बोलावून घेतलं. घरातील सर्व नातेवाइकांसमोर मृत्युपत्राचं वाचन केलं. माझा राहता फ्लॅट मी साहजिकच मुलाच्या नावावर मांडून ठेवला. सौभाग्यवतीच्या उदरभरणाची जबाबदारी मुलावर सोपविली. सौभाग्यवतीला दर महिना काही ना काही व्याज मिळेल अशी सोय करून तिचे सगळे दागदागिने आणि रोख पस्तीस हजार मुलीच्या नावावर करून दिले. काही चुकलं का?''

मी फक्त ''फर्स्टक्लास'' एवढंच म्हणालो.

''डोंबलाचा फर्स्टक्लास! गेले दोन महिने माझ्या घराचं रणांगण बनलंय.''

''कशासाठी?''

''मुलीचं म्हणणं असं, संपूर्ण संपत्तीची निम्मी-निम्मी वाटणी व्हायला हवी. 'हा फ्लॅट विका व अर्धी रक्कम मला द्या'. हा एकच ठेका, प्रचंड तारांगण करते. खिडकीवर डोकं आपटते. सगळ्या बिल्डिंगमधली माणसं गोळा करते. दर रविवारी भुसावळहून येते. आठ-आठ दिवसांनी हा तमाशा करते. बिल्डिंगमधले शेजारीही समजूत घालून थकले. मागच्या वेळेला डायझोनच्या दोन बाटल्या घेऊन आली. म्हणाली, 'ह्या क्षणी मृत्युपत्र बदला नाहीतर तुमच्यासमोर मी ह्या बाटल्या पिऊन टाकीन.' हिस्टेरिक झाल्यासारखी वागते. जावई लाख माणूस आहे. त्याने माझ्यादेखत तिला दोन कानफटात मारल्या. तेसुद्धा मला बघवलं नाही. शेवटी तुला कोणत्याही कथेत लिहिता येणार नाही, अशी वेळ माझ्यावर आली.''

''म्हणजे काय?''

''मी माझ्या मृत्युपत्राची एक प्रत घेऊन सरळ पोलीस कमिशनरकडे गेलो. सोबत एक अर्ज दिला. त्यात लिहिलं, 'माझ्या मुलीने काही आततायीपणा केला तर मला आणि माझ्या जावयालाही पोलीस संरक्षण मिळावं.' कमिशनरसाहेबांनी मला तसं लेखी संरक्षण-पत्र लिहून दिलं. आता आमच्यापैकी कुणालाही जबाबदार धरलं जाणार नाही, पण जगातल्या कोणत्या बापासमोर सख्ख्या मुलीच्या बाबतीत कमिशनरकडे संरक्षण मागायची वेळ आली असेल,

सांगतोस?''

उत्तर माझ्याकडेही नव्हतं.

पंढरपूरचा पांडुरंग युगानुयुगे विटेवर गप्प उभा आहे, पण आमचा हा ठाकुरद्वारचा पांडुरंगसुद्धा मुक्यानेच गेला.

आणि पंढरपूरला विटेवर जाऊन उभा राहिला.

◖

२१

हेमंत मला म्हणाला, ''बापू, चला तुम्हाला मी दादरपर्यंत सोडतो.''
हेमंत माझ्या मुलाचा—सुहासचा मित्र! पण आमच्या घरी 'हे सुहासचे मित्र'– 'हे माझे मित्र' अशी कुंपणं नाहीत. परिचयाची व्यक्ती सगळ्यांचीच मित्र होते.
आम्ही निघालो. एका डबलडेकर बसला ओव्हरटेक करून हेमंतने स्कूटर पुढे काढली. बसवाल्याला तो अपमान वाटला. सावज टिपण्यासाठी वाघ जसा पाठलाग करतो तसा त्याने हॉर्नचा वर्षाव करत करत आमचा पाठलाग केला. पन्नास फुटावरच स्टॉपवर त्याला बस उभी करायची होती तरीसुद्धा आम्हांला डाव्या बाजूने दाबत दाबत त्याने स्टॉपवर बस उभी केली. पराकोटीच्या कौशल्याने हेमंतने स्कूटर आवरली आणि बसला वळसा घालून आम्ही पुढे गेलो. लाल सिग्नलमुळे चौकात थांबलो; तोपर्यंत बसवाल्याने आम्हाला गाठलं. त्याने दरवाजा अर्धा उघडला आणि 'भ ×××' पासून 'भॅ ×××' पर्यंत शिव्यांचा भडिमार केला. हेमंत शांत राहिला, इतकंच नव्हे तर तो म्हणाला, ''तुमच्या शिव्या शिल्लक असतील तर तसं सांगा, मी पुढच्या सिग्नलपाशी तुमची वाट पाहीन.''
बस ड्रायव्हर आणखीनच खवळला. तोपर्यंत सिग्नल मिळाल्यामुळे आम्ही सटकलो.
मुंबईचे बस ड्रायव्हर हा चिंतनाचा विषय आहे. हिरवा सिग्नल लागला रे लागला की जिवाच्या आकांताने त्याचं हॉर्न वाजविणं सुरू होतं. समोरच्या आठ-दहा गाड्या रस्त्यावर राहण्यासाठी आलेल्या नाहीत आणि त्या सरकल्याशिवाय आपल्याला वाट मिळणार नाही, हा संयम मी गेल्या तीस-चाळीस वर्षांत एकाही बस ड्रायव्हरकडे पाहिलेला नाही. मुंबईच्या बसेस डिझेलपेक्षा हॉर्नवरच जास्त चालतात.
पुढच्याच चौकात त्याने आम्हाला गाठलं आणि पुन्हा अद्वातद्वा बोलायला

सुरुवात केली, पण तिथे सिग्नल लगेच मिळाल्यामुळे आम्ही पुढे गेलो. इतरांच्याच बाबतीत बस ड्रायव्हर असं वागतात असं नाही. स्टॉपवर कोणती तरी बस उभी असते. माणसे चढत-उतरत असतात. जेमतेम सहा इंचाचे अंतर उरेल इतक्या जवळ दुसरा बस ड्रायव्हर आपली बस उभी करतो. मागच्या बसमधले पॅसेंजर्स संख्येनं कमी असले आणि कंडक्टरने निघण्याचा इशारा दिला तर पुढच्या बसमधले उतारू चढेपर्यंतसुद्धा त्याला दम निघत नाही. त्याचा हॉर्न वाजविण्याचा सपाटा सुरूच असतो. हॉर्नचा तगादा लावणारे इतर खाजगी मोटरवाले, टॅक्सी, रिक्षावाले व स्कूटरवालेसुद्धा याला अपवाद नाहीत. अलीकडे-अलीकडे तर दोन नंबरच्या लक्ष्मीपुत्रांच्या मारुती गाड्या आणि बापाच्या पैशावर चैन करणारी तरुण पोरं चेव आल्याप्रमाणेच ड्रायव्हिंग करतात. त्यांच्या गाड्या एअर कंडिशण्ड असतात. काचा वर सरकविलेल्या असतात. मोठ्या आवाजात गाडीमध्ये हिंदी गाण्यांचा धुमाकूळ चालू असतो. स्वत:च्या गाड्यांचे कर्कश्श आवाज त्यांना स्वत:ला कधीच ऐकू येत नाहीत. ध्वनि-प्रदूषणाशी जसा राज्यकर्त्यांचा संबंध नाही तसाच यांचाही. प्रदूषणविरोधी पोस्टर्स चौका-चौकांतून लावली की सरकारचं काम संपलं. अकारण हॉर्न वाजवला म्हणून एकाही गाडीवाल्याला ट्रॅफिक इन्स्पेक्टरने पकडल्याचं मी आजवर पाहिलेलं नाही.

काही दिवसांपूर्वी वर्तमानपत्रात एक बातमी वाचली होती. कुर्ल्याच्या एका हवालदाराने हॉर्न्सचा गोंगाट असह्य झाल्यामुळे स्वत:ला गोळी घालून घेतली होती. दादर येईपर्यंत माझ्या मनात हेच विचार चालले होते. त्यात तुम्ही परदेशचे दौरे करून आलात म्हणजे आपल्या देशात जे जे चालतं ते पाहून प्रचंड मनस्ताप होतो, त्याहीपेक्षा गमतीची गोष्ट म्हणजे, आपलेच भारतीय नागरिक जेव्हा परदेशी स्थायिक होतात, तेव्हा तिथले नियम काटेकोरपणाने पाळतात. रस्त्यावर थुंकतसुद्धा नाहीत. या देशातलीसुद्धा माणसंच आणि त्या देशातलीसुद्धा माणसंच!

लोकशाही 'तत्त्व' म्हणून ठीक आहे. पण देशाचा कारभार करायचा म्हणजे शिस्तीचा बडगा हवाच. जिथे संस्कारच नसतात तिथे बडगाच हवा. आपल्या स्वत:च्या घरात ज्यांना आपण रक्ताचे नातेवाईक मानतो तिथेसुद्धा काही गोष्टी मनासारख्या व्हायला हव्या असतील, तर घर चालविणाऱ्या माणसाला अधूनमधून रुद्रावतार धारण करावाच लागतो. आपल्या नवऱ्याला किंवा बायकोला किंवा आई-वडिलांना आपण अमुक तऱ्हेने वागलो तर आनंद होणार आहे, गैरसोय होणार नाही, ह्या समजुतीने वागणारी माणसं फार थोडी. अनेक घरांतून स्वत:चेच नातेवाईक सांगूनसुद्धा ऐकत नाहीत. असं का घडत असावं?

आणि तेही स्वत:च्याच माणसांकडून? कारण झोंडगिरीने वागलं तरी ते खपवून घेतलं जातं ह्याची खात्री आहे म्हणून. ह्याच वृत्तीने देशातली माणसं वागतात.

"बापू, चला कुठेतरी कोल्ड्रिंक घेऊ." हेमंत म्हणाला.

आम्ही समोरच्याच हॉटेलमध्ये गेलो. कोल्ड्रिंकची ऑर्डर देऊन हेमंत पुढे म्हणाला, "बोला!"

मी त्याच्याकडे नुसता पाहात राहिलो.

त्याने विचारलं, "काय पाहताय?"

मी म्हणालो, "तुझ्या शांत स्वभावाचं आश्चर्य वाटतंय. तुझ्या जागी सुहास असता तर ड्रायव्हरला मारायला निघाला असता."

हेमंत हसून म्हणाला, "ज्या दिवशी मी प्रथम वाहन हातामध्ये घेतलं, त्या दिवसापासून मी काही बंधनं आपणहून स्वीकारली आहेत. रस्त्यावर आपण एकटे असतो, त्यात दोन चाकी वाहन म्हणजे सर्वांत नगण्य वाहन. आपण चारही बाजूंनी उघड्यावर असतो. म्हणून, There is no second chance in life for survival. टॅक्सीवाले, रिक्षावाले, ट्रकवाले आणि बसवाले ह्यांच्यामागे युनियन असते, म्हणून एका क्षणात चार-पाच टॅक्सीवाले थांबतात आणि खाजगी गाडीवर तुटून पडतात, म्हणूनच आपल्यासारख्यांनी आपण जेव्हा एकटे असतो तेव्हा स्वत:चं रक्षण स्वत:च करायचं असतं. कष्ट करून, पैसे वाचवून आपण वाहन घेतलेलं असतं, ते चैनीपेक्षा गरजेपोटी असतं. आपण बडे बापके बेटे नव्हेत. बापाच्या पैशावर ऐष करणारी माझ्याच वयाची तरुण पोरं गाड्या किती बेफाम चालवितात हे तुम्ही पाहिलं असेल. मारुती कार्स रस्त्यावर आल्यापासून हे जास्त प्रकर्षाने जाणवायला लागलं आहे. ती मुलं तर प्यायलेलीही असतात."

हेमंतचे पहिले विचार आणि मारुतीवाल्यांबद्दलचं हे निरीक्षण ऐकून मी त्याचा हात हातात घेतला आणि तो हात थोपटत मी त्याला म्हटलं, "हे सगळं मान्य, पण अकारण कुणी शिवी दिली तर त्याच क्षणी मेंदूतली शीर उडत नाही का?"

तो म्हणाला, "तुमच्या डोक्यातली शीर जर उडत असेल तर, मी तर तरुण आहे, माझा बॅलन्स त्याच क्षणी जाणं हे स्वाभाविक समजलं जाईल; पण एका गोष्टीने मला सावरलेलं आहे."

मी म्हटले, "सांगून टाक."

तो गमतीने म्हणाला, "तुम्ही कथा-कथनकार आणि मी तुम्हाला गोष्ट सांगायची?"

मी म्हणालो, "जे रुजलेलं असतं ते प्रकट व्हायलाच हवं, कारण त्यात काही

ना काही शक्ती असल्याशिवाय ते रुजत नाही आणि रुजलं तरी आचरणात येत नाही. शेवटी किती ऐकलं यापेक्षा आचरणात किती उतरलं यालाच महत्त्व नाही का?''

हेमंतला अमाप उत्साह आला. तो म्हणाला, ''बापू, ही गोष्ट मी ऐकलेली आहे. ती कितपत खरी, कितपत खोटी हे मला माहीत नाही, पण ती मनात ठसली एवढं मात्र नक्की.''

मी हेमंतला म्हणालो, ''तत्त्व आणि मानवी मूल्यं हीच बाब महत्त्वाची आहे. इसापनीती म्हटल्यावर 'लांडगा बोलेलच कसा?' हा प्रश्न विचारायचा नसतो. तो जे सांगतो त्याने आयुष्य सोपं केलं तर ती आकाशवाणीच. मथितार्थ महत्त्वाचा. सगळ्याच गोष्टींकडे तर्क आणि संशयाने पाहायचं नसतं. हेतू आणि मर्म जाणून घेण्याची वृत्ती हवी.''

हेमंत आनंदून सांगायला लागला, ''गौतम बुद्धाच्या जीवनातील कहाणी आहे. गौतम बुद्ध एकदा एका गावात गेले. गावकरी जमा झाले. त्यांनी बुद्धांभोवती कडं केलं आणि अपशब्दांचा भडिमार सुरू केला. अपशब्दांवरून गोष्टी शिव्यागाळीवर आल्या. सुमारे दहा ते पंधरा मिनिटं गावकरी शिव्या देत होते आणि बुद्ध शांतपणे त्या ऐकून घेत होते. शिव्या देऊन देऊन गावकरी गप्प बसले. बुद्ध म्हणाले, 'तुमच्या गप्पागोष्टी संपल्या असतील, तर तसं सांगा. अजून काही गप्पा राहिल्या असतील तर परतीच्या वाटेवर मी ह्याच गावातून जाईन, तेव्हा बोलू.'

तेव्हा एकजण पुढे आला आणि आश्चर्याने म्हणाला, 'या गावकऱ्यांनी तुमच्यावर शिव्यांचा एवढा भडिमार केला आणि तुम्ही याला गप्पागोष्टी म्हणता?'

यावर गौतम बुद्ध त्या माणसाकडे बघून हसत म्हणाले, 'या अगोदर ज्या गावात मी गेलो होतो त्या गावातल्या लोकांनी माझ्यासाठी फुलांच्या माळा, गुच्छ, फळफळावळ, सोनं-नाणं, दागदागिने ह्यांचा नजराणा केला. मी त्यांना सांगितलं, मी संन्यासी आहे. या सगळ्या गोष्टींचा मी कधीच त्याग केलाय.' गावकरी खिन्न झाले. म्हणाले, 'आम्ही आता या वस्तूंचं काय करायचं?' मी त्यांना सांगितलं ह्या वस्तू तुम्ही आपापसांत वाटून घ्या. ज्याप्रमाणे मी त्या वस्तूंचा स्वीकार केला नाही, त्याप्रमाणे मी या शिव्याही घेतल्या नाहीत. तेव्हा या तुम्ही आपापसांत वाटून घ्या.'

इतकं सांगून बुद्ध शांतपणे त्या गावातून निघून गेले.''

हेमंतची कथा संपली. मी त्याच्याकडे पाहत राहिलो. मनात एकच विचार आला, माणसाचं वय, त्याची समजशक्ती आणि आचरण यांचा एकमेकांशी

काहीही संबंध नसतो.

निरोप घेता घेता हेमंत म्हणाला, ''कुणी डायरेक्ट शिवी दिली तर आपल्याला आजही ती सहन होणार नाही. प्रत्यक्ष शिव्यांपर्यंत जाण्याची गोष्ट सोडूनच द्या, पण एखाद्या प्रसंगी एखादी व्यक्ती इतरांना विचित्र वाटेल असं का वागते, ह्या मागची कारणपरंपरा आपण समजून घेत नाही. अनेक माणसं परस्पर एकमेकांत आपल्याबद्दल काहीही बोलतात, कंड्या पिकवतात. कधी ना कधी ते आपल्यापर्यंत पोहोचेल अशी व्यवस्थाही करतात. इकडचं तिकडे करण्यात धन्यता मानणारी असंख्य रिकामटेकडी माणसं हाताशी असतात. तोच त्यांचा जीवनातला आनंद असतो आणि हीच वेळ आपण शांत राहण्याची असते. ज्याच्याजवळ जे देण्यासारखं असतं तेच तो दुसऱ्याला देतो. ते न स्वीकारणं म्हणजेच जीवन जगण्याची कला.''

○

२२

भरपूर गप्पा मारण्याच्या इराद्याने आलेला अरुण, पाच मिनिटांनीच कासावीस झाला. त्याने प्रथम खिसे तपासले. ब्रीफकेस उलटीसुलटी केली, मग तो उठला.

''पाच मिनिटांत आलोच.''

''सिगारेटचं पाकीट संपलंय.''

''तू सोडली होतीस ना?''

''सोडली होती, मग काही दिवस जवळ पाकीट बाळगायचं नाही, असं ठरवलं. प्रमाणात स्मोकिंग राहावं म्हणून, पण मग जास्त पंचाईत व्हायला लागली. मग अर्धंच पाकीट जवळ ठेवायचं ठरवलं आणि पुन्हा संपूर्ण पाकिटावर आलो. हे असं आहे.''

''ओढल्यावर काय वाटतं रे?''

''खरं सांगू? ओढली तर खरं काहीच वाटत नाही, पण ओढली नाही तर उगीचच बेचैनी येते.''

''बाबा रे, सगळ्या व्यसनांचं हे असंच होतं. kick goes- habit remains.''

अरुण म्हणाला, ''एक प्रकारची गुलामीच, पण तरीही आपला बुद्धिभेद करणारी मंडळी आसपास वावरत असतात. ती इतकं बेमालूम समर्थन करतात की आपण पुन्हा मूळ पदावर येतो.''

मी म्हणालो, ''अरुण, असं नाहीये. माणसाचं मन फार चलाख असतं. सल्ला मागण्याकरता ते सतत माणसं हेरत असतं आणि त्यातला जो सल्ला स्वत:ला सोईस्कर वाटेल, तोच स्वीकारते, त्यात स्वत:च्या स्वार्थाची भर घालून त्याचं तत्त्वज्ञान बनवतं आणि स्वीकारलेल्या व्यसनासकट आहे तिथंच राहतं. त्याशिवाय कोणत्या मान्यवर व्यक्तीने मला हे सांगितलं त्याचंही कौतुक करतं.''

"म्हणजे काय?"

एका जुन्या वचनाची आठवण होऊन मी अरुणला म्हणालो, "लोकमान्य टिळक सतत सुपारी खात असत. त्यांच्याजवळ त्यांचा अडकित्ता असे. इतरांनी त्यांचा कित्ता गिरविण्याऐवजी अडकित्ता उचलला आणि स्वत: सुपारी खाताना बेधडक म्हणत असत, 'त्यात काय? टिळक पण सुपारी खात होते.' मोठ्या माणसांच्या मोठेपणाची बरोबरी करता आली नाही की त्यांच्या छोट्या सवयीचं भांडवल करायचं."

अरुण म्हणाला, "सिगारेटचं व्यसन सुटत नाही, मी त्याच्या अधीन झालो आहे असं मी आपल्या डॉक्टर पंतवैद्यांना म्हणालो. पंतवैद्य पटकन म्हणाले, 'छे, छे, छे, तुझा चुकीचा समज आहे, तू सिगारेटचा गुलाम नाहीस, तू तिचा मालक आहेस. मनात येईल तेव्हा सिगारेटनं तुझं मन रिझवलंच पाहिजे.' झालं, मुळात आम्ही कारणच शोधत होतो. पंतवैद्यांच्या विधानाने त्याला राजमान्यताच मिळाली. आता सिगारेट ओढताना ती माझी गुलाम आहे या भावनेनेच मी तिचा स्वाद घेतो. तुझे ओशो यावर काय म्हणतात सांग."

मी अरुणकडे गंभीरपणे पाहात विचारलं, "गेली आठ वर्षं मी त्यांच्या वाङ्मयाचा अभ्यास करतो आहे. काहींना तो चेष्टेचा विषय वाटतो. काही त्यांचे विचार गंमत म्हणून ऐकून सोडून देतात, पण जीवनातलं एकही अंग किंवा विषय ओशोंनी वगळलेला नाही. ते म्हणतात, 'जाग आल्याबरोबर कुणाला जपाची माळ लागते तर कुणाला सिगारेट. धूर आत घेणं आणि बाहेर सोडणं ही सुद्धा सूक्ष्म जपमाळच झाली. मी सिगारेट सोडा असंही म्हणत नाही आणि जप करू नका असंही म्हणत नाही. मी सांगतो, सिगारेट ही वाईट नाही, जपमाळही वाईट नाही. घातक आहे ती 'आदत.' तुम्ही आदत सोडा. त्या क्षणी मुक्त व्हाल.' "

अरुण क्षणभर गप्प राहिला, गंभीर झाला. याचा अर्थ त्याला रजनीशांचा विचार पटला असावा, पण बुद्धीला पटलेल्या अनेक गोष्टींचा स्वीकार मनाने करावा लागतो. मन आणि बुद्धी ह्यांत सतत माणसाची रस्सीखेच चालू असते आणि ही अवस्था केवळ व्यसनांच्याच बाबतीत असते असे नाही. जिवाभावाचा एखादा मित्र येतो आणि फट्कन पाच हजार रुपये उसने मागतो. द्यावेत की देऊ नयेत? दिले तर बुडले असे समजायचे की ठरावीक कालावधी संपल्यावर परतफेडीसाठी तगादा लावायचा?

मला एक जुनी घटना आठवली. मला नुकतीच नोकरी लागली होती. दोनशे वीस रुपये पगार हातात यायचा. फिल्म इंडस्ट्रीमधल्या एका माणसाची एके दिवशी संध्याकाळी ओळख झाली, तीसुद्धा मध्यस्थाकडून. 'हे अमुक अमुक

आणि हे वपु काळे' अशा स्वरूपाची आणि दुसऱ्याच दिवशी सकाळी हे सद्गृहस्थ माझ्याकडे पंचवीस रुपये उसने मागायला आले. दोनशे वीस पगार असताना, पंचवीस रुपये ही रक्कम, फार मोठी वाटली. मी वडिलांचा सल्ला घेतला. तो सल्ला नसून उभ्या आयुष्याचा उपदेश ठरला. वडिलांनी मला सांगितले, 'जो त्याग केल्यामुळे त्याची आठवणही मागे राहात नाही, मग रुखरुख तर दूरच; तेवढीच आपली शक्ती समजावी.'

अरुणने मला विचारलं, ''खरोखरच एखादं व्यसन सोडायचं म्हटल्यावर ते सुटतं का? मला तू, 'मनच बळकट हवं' असं काही सांगू नकोस. मन कुमकुवत असतं त्यांनाच हे प्रश्न पडतात. कोणत्याही गुरूकडे गेलं म्हणजे ते प्रथम 'मन शांत ठेवा' असा उपदेश करतात. अशा सगळ्या महात्म्यांना एकच प्रश्न विचारावासा वाटतो, 'मन शांत ठेवायची कला अवगत असती तर तुमच्याकडे आलो असतो का?' ''

मी अरुणला सांगितलं, ''आता तुला मी जो किस्सा सांगणार आहे तो ओशोंच्याच कॅसेटमधला आहे. खूप जुन्या काळातील कथा आहे. आधुनिक यंत्रसामग्री त्या काळात उपलब्ध नव्हती. सागरी वाहतूक पडावातून किंवा मोठमोठ्या जहाजांतून होत असे. ही जहाजे शिडाची असत. वाऱ्याच्या लहरीवर त्यांचा प्रवास व्हायचा. एका गावाहून दुसऱ्या गावाला जाण्यास महिना-महिना लागायचा. असंच एक जहाज दिशा चुकल्यामुळे नको त्या बंदराला लागलं. त्या बंदरावर मनुष्यवस्ती नव्हती. पंचवीस ते तीस नावाड्यांपैकी किमान दहा ते पंधरा लोकांना धूम्रपानाचं व्यसन होतं. अन्नसामग्री संपत आली या जाणिवेपेक्षाही सिगारेट्स संपत आल्या ह्याची त्यांना जास्त चिंता होती. एक दिवस सगळा स्टॉक संपला, मग त्यांनी नांगरलेल्या बोटीच्या कुजलेल्या दोऱ्या कापून त्या ओढायला सुरुवात केली. कप्तानाने सांगितलं, 'या गोष्टीला तुम्ही जर आळा घातला नाहीत तर आपण मायदेशीसुद्धा परत जाऊ शकणार नाही.' ही हकिकत कुठेतरी छापून आली आणि लंडनमधल्या एका बड्या घरच्या माणसाने ती वाचली. ही हकिकत वाचत असताना त्याच्या स्वतःच्या हातातही सिगारेट होती. हकिकत वाचली आणि तो थरकला. त्याच्या मनात विचार आला की त्या जहाजावरच्या अनेक खलाशांपैकी आपण स्वतः जर एक असतो तर आपणही त्या कुजलेल्या दोऱ्या सिगारेटसारख्या ओढल्या असत्या. त्या क्षणी अर्धवट जळत आलेली सिगारेट त्याने विझवली आणि ॲश-ट्रेवर तशीच आडवी ठेवून दिली. बावीस वर्षं ती अर्धी जळलेली सिगारेट त्या ॲश-ट्रेवर त्याच अवस्थेमध्ये पडून राहिली. येणाऱ्या जाणाऱ्या माणसांना कुतूहल वाटून ते चौकशी करत असत आणि तो गृहस्थ ती जहाजावरची कहाणी

सांगत असे.

'माझ्यावरसुद्धा तशी पाळी येऊ शकते.' असे मनाशी म्हणत ती सिगारेट त्याने बावीस वर्षं उचलली नाही.''

अरुण पाच मिनिटे स्तब्ध बसला. त्याला ते सगळे पटले होते, तरीही त्याचा चेहरा इतका केविलवाणा झालेला होता की मीच त्याला म्हणालो, ''अरुण, तू जा आणि सिगारेट घेऊन ये.''

त्याला केवळ माझाच मॉरल सपोर्ट हवा होता, कारण दुसऱ्या क्षणी तो दरवाजा उघडून बाहेर पडला.

◯

२३

आख्ख्या विश्वात जेवढी लोकसंख्या आहे, त्या लोकसंख्येतली प्रत्येक व्यक्ती आयुष्यात एकदा तरी 'योग लागतात' हे शब्द उच्चारल्याशिवाय आयुष्य संपवू शकणार नाही. फार कशाला? यशस्वी ठरलेल्या माणसांपैकी अनेकांच्या यशाचं रहस्य 'योग होते म्हणून' या तीन शब्दांत मावतं. 'योगायोगाने गाठ पडली' असं तर आपण कितीतरी वेळा म्हणतो.

माणसांवर लिहिता-लिहिता मी योगायोगांवर लिहिणार आहे का? असा प्रश्न वाचणाऱ्यांना पडेल. तो हेतू नक्कीच नाही, पण माणसाचं आयुष्य जसं माणसांशिवाय पुरं होऊ शकत नाही, तसंच योगायोगाशिवायसुद्धा नाही. 'मरण कल्पनेशी थांबे तर्क जाणत्यांचा' असं गदिमा लिहून गेले, तरीसुद्धा संपूर्ण आयुष्यात, तर्काला खीळ बसण्यासाठी मरणाचीच कल्पना आवश्यक आहे, असं नाही.

दैनंदिन जीवन समृद्ध, परिपूर्ण किंवा चटके देणारंही होण्यासाठी जशी माणसं कारणीभूत असतात तसेच योगायोगही. ह्या निवेदनातून मला काय सांगायचं आहे? हा प्रश्न विचारू नका. 'आम्ही यातून काय घ्यायचं?' — असा प्रश्न विचारलात तर आमच्याही आयुष्यात अशीच घटना घडली होती एवढंच तुम्ही आठवायचं, इतकंच मला सांगायचं आहे.

संजीवनीचा मला फोन आला आणि तिने मला विचारलं 'घरी आहेस का? असलास तर मी अर्धा-पाऊण तास गप्पागोष्टी करायला येणार आहे.' मी 'हो' म्हणून फोन ठेवून दिला.

इथून पुढेच, काही वेगळं घडणार आहे, याची आम्हा उभयतांना कल्पना नव्हती. 'योगायोग' ह्या विषयावर खरोखरच लिहायचं नाहीये, कारण अनेकांच्या आयुष्यात मोजता येणार नाहीत एवढे योगायोग घडतात, पण त्याचाही मानवी जीवनाशी आणि स्वभावाशी निकटचा संबंध आहे, असं माझं

मत आहे. अनेक नालायक लोकांना नोकऱ्या मिळतात ते, हवा तो माणूस, त्या क्षणी उपलब्ध होत नाही म्हणून. अनेक कलावंत, गायकांसहित, नावारूपाला येतात ते त्या काळापुरतं त्यांना मागे सारील असा कलावंत नसतो म्हणून, किंवा असला तरी नशिबाचा एक टक्का कमी पडतो. त्याला संधी मिळत नाही. हे विधान शास्त्रीय संगीताचा वर्षानुवर्षे अभ्यास करणाऱ्यांना लागू नाही. अत्यंत श्रेष्ठ पदावर चढलेल्या ध्रुव ताऱ्यासारखं अढळपद मिळविणाऱ्या कलावंतांनीही इतर गुणी कलावंतांची गळचेपी केलेली आहे. योग्यता नसताना ज्या सर्वसाधारण माणसांना, बलवत्तर योगामुळेच यश मिळतं, तेव्हा ते जेवढं दहा दिशांना पसरतं त्याच्या कितीतरी पट अधिक ते त्यांच्या डोक्यात जातं, हे चित्र पाहिल्यावर योगायोगांचा आणि माणसांचा संबंध नाही हे कसं म्हणता येईल?

याच विचारात असताना बेल वाजली. फोनप्रमाणे संजीवनीच आली होती. इकडच्या तिकडच्या मामुली गप्पा झाल्या. आज बोलताना, ती हातातल्या अंगठीशी सतत चाळा करीत होती.

मी विचारलं, "तुझ्या अंगठीला काय झालंय?"

"अरे, त्याचा खडा जरा सैल झालाय. पुष्कराजचा भारी खडा आहे, तो पडण्यापूर्वी नीट बसवून घ्यायचाय. मीच आळस करतेय."

मी म्हणालो, "आता चल, स्कूटरवरून जाऊ, दहा मिनिटांचं काम."

"राहूदे. तसं ते लगेच काही व्हायचं नाही."

गप्पा संपल्यावर आम्ही निघालो. नेहमीप्रमाणे प्रथम वाण्याच्या दुकानात, नंतर भाजीवाल्याच्या दुकानात गेलो. तिच्या चिकित्सक स्वभावाप्रमाणे तिने समोर दिसणारे कांदे, बटाटे बाजूला सरकवून एकेक बटाटा निरखून घेतला. त्याच पद्धतीने कांद्यांची तपासणी झाली. संजीवनीने एखादी वस्तू पसंत केली, की मी मनातल्या मनात म्हणतो, ISI चा शिक्का बसला. तिच्या स्वभावाला मी 'चिकित्सक समूह' असं नाव दिलं आहे. माझ्या आत्तापर्यंतच्या आठवणीत, एका यात्रा सहलीबरोबर जाताना ती फक्त 'ह्या विमानापेक्षा ते विमान बरं आहे' असं म्हणाली नाही. माझ्या उधळ्या वृत्तीवर आणि मनस्वी जगण्यावर ती टीका करते. तिच्या चिकित्सेबद्दल मी जरी तिच्या भरपूर फिरक्या घेत असलो तरी संसार कसा करावा, घरामध्ये स्वयंपाकासाठी असेल त्या वस्तूंत कसं भागवावं? ती वस्तू आहे त्यापेक्षा जास्त चवदार कशी बनवावी? — हे तिच्याकडून शिकावं! कोणत्या पदार्थात ती काय मिसळेल हा संशोधनाचा विषय ठरला, तरीही समोर आलेली डिश लाजवाब असते. त्या पदार्थांची रेसीपी विचारली तर क्षणभर गुंगीच येते. मी तिला यावरही एकदा म्हणालो

होतो, "उद्या तू मला खोबऱ्याच्या वड्या म्हणून थर्मोकोलसुद्धा खायला घालशील."

मी तिला तिच्या घरापर्यंत सोडले. मी घरापर्यंत सोडणार आहे असं समजलं की घरातल्या संपलेल्या एकूणएक गोष्टींची तिला आठवण होते. माझ्या कायनेटिकचा ती टू व्हीलर टेंपो करते. मनातून मी वैतागलेला असतो, पण नोकरी आणि घर ह्या दोन्ही फ्रंट्सवर ती गेली अनेक वर्षं एकट्यानेच झगडा देत आहे हे माहीत असल्यामुळे अशा माणसाची, संसारात किती जीवघेणी लावतोड होते हे मी पाहात आलो आहे. कधी कधी वाटतं, केवळ तिच्यासाठी कायनेटिकला साईडकार बसवून घ्यावी.

तिच्या घराजवळच पोस्ट ऑफिस आहे, म्हणून मी लिहिलेली काही पत्रं पोस्टात टाकायचं कामही त्यात भर म्हणून मी सांगितलं होतं. तिने पोस्टात पत्रं टाकली. मी तिला घरापाशी सोडलं आणि परस्पर एका मित्राकडे गेलो. मित्राच्या घरातलं वातावरण फार वेगळंच होतं; त्याने स्वागत नेहमीसारखंच केलं; पण मला आतूनच आपण घरी जावं, असं वाटायला लागलं. मी घरी आलो, पाहतो तो माझ्या घरी स्वयंपाकाला येणारी शारदा दाराबाहेर उभी होती.

"काय ग बाई, काय झालं?"

"बाबा, तुम्ही गेल्यावर त्या बाईंचा फोन आला होता, त्यांचा अंगठीतला खडा पडला. तो त्यांनी मला शोधायला सांगितला. मी सगळ्या घराचा केर काढला. खडा मिळाला नाही. त्या बाईंनी मला सोसायटीच्या फाटकापर्यंत खडा कुठे पडलाय का?—हे बघायला सांगितलं. जिन्याची पायरी न् पायरी बघ, असंही म्हणाल्या. त्या नादात दरवाजा बंद झाला आणि मी बाहेर अडकले. तुम्ही आला नसतात तर मी काय केलं असतं?"

मित्राच्या घरी, मला बसावसं न वाटणं, हाही योग समजायचा का?

संजीवनी तिकडे पुन्हा पोस्टात गेली, तिने पेटी उघडण्याची वेळ विचारली. त्यात आपला तीन-चार हजार रुपयांचा अंगठीचा खडा पडला असण्याची शक्यता पोस्टमास्तरना सांगितली. पोस्टातल्या लोकांनी छापील सरकारी उत्तर दिले, "उद्या सकाळी पेटी उघडू तेव्हा या."

संजीवनीचं समाधान झालं नाही. ती दोन किलोमीटर चालत चालत व रस्त्यातून खडा शोधत माझ्या घरी आली. आम्ही दोघं मग वाण्याच्या दुकानात आणि नंतर भाजीवाल्याकडे गेलो. कांदे-बटाट्यांच्या टोपल्या तिने पुन्हा उलट्या-सुलट्या करायला लावल्या- त्यात खडा नव्हता. आता मात्र तो नक्की गेला, असं म्हणत आम्ही दोनच पावलं टाकली आणि आश्चर्याचा धक्का बसला. समोरच खाली एका बारीक खड्ड्यात फळीमागे पुष्कराज हसत होता.

तो जणू सांगत होता, मी कायम तुझाच आहे. तुला सोडलं तर मला अस्तित्व नाही.

या सर्व प्रसंगाला फक्त 'नशिबी होतं म्हणून' या स्पष्टीकरणाशिवाय अन्य शब्द नाहीत. अशाही घटना आयुष्यात घडाव्या लागता, म्हणजे माणसं त्यामुळे नम्र होतात. जीवनात यशस्वी ठरण्याकरिता जितकी माणसं योगायोगाने भेटली त्या सगळ्यांसमोर नतमस्तक होतात. ध्यानी-मनी नसलेली एखादी व्यक्ती, कुणाकडे तरी शब्द टाकते आणि काहींना नोकऱ्या मिळतात. इथपासून आयुष्यातली अनेक छोटी-मोठी कामंही योगायोगानेच होतात. माझ्याकडे कुणी सही मागितली, की ती मंडळी सहीबरोबरच संदेशही मागतात. मी अशा माणसांना, 'संदेश देण्याचा अधिकार फक्त दिल्लीला आहे' असं सांगून कटवतो. फारच कुणी खनपटीला बसलं तर माझे लाडकं वाक्य लिहून देतो—
''भूतकाळातल्या आनंद देणाऱ्या स्थळांसमोर, घटनांसमोर, व्यक्तींसमोर जो कृतज्ञभावनेने नतमस्तक होतो त्यालाच मी माणुसकी समजतो.''

आणि हे घडायला योगच लागतात.

पुष्कराजचा खडा विकत घेताना, संजीवनीला जो आनंद झाला असेल तो नक्कीच अवर्णनीय होता. स्वकष्टार्जित प्राप्तीतून आवडीच्या वस्तू घेताना होणारा आनंद निखळ असतो, पण आज त्या पुष्कराज खड्याची खरी किंमत किती हे कोण सांगेल?

२४

आमचा गोपाळ जोशी गेला. तो हयात असताना ज्याच्याबद्दल भरभरून लिहावं अशी एक असामी. मला स्वत:ला मृत्युलेख लिहायला आवडत नाही. एखादी व्यक्ती जगाचा निरोप घेऊन जाते. आपण त्याच्यासाठी मनसोक्त केलेला अश्रुपात त्याच्यापर्यंत पोहोचत नाही. आपल्या दु:खाची तीव्रता त्यांना समजत नाही, म्हणूनच अशा अनेक आवडणाऱ्या व्यक्ती विद्यमान आहेत तोपर्यंत त्यांच्यावर लिहावंसं वाटतं.

गोपाळ जोशींबद्दल अगोदर मी का लिहिलं नाही? एकच कारण, तो अचानक जाईल हे माहीत नव्हतं. मी प्रारंभ केला होता, पण ह्या ना त्या कारणाने ती पानं तशीच पडून राहिली. गेली पंधरा वर्षं ती पानं माझ्या संग्रही आहेत. ती पानं पिवळी पडून जरी पिकलेली असली तरी गोपाळच्या आठवणी हिरव्या, टवटवीत आहेत. आजदेखील अशा अनेक विद्यमान व्यक्तींची यादी माझ्या मनात आहे. त्यांच्या हयातीत त्यांच्याबद्दल लिहिणं यात केवळ माझ्या आदराला वाट करून देणं एवढंच नसून त्यांनी त्यांच्या आयुष्यात जी उंची गाठली आहे, त्या आयुष्याला ते कृतज्ञतेचं अर्घ्य असतं.

आज अशी कितीतरी नावं समोर आहेत. अगदी पटकन आठवलं ते नाव 'काकनूरकर.' एकोणीसशे एकोणपन्नास सालापासून या व्यक्तीची आणि माझी आजतागायत भेट नाही. ही बाई माझी भावे स्कूलची क्लासमेट. अनेक वर्षं खऱ्या अर्थाने सामाजिक कार्य करणारी एक व्यक्ती. हिची माझी भेट नाही; पण गोपाळची गोष्ट वेगळी होती. गोपाळप्रमाणेच, ज्यांच्याबद्दल भरपूर लिहावं असं वाटूनही लिहायचं राहून गेलंय, त्या यादीत सुरेशचंद्र नाडकर्णी, गजानन वाटवे, शांता शेळके, डी. एस. हायस्कूलचे दादा कुलकर्णी, ऋषितुल्य डॉ. सरदेसाई, व्ही. डी. देसाई अशी केवढी तरी यादी आहे. ह्या यादीत जशी लौकिकप्राप्त मंडळी आहेत. त्याचप्रमाणे पराकाष्ठेची जीवनमूल्यं संभाळणारी,

अप्रकाशित माणसंही आहेत.
गोखले रोडला 'आराम' नावाची इमारत आहे. मध्ये मोठा चौक आहे. त्या चौकातून पलीकडे गेलं म्हणजे 'आश्रम' या नावाची इमारत लागते. आमचा गोपाळ तिथे पहिल्या मजल्यावर राहत असे. अंधारातदेखील फक्त त्याच्याच दरवाजाची कडी लखलखीत दिसायची. गोपाळ स्वत: आठ-आठ दिवसांनी त्याला पॉलिश करीत असे. इतर बिऱ्हाडांतल्या कड्या लोखंडाच्या वाटतात.
ऑफिसच्या कामानिमित्त मी टाटा कॅन्सर हॉस्पिटलसमोरील के.ई.एम. हॉस्पिटलच्या कॉन्व्हलेसण्ट होममध्ये जात असे. ओ.टी.पी.टी.च्या डिपार्टमेंटमध्ये तो फिजिओथेरपिस्ट होता. तिथल्या कॉरिडॉरमध्ये ही बिल्डिंग स्वत:च्या मालकीची असावी अशा रुबाबात तो चालत असे. गोरापान, डोळ्यांना चष्मा, विरळ केस; पण चेहऱ्यावर प्रचंड आत्मविश्वास, पांढरे स्वच्छ कपडे आणि लक्ष वेधून घेतील असे चकचकीत काळे पॉलिश केलेले बूट.
पहिल्या दोन-चार भेटींत मी त्याला नुसतं पाहिलं. प्रथम नक्की कधी बोललो आठवत नाही, पण ओळख झाल्याबरोबर, " 'ही वाट एकटीची' या कादंबरीत खणखणीत व्यक्तिमत्त्वाची 'बाबी' लिहिणारे तुम्हीच का?" हा प्रश्न त्यांनी मला विचारला. वयातले अंतर विसरून त्यांनी मला सरळ 'गोपाळ' म्हणून हाक मार असं सांगितलं. मी 'हो' म्हणालो. त्याच दिवशी संध्याकाळी त्यानं मला घरी येण्याचं आमंत्रण दिलं.
मी आणि वसुंधरा रात्री त्याच्या घरी गेलो. एक खोली आणि स्वयंपाकघर एवढीच जागा. बाहेरच्या खोलीत प्रशस्त डबलबेड. त्यावरील चादरीला एकही सुरकुती नव्हती. पलंगासकट बाकीचं फर्निचर कालच पॉलिश करून आणल्याप्रमाणं चकचकीत. खोलीत धुळीचा कण नाही. जशी बाहेरची खोली तसंच स्वयंपाकघर. एका ट्रेमध्ये त्यानं चार ग्लासेस आणले. ते साधेसुधे नव्हते. कट्ग्लासचे महागडे ग्लासेस. आपल्या हातून हा ग्लास चुकून पडला तर चाळीस-पन्नास रुपयांना फटका. एकोणीसशे सत्तर साली त्याची ही किंमत असावी हा माझा अंदाज. त्याने कपाटातून स्कॉच काढली. तशाच आकर्षक बशांमध्ये खारे काजू आणले. चीजचे तुकडे आणले. ते क्राफ्ट चीज होतं.
"तू घेतोस ना?" त्यानं विचारलं.
चोवीस वर्षांपूर्वी मी घेत होतो, पण सहसा एक पेगच्या वर नाही. आपण ड्रिंक एन्जॉय करावं, ड्रिंकने आपल्याला एन्जॉय करू नये ही माझी ठाम भूमिका होती. केवळ ड्रिंक्सच्याच बाबतीत नव्हे तर कोणत्याही सुखाच्या क्षणी आपण होशमध्ये असणं यातच त्या क्षणाची अपूर्वाई आहे, असे मी आजही मानतो. ड्रिंक्स सोडून मला दहा वर्षं झाली. मी गेल्या दहा वर्षांत एका थेंबालाही स्पर्श

केला नाही, पण ड्रिंक्स म्हटले की, गोपाळच आठवतो. इतर अनेक पार्ट्यांचं विस्मरण होतं. त्याचं प्रमुख कारण गोपाळची डिसेन्सी आणि त्यापाठोपाठची शिस्त. दुसरा पेग झाला रे झाला म्हणजे पाहुण्यांच्या देखतच तो ग्लासेस धुवायला लागायचा. टर्किश टॉवेलने स्वच्छ पुसायचा आणि शोकेसमध्ये पुन्हा मांडून ठेवायचा.

गोपाळ डौलात सांगत असे, ''मी घेतो तेव्हा फक्त स्कॉच घेतो. काजूची तहान साध्या शेंगदाण्यांवर भागवत नाही. तशी वेळ आली तर ड्रिंक्स सोडीन.''

पुष्कळदा बोलता बोलता पांढरास्वच्छ इस्त्री केलेला लेहेंगा तो गुडघ्यापर्यंत वर करायचा. 'माझे काफमसल्स बघ' म्हणायचा.

पहिल्या वेळेला मी ते नुसते पाहिले. तो म्हणाला, ''नुसता काय पाहतोस लेका, बुक्क्या मार बुक्क्या!''

मी त्याप्रमाणे बुक्क्या मारल्या. टेबलाच्या पायावर बुक्क्या माराव्यात तसं मला वाटलं. तो हसून म्हणाला, ''आता माझं वय विचार.''

आणि तोच म्हणाला,

''आय ॲम फिफ्टी थ्री. शरीर असं हवं. आमच्या डिपार्टमेंटला फिजिओथेरपी कोर्ससाठी पोरं येतात. मी पहिल्यांदा त्यांचे दंड दाबून पाहतो आणि त्यांना बजावतो, लुळ्यापांगळ्या पेशंट्सना तुमच्याकडे पाहिल्यानंतर हा माणूस आपल्याला सावरू शकेल, असा विश्वास त्यांना कसा वाटेल?''

अशाच एका बैठकीत त्यानं मला 'काही घेणार का?' असं विचारलं, मी 'नाही' म्हटलं. खूपदा स्कॉचची कोरी बाटली आणली की त्याचं आमंत्रण यायचं. मी जाऊ शकत नसे.

एकदा मला तो म्हणाला, ''मला असाच एक विनोदी लेखन करणारा लेखक भेटला. त्याच्या लेखनाची मी तारीफ केली, गप्पा मारत मारत आम्ही घरी आलो. ड्रिंक्स घेतली. त्या दिवसापासून संध्याकाळी नियमाने मी दोन पेग्ज घेतो हे समजल्यावर तो आमंत्रण न करता त्याच वेळी माझ्या घरी यायला लागला. एके दिवशी मी त्याला मुद्दाम विचारले, 'कॉफी घेणार का?'' त्यावर तो हॅऽऽहॅ हसत म्हणाला, 'यावेळी आपण काय पितो हे तुम्हाला माहीत आहे!' त्या लेखकाला मी स्पष्टपणे 'उद्यापासून तुम्ही येऊ नका' म्हणून सांगितलं.''

जीवनाकडे बघण्याचा त्याचा दृष्टिकोन अत्यंत सकस होता. अमाप कष्ट करावेत, भरपूर पैसा मिळवावा आणि अभिरुचिसंपन्नतेनं खर्च करावा.

स्वच्छतेचं त्याला ऑबसेशन होतं. कायम हातात फडकं घेऊन तो गप्पा मारता मारतासुद्धा एकीकडे फर्निचर पुसत राहायचा. तो म्हणायचा, आपण मेल्यानंतर आपल्यासाठी तीन दिवससुद्धा कुणी रडणार नाही. तेव्हा समाजाला जास्ती

महत्त्व द्यायचे नाही. मी तर सामान्य माणूस. डॉ. ढोलकियाने मला हाताशी धरले आणि मला सांगितले की "तुझ्या डोक्यात काही नाहीये, पण दंडात भरपूर आहे. फॉरिनला जा आणि फिजिओथेरपी शिकून ये."

त्या काळात गोपाळ खरोखरच एका बोटीवर कोळसे भरायच्या कामाला लागला आणि परदेशातून शिक्षण घेऊन परत आला. के.ई.एम. हॉस्पिटलमध्ये नोकरीला लागला. तेव्हापासून तो जे आयुष्य जगला ते एखाद्या ब्रिटिश ऑफिसरप्रमाणे. गोपाळचा एक लांबचा भाऊ भिक्षुकी करत असे. त्याच्या शरीराकडे पाहून गोपाळने त्याला खडसावले, "तू सुंदर सुंदर नटलेल्या, शालू-शेले नेसलेल्या बायकांनी घेरलेला असतोस. सोवळं नेसतोस. वर उघडा असतोस. तुझं शरीर बुलंद दिसलं पाहिजे. त्या बायकांना तुझ्या शरीरसौष्ठवाचा हेवा वाटला पाहिजे. मरतुकड्या गुरुजींकडे कोण पाहतो?"

गोपाळ एवढं बोलूनच थांबला नाही. त्यानं भावासाठी स्वखर्चानं बदाम-काजूचा खुराक चालू केला. काळ कोणताही असो. त्या काळातही बदाम वगैरेसारख्या वस्तू निव्वळ नोकरी करणाऱ्या माणसाला कधीच परवडणाऱ्या नव्हत्या. मनाने सरळ, भाषा गावरान, रांगडी, पण आयुष्यातला सच्चेपणा बंद्या नाण्याप्रमाणे वाजवून घ्यावा इतका खणखणीत असल्यामुळे त्याच्या रांगड्या शिव्या ऐकणं परवडत होतं, झेपत होतं, पण मी ते लिहिणं शक्य नाही. तो रुबाबात त्याचं गोदरेजचं कपाट उघडून दाखवायचा, हँगरला बायकोच्या साड्या टांगलेल्या असायच्या. वसुंधरा आणि मी एकदम गेलो की एखाद्या दुकानातल्या सेल्समनप्रमाणं तो साड्या वसुंधरेसमोर टाकत असे. ६८-६९ सालातही त्यातली एकही साडी पाचशे रुपयांपेक्षा कमी किमतीची नसायची. आमची वहिनी साधीभोळी. गोपाळची अपेक्षा बायको भाजी आणायला निघाली तरी तिने अशा साडीत जावे.

वहिनी वसुंधरेला काकुळतीने म्हणायच्या, "हे शक्य आहे का हो?"

गोपाळ चेव येऊन म्हणायचा, "च्यायला, मिळतंय तोपर्यंत नेसून घ्या. आपण मेल्यावर चार दिवस कुणी आपल्याकरिता रडणार नाहीये."

गोपाळनं मुलांचं संगोपन साक्षेपानं केलं. एक मुलगा व एक मुलगी अमेरिकेत आहेत आणि एक नागपूरमध्ये. एकोणीसशे अठ्ठ्याहत्तर साली मी आणि वसुंधरेनं अमेरिकेत दोन्ही मुलांच्या घरचा पाहुणचार घेतला होता. असं काय लिहिणार? केव्हातरी गोपाळनं माझा परामर्श घ्यायचा ठरवलं. मी सहज संध्याकाळी त्याच्या घरी गेलो होतो. त्यानं मला समोर उभं केलं आणि म्हणाला, "तुझ्या बुटांना पॉलिश का नाही? अनेकदा हा प्रश्न तुला विचारणार होतो, पण धाडस केलं नाही. तू महाराष्ट्राचा लेखक. आपण एकत्र जेव्हा

फिरतो, तेव्हा अनेक माना तुझ्याकडं वळून बघतात. तू कायम डिसेंटच राहिलं पाहिजेस. रोज दाढी केली पाहिजेस. तुझ्या बुटाला रोज चकचकीत पॉलिश हवं. मी नगण्य, माझ्याकडं कुत्रंही वळून पाहात नाही. तू जर साध्या कपड्यात आलास तर घरात घेणार नाही.''

असं सांगणारा गोपाळ गेला! अमेरिकेला जाऊन आला. मुंबईत असतानाच गेला. त्या दिवशी मी भारीत भारी कपडे घातले. बुटांना पॉलिश केलं. घोटून घोटून दाढी केली. गोपाळच्या घरावरून चक्कर मारली, पण शेवटच्या दर्शनाला गेलो नाही. त्याचा आजारपणामुळे खरकलेला चेहरा पाहण्याची माझी मानसिक तयारी नव्हती. मला अंत्यदर्शन घ्यायचं नव्हतं. माझ्याच रुबाबदार कपड्यांकडे आणि पॉलिश केलेल्या बुटांकडे पाहात पाहात मी त्याला श्रद्धांजली वाहिली.

२५

माझ्या लेखनावर, मला स्वत:ला प्रचंड संकोच वाटेल इतकं प्रेम करणारा केशव. ज्यांना मी लेखक म्हणून प्रतिभावंत मानत आलो, ते म्हणजे दत्त रघुनाथ कवठेकर, सणसणीत कथाबीज असलेले ग. ल. ठोकळ, 'अमर भूपाळी' चित्रपटात काम करणाऱ्या गुणवतीला बाळ्या विचारतो, 'दुधाने न्हाईलीस का गं?' त्याप्रमाणे दुधानंच लेखन केलं असावं असं वाटणारे पंडित महादेवशास्त्री जोशी, त्याही सोवळ्या काळात शृंगारिक फटका हाणणारे लक्ष्मणराव सरदेसाई. यांच्यानंतर भावले ते य. गो. जोशी, वि. वि. बोकील, ना. ह. आपटे. नंतरच्या काळात अरविंद गोखले, श्री. ना. पेंडसे, विद्याधर पुंडलिक... अर्थात अशी नामावली देण्यात अर्थ नाही. काही काही लेखकांच्या काही काही कथांची यादी तर न संपणारी आहे. कोणतं लेखन श्रेष्ठ? असा प्रश्न विचारला तर जे वाचल्याबरोबर हे आपल्याला का नाही सुचलं? — असं वाटायला लावणारं कुणाचंही लेखन.

केशवचं वाचन तसं बेतास बात. तो वेळी-अवेळी यायचा. मी एखादी कल्पना जाता जाता सांगत असे. तो विलक्षण भारावून जात असे. याचं प्रमुख कारण त्याचं इतर वाचन शून्य होतं, म्हणूनच कदाचित तो मला जास्त मानत असेल. शिक्षणात तो यथातथाच. मॅट्रिकच्या उंबऱ्यालाही स्पर्श झालेला नाही, पण व्यवहारात त्यानं खोऱ्यानं पैसा ओढला. कॉम्प्युटर, इलेक्ट्रॉनिक्स, एम. डी., एम.एस., बी. ई. असल्या मुळाक्षरांत लक्ष्मी अडकत नाही. प्रसन्न होण्याकरता तिनं हेरलेली माणसं वेगळीच असतात, हे केशवकडं पाहिल्यावर समजलं. असाच एकदा तो आला. त्याच्या व्यवसायातल्या, म्हणजे लक्झरी टॅक्सीजच्या व्यवहारातल्या गमतीजमती सांगू लागला. मी त्याला त्याच्या यशाचं रहस्य विचारलं. या दुनियेशी टक्कर देण्याकरिता तो जिवावरचा खेळ खेळला होता. इतर सगळ्या टुरिस्ट कंपन्यांपेक्षा त्यानं त्याच्या टॅक्सीजचा भाव कमालीचा

स्वस्त म्हणजे आतबट्ट्याचा ठरेल असा ठेवला होता. तो मला म्हणाला, "वसंतराव, दोन वर्षं मी सपाटून मार खाल्ला. कर्जाचा 'द्रोणागिरी' उचलला आणि सगळ्या मार्केटमध्ये माझ्याशिवाय पार्टी अन्यत्र जाणार नाही अशी व्यवस्था केली आणि माझ्याशिवाय त्यांचं चालणार नाही एवढ्या अवस्थेपर्यंत मी त्यांना आणून सोडलं, मार्केट कॅप्चर केलं आणि त्यानंतरच्या वर्षात एकूण एक लॉस भरून काढला. आज त्यांची गरज आणि मी सांगीन तो आकडा अशी परिस्थिती आहे. वसंतराव, कचऱ्यासारखा पैसा गोळा केला आहे."

त्याचा दृष्टिकोन जरी पटला नाही तरीदेखील त्याचं व्यवहारातलं चातुर्य मला मान्य करावंच लागलं. आज संपूर्ण देशात याच प्रकारची लुटालूट चालू आहे, त्याहीपेक्षा महत्त्वाची गोष्ट त्यानं आपल्याला लुटलेलं नाही हा विचार जास्त महत्त्वाचा. माणूस असाच विचार करतो, त्याला मी तरी अपवाद कसा असेन?

त्याच्या पाठीवर कौतुकाची थाप मारायची म्हणून मी पुढे झुकलो आणि माझ्या रिव्हॉलव्हिंग चेअरनं मला नेहमीचा झटका दिला. ती कलंडली, मी कसा तरी सावरलो. गेले अनेक दिवस ही खुर्ची संपूर्ण रिनोव्हेट करायची की येईल त्या किमतीत कुणाला विकायची हा निर्णय मी घेऊ शकलो नव्हतो.

"वसंतराव काय झालं?" केशवनं विचारले.

मी खुर्चीची व्यथा सांगितली. त्या क्षणी तो म्हणाला, "ही खुर्ची केवढ्याला विकताय सांगा, मी घेतो."

मी त्याला म्हटलं, "तुला स्वत:ला हवी असेल तर अशीच घेऊन जा, मी ती व्यवस्थित रिपेअर करतो आणि चांगल्या कंडिशनमध्ये देतो."

तो म्हणाला, "वसंतराव, मघाशीच मी तुम्हाला म्हणालो, मी कचऱ्यासारखा पैसा कमावलाय. आज गोदरेज म्हणा किंवा बेन्झरचं लेटेस्ट मॉडेल, ज्याची किंमत आज सात ते आठ हजाराच्या घरात असेल. रायटिंग टेबलपासून डायनिंग टेबलपर्यंत सगळ्या अशाच खुर्च्या वापरायचं ठरवलं तर मी त्या एका चेकवर घेऊ शकतो, पण तुमच्या खुर्चीमागे वेगळ्या भावना आहेत. ही एक लेखकाची खुर्ची आहे."

मी म्हणालो, "माझ्यापेक्षा खूप मोठे लेखक महाराष्ट्रात आहेत."

केशव म्हणाला, "मी वाङ्मयप्रेमी नाही, मी कुणाचंही साहित्य वाचलेलं नाही. मी आता केवळ गल्ला गोळा करणारा माणूस आहे, पण तुमच्याशी माझी ओळख आहे, असं जेव्हा कधी मी बोलतो तेव्हा ऐकणाऱ्यांच्या नजरेत मला तुमचं स्थान दिसतं. ह्या भावनेनं मला ही खुर्ची हवी."

मी काहीसा भारावलो. मी त्याला म्हणालो, "मी ही ठाकठीक करतो आणि तुझ्याकडं पाठवितो."

केशव निग्रहानं म्हणाला, "वसंतराव, सध्या माझ्याकडे आठ गाड्या आहेत, अपहोलस्ट्रीचं काम करणारी माणसं माझ्या परिचयाची आहेत. नुकतीच मी एक गाडी 'ए.सी.' करायला दिलेली आहे. मला हव्या त्या रंगाचं रेक्झीन, डनलॉपसकट मी या खुर्चीला बसवून घेईन. या खुर्चीचे तुम्हाला किती पैसे मिळावेत अशी अपेक्षा आहे?"

मी सांगितलं, "ही खुर्ची मी तीन वर्षांपूर्वी साडेतीन हजार रुपयाला घेतली. या खुर्चीचे मला हजार बाराशे मिळाले तरी खूप झाले. त्यात मी थोडी भर घालून हाय बॅकची नवी खुर्ची घेईन, कारण हल्ली पाठ फार दुखते."

केशव क्षणभर गप्प बसला आणि नंतर त्यानं कुठेतरी एक फोन लावला. माझ्या घरी आलेली कोणतीही व्यक्ती जेव्हा माझा फोन वापरते त्या वेळेला मी तिथे कधीच थांबत नाही. बोलणाऱ्या माणसाला कदाचित काही वैयक्तिक पातळीवरचं बोलायचं असेल तर त्याला तो मोकळेपणा देणे हा रिवाज मी सांभाळत आलेलो आहे. हीच शिस्त आणि हाच संकेत सुहासदेखील कटाक्षानं सांभाळतो.

त्याचा फोन संपल्यावर मी खोलीत आलो. येता येताच तो म्हणाला "वसंतराव, तुम्ही कोणत्याही दुकानात जा. तुम्हाला आवडेल ते मॉडेल घ्या, किंमतीकडं बघू नका. तुम्ही फक्त दुकानाचं नाव कळवायचंत. तुम्हाला आवडलेली खुर्ची तुमच्या घरी पोहोचेल आणि तुमची ही खुर्ची नेण्याची व्यवस्था मी करतो. नव्या खुर्चीचा चेक माझ्याकडून परस्पर त्या दुकानदाराकडे जाईल. मी हे कोणत्या भावनेनं करतोय ते आता पुन्हा सांगत नाही."

केशव गेला. दोन दिवसांनी त्यानं मला फोन केला. फोनवर त्यानं पुन्हा एकदा त्याच भावनांचा उल्लेख केला. त्याच वेळेला आपण एका रकमेनं पैसे फेकून काहीही घेऊ शकतो हे त्यानं पुन्हा एकवार ठसवलं. दोन दिवस मी काहीच हालचाल केली नाही. केशवला खुर्ची द्यायची ती आपल्या सुताराकडून व्यवस्थित करूनच द्यायची आणि त्याच्याही भावनांचा सन्मान करायचा हा माझा बेत, पण माझा नेहमीचा सुतार मला भेटला नाही आणि एकदा असाच बाहेर पडलो होतो, एका फर्निचरच्या दुकानासमोर थांबलो होतो. शो-केसमध्ये मांडलेली रिव्हॉलव्हिंग चेअर मला जरा वेगळी वाटली. मी त्याच्यावर बसून पाहिले. मला ती भावली. एकदा मनामध्ये असाही विचार आला की, केशवकडून जुन्या खुर्चीचे फक्त बाराशे रुपये घ्यायचे, त्यात आपण, भर घालून, आपल्याला एकदाच जशी हवी तशी भारीत भारी—केशव म्हणाला त्याप्रमाणे बेन्झरचीच, खुर्ची घ्यायची. या विचारासरशी मी त्या खुर्चीचा विचार सोडून दुकानातून बाहेर पडलो.

त्याच दिवशी संध्याकाळी केशवचा ड्रायव्हर येऊन माझी खुर्ची घेऊन गेला. तोपर्यंत मी मला आवडलेली दुसरी खुर्ची विकत घेऊन घरी आलो. केशवला फोन केला. खुर्चीची किंमत सांगितली. अर्धं मिनिट दुसरीकडून काहीच प्रतिसाद आला नाही. ते मौन मला सगळे सांगून गेले. मी विचारले, "का रे? एनी प्रॉब्लेम?"

त्यानं आश्चर्याच्या सुरात विचारलं, "बाराशे रुपये?"

त्या क्षणी सगळं ध्यानात आले, आणि मी त्याला विचारले, "तू माझ्या खुर्चीचं रेक्झिन बदलायला दिलंस का?"

तो म्हणाला, "अजून नाही."

विजेप्रमाणं डोक्यात एक विचार चमकला. काहीच घडलं नाही अशा सुरात मी त्याला म्हणालो, "फार छान केलंस. माझी खुर्ची मला परत पाठव. जशी आहे तशी."

त्यानं विचारलं "का?"

मी सहज म्हणालो, "अरे, दुकानात खुर्ची छान वाटली होती, पण माझ्या टेबलाची आणि खुर्चीची उंची हवी तशी जमत नाहीये. ही मी दुकानदाराला परत करणार आहे. तशाच बोलीवर आणलीय."

सुटकेचा नि:श्वास टाकत तो म्हणाला, "ओके! संध्याकाळी खुर्ची पाठवून देतो."

माझी ती अपंग खुर्ची आता दुसऱ्या गॅलरीत आहे. तिच्यावर धुतलेल्या कपड्यांचा ढिगारा रचता येतो. दोनशेच रुपये खर्च करून मलासुद्धा ही खुर्ची देखणी करता आली असती. आता मी अकारण खर्च केलेल्या नव्या खुर्चीवर बसतो. मनात प्रश्नचिन्ह उभं राहतं ते असं- 'मी केशवरावच्या गळ्यात ही खुर्ची मारायला निघालो होतो का?"

एका चेकवर आठ-आठ हजाराच्या सहा-सहा खुर्च्या घेण्याची ऐपत असणारा केशव हाच का?

मराठी लेखकांत माझं स्थान कोणत्याही पदावर असलं तरी त्याच्या मनात मी सर्वश्रेष्ठ लेखक आहे, म्हणजे नेमकं काय? जिथं लक्ष्मी सहज प्रसन्न होते, तिथं संस्कृती नसतेच का? 'माणसं' हे सदर लिहिताना मला आता हा प्रश्न पडलाय. मला माणूस समजला म्हणून मी हे सदर स्वीकारलं की समजला नाही म्हणून?

२६

या विषयावर लिहावं का लिहू नये, हा मला प्रारंभीच प्रश्न पडला. आदर्श आणि चांगल्या गोष्टी समाजासमोर मांडाव्यात तर समाजातील काही टक्के विचारवंत तरी त्यावर विचार करतील. क्वचित एक टक्का त्याचं आचरणसुद्धा करतील, पण आज जे लिहावंसं वाटतंय, तो विषय आणि ती व्यक्ती अशी आहे की, त्याच्या मार्गाचा अवलंब आपणही करावा, असं अनेकांना वाटेल. आंब्याची आढी आणि एकच सडलेला आंबा, हे नित्याचं व्यवहाराचं उदाहरण झालं. दोनशे चांगले आंबे एका सडलेल्या आंब्याला मार्गावर आणू शकत नाहीत, म्हणूनच या व्यक्तीबद्दल लिहावं की लिहू नये याबद्दल मी खूप दिवस विचार करतोय.

अनेक वर्षांपूर्वीची एक घटना. मी सोळा-सतरा वर्षांचा असेन. चित्रपटाचं आकर्षण मला मुळातच कमी. त्या काळामध्ये खऱ्या अर्थानं, दर्जेदार निर्मिती करणारे निर्माते आणि स्वतःचं अंग दाखविण्याऐवजी अभिनयाचे अंग दाखविणारे कलावंत असूनही मी खूप मोजकेच चित्रपट पाहिले होते. वारंवार पाहिलेले मराठी चित्रपट म्हणजे 'कुंकू', 'रामशास्त्री', 'अमरभूपाळी', 'जगाच्या पाठीवर', 'जिवाचा सखा' यांसारखे. साहेबाची भाषा कधीच अंगवळणी न पडल्यामुळे इंग्रजी चित्रपट त्या काळात पाहिले नाहीत ते आजतागायत! तरीसुद्धा 'हायवे ३०१' सारखा रहस्यपट मी कसा पाहिला कुणास ठाऊक. या इंग्रजी चित्रपटाची कथा मी आज संपूर्ण विसरून गेलोय, पण एक गोष्ट लक्षात आहे. त्या चित्रपटात एका बँकेवर किती योजनाबद्ध पद्धतीनं दरोडा घातला होता, ह्याचं चित्रण केलेलं आहे. या चित्रपटाच्या प्रकाशनानंतर त्याच पद्धतीनं दरोडा घालून लॉईड्स बँक लुटली गेली होती, एवढंच आज ध्यानात आहे. माझ्या समकालीनांनाही हे आठवत असेल.

म्हणूनच याच कारणासाठी, माणसाचा हा नमुना पेश करावा की करू नये

असा मला प्रश्न पडलाय. ती व्यक्ती आज सेवानिवृत्त होऊनसुद्धा तीन-चार वर्षं झाली. महापालिकेमध्ये माझ्या अगोदर जेमतेम दोन-तीन वर्षं ही व्यक्ती नोकरीला लागली होती. बिल्डिंगजचे प्लॅन्स पास करणे हे त्याचं काम! माणसाचा हा नमुना पेश करावा की करू नये, असा पेच पडण्याचं आणखी एक कारण, म्हणजे ही व्यक्ती एक स्त्री आहे. इमारतीचे प्लॅन्स वरिष्ठ अधिकाऱ्यांनी पास केले, की त्याची रजिस्टरमध्ये नोंद ठेवून कागदपत्रं बिल्डरला देणं, एवढंच काम या व्यक्तीकडे होतं. वरकरणी पाहता हे काम अत्यंत साधं; पण बिल्डर आणि कॉण्ट्रॅक्टर लोकांच्या दृष्टिकोनातून हा व्यवहार लाखो रुपयांचा असायचा. या श्रीमतीजीकडे फक्त फाईल देणं एवढंच काम होतं, पण बाईचा रुबाब बघण्यासारखा असायचा. मुख्य म्हणजे त्यांना स्वतंत्र केबिन होती. त्यांच्या अंगावर रोज नवीन साडी असायची. एकदा नेसलेली साडी आपण दुसऱ्यांदा किती दिवसांनी पाहत आहोत, हे लक्षात राहण्यासाठी आम्हाला कॅलेंडरवर खुणाच कराव्या लागत असत. जी गोष्ट साड्यांची तीच गोष्ट पादत्राणांची, हातातल्या पर्सची आणि अंगावरच्या दागिन्यांची. मिस्टर एकच होते पण मंगळसूत्रं सात-आठ प्रकारची होती. माझ्याप्रमाणेच ऑफिसमधल्या अनेकजणांना मिळणाऱ्या पगारात एवढं यांना जमतं कसं? — हे कुतूहल होतं. स्त्री-स्वभावानुसार साड्या, दागिने, फॅशन्स ह्या विषयांवर बोलताना बाईंना कधीही कुणी पाहिले नाही. त्यातल्यात्यात छंद म्हणावा तर एकच! बाईंना चहा अतिप्रिय. आम्ही त्यांना 'चहाबाज' म्हणत असू.
दुपारी दीड-दोननंतर बिल्डर आणि कस्टमर यांची सतत ये-जा चालू व्हायची आणि दीड ते साडेपाच या चार तासांत बिल्डरच्या पाठोपाठ कॅण्टीनचा चहावालाही जात असे. त्या एकट्याच चहा पीत बसल्या आहेत असं आम्ही क्वचितच पाहिलं. मोठमोठे बिल्डर्स, कॉण्ट्रॅक्टर्स, प्रमोटर्स ह्यांच्याशी मनमोकळ्या गप्पा करीत चहापान होत असे, त्यामुळे चहा येत असे तोदेखील ट्रेमधून! स्टेटसूला साजेसा.
माझ्या आठवणीप्रमाणे नोकरीला लागल्यानंतर आठ वर्षांत बाईंनी गाडी घेतली. अनेक दिवस आमचा अंदाज असा की, बाईच्या यजमानांना घसघशीत पगाराची नोकरी असावी. कालांतरानं कळलं की, बाईंचे यजमान इन्कमटॅक्स ऑफिसमध्ये साध्याच पदावर नोकरीस होते. हा शोध लागल्यावर दाराशी गाडी कशी आली असेल? —हे कोडं कधी कुणाला पडलं नाही आणि मग कानावर नुसत्या बातम्या येत राहिल्या. सुरुवाती-सुरुवातीला बाई जेव्हा गाडीतून घरी जात असत तेव्हा कुणीतरी बिल्डर लिफ्ट देत असेल, ही आमची समजूत. पण साड्यांप्रमाणेच रोज गाड्याही बदलत होत्या. होता होता सेवानिवृत्तीचे

दिवस जवळ आलेले असताना बाई मारुतीवर स्थिर झाल्या. कानावर बातम्या यायच्या त्या अशा की बाईंनी दुसरी जागा घेतली – वगैरे...वगैरे.

या बाईंचं एक वैशिष्ट्य होतं की स्वत:चा मोठेपणा त्या आपणहून कुणालाही सांगायला जात नसत. इतरांना लांब ठेवणं हा हेतूही त्यामागे असावा.

सेवानिवृत्त होण्यापूर्वी त्यांनी रजेवर जाण्याचे ठरवले, मग मात्र मी त्यांच्याशी मनसोक्त गप्पा मारायचं ठरवलं. रोज भेट तर होतच असे. 'हॅलो' म्हणण्यापुरता परिचय होता. त्यांच्या केबिनवरून जाताना मी हात वर करायचे आणि बाई कितीही कामात असल्या तरी हसून सलामीचा स्वीकार करायच्या. लिफ्टमध्ये कधी गाठ पडली तर 'घरी केव्हा येणार आहात? नुसतं येतो येतो म्हणता' या स्वरूपाचं अगत्यही प्रकट होत असे. माझ्या खात्यावर एवढं क्रेडिट आहे म्हटल्यावर ऑफिस सुटता सुटता मी आणि बाई एकाच वेळेला एका लिफ्टनं खाली आलो. मी आपणहून बाईंना म्हटले, "आज मी तुमच्या गाडीतून येणार."

बाई म्हणाल्या, "अवश्य."

मी म्हणालो, "तुमच्या गाडीतून येणार पण तुमच्या घरी नाही. तुमच्याच वाटेवर पण मला वाटेत सोडा."

"नो प्रॉब्लेम, यू आर वेलकमऽ."

गाडीत बसल्यानंतर बाई गप्प का होत्या मला माहीत नाही. मी गप्प होतो त्याचं कारण फार वेगळं होतं. गेले काही दिवस बाईंनी जी माया जमविली होती त्याबद्दल हळूहळू चर्चा व्हायला लागली होती. माझाच एक मित्र व्हिजिलन्स ब्रँचला काम करीत होता. त्याच्या वारंवार आमच्या खात्यात खेपा सुरू झाल्या होत्या. व्हिजिलन्सची माणसे गुप्तता राखण्याच्या बाबतीत एवढी कडक की आपण कुठली केस सध्या हाताळीत आहोत याची बातमी ते स्वत:लाही सांगत नसत.

पण हा माझा मित्र माझ्याकडे बोलून गेला. तेव्हा मी त्याला म्हटले, "ह्या बाईबद्दल शंका घेण्याचं काही कारण नाही. मुळातच बायका ह्या अशा गोष्टींपासून लांब असतात. तत्त्वाचं पालन पुरुषांपेक्षा जास्त करतात. बाईंचे यजमान इन्कमटॅक्समध्ये आहेत, ह्यात काय ते समज." मित्रानं माझ्याकडे 'बच्चा आहेस अजून' अशा नजरेनं पाहिलं आणि तो निघून गेला.

बाईंच्या गाडीत बसून मी बाईंबद्दल विचार करीत होतो. बाईंना सावध करावे का, हा प्रश्न माझं उतरायचं ठिकाण येईपर्यंत मी स्वत:ला विचारत राहिलो. ठरावीक ठिकाणी मी गाडी थांबविण्याची विनंती केली.

बाई हसत हसत म्हणाल्या,

"भले, मला वाटलं मी आता रजेवर जाणार, तर तुम्ही आता माझ्याशी भरपूर गप्पा मारणार, पण तुम्ही तर काहीच बोलला नाहीत."

मी म्हणालो, "मला वाटलं तुम्ही प्रारंभ कराल."

शोफरने गाडी थांबवली आणि आश्चर्य म्हणजे माझ्या पाठोपाठ बाईही खाली उतरल्या.

"चला, कुठेतरी कॉफी घेऊ," बाई म्हणाल्या.

मी आश्चर्याने विचारलं, "कॉफी?"

बाई म्हणाल्या, "ऑफिसात चहा फार होतो ना?"

एका आलिशान हॉटेलात आम्ही गेलो. बाईंनी कोपऱ्यातलं टेबल निवडलं. फिल्टर्ड कॉफीची ऑर्डर दिली आणि मला म्हणाल्या, "बोला!"

थोडे धाडस करीत मी म्हणालो, "बाई तुम्हाला सावध करू का?"

"कशाबद्दल?"

"माझ्या कानावर काही गोष्टी आल्या आहेत आणि त्याशिवाय व्हिजिलन्स डिपार्टमेंटचा एक ऑफिसरही हल्ली सतत खेपा घालतोय. तुम्ही आता निवृत्त होणार, थोड्या दिवसांसाठी काही वेडंवाकडं घडू नये ही इच्छा."

बाईंनी मला विचारलं, "खेपा घालणारा माणूस व्हिजिलन्सचा हे तुम्हाला कसं माहीत?"

"तो माझा मित्र आहे आणि मी त्याला तुमचे मिस्टर इन्कमटॅक्समध्ये आहेत हे सांगून थोपवलं आहे."

बाई क्षणभर गप्प राहिल्या आणि संथ पण ठाम सुरात म्हणाल्या, "थँक्स! तुमच्या सद्भावनेबद्दल मी तुमची आभारी आहे. आता तुमच्या माहितीसाठी सांगते. व्हिजिलन्सचा डोळा माझ्यावरती अनेक वर्षं आहे."

मी उडालोच.

त्याच सुरात बाई म्हणाल्या, "माझे मिस्टर इन्कमटॅक्स ऑफिसमध्ये आहेत, पण त्यांनी त्यांची नोकरी वाया घालविली. मनात आणलं असतं तर माझ्या पाचपट पैसे त्यांनी कमविले असते, पण संत तुकारामानंतर आपलं नाव घेतलं जावं ही त्यांची अपेक्षा."

"म्हणजे बाई..."

त्या शांतपणे म्हणाल्या, "ही सगळी माझी कमाई आहे. ह्या क्षणापर्यंत व्हिजिलन्स माझं काही वाकडं करू शकलेलं नाही आणि शेवटपर्यंत करू शकणारही नाही."

त्यांनीच एवढं स्पष्टपणे बोलायला सुरुवात केली म्हटल्यावर आपण मर्यादेनं का बोलायचं? असा विचार करून मी त्यांना विचारलं,

"तुम्ही कधीही सापडणार नाही हे तुम्ही इतकं खात्रीपूर्वक कसं सांगू शकता?"
टेबलावर कोपरे टेकवीत, हाताच्या पंजावर हनुवटी ठेवत बाई म्हणाल्या,
"माझी मेथड अत्यंत सायंटिफिक आहे आणि त्याचं रहस्य चहाच्या ट्रेमध्ये आहे."
माझ्या चेहऱ्यावरचा गोंधळ पाहून, प्रश्नाची अपेक्षा न ठेवता बाई म्हणाल्या,
"मुळातच लाच वगैरे घेण्याच्या बाबतीत बायकांबद्दल कुणी शंका घेत नाही. बाई असण्याचा हा पहिला फायदा आणि अशा माणसांना पकडण्याचे जे मार्ग आहेत ते अत्यंत मर्यादित आहेत. खुणा केलेल्या नोटा पकडणे एवढा एकच मार्ग आहे. तशा त्यांना त्या माझ्याकडे कधीच मिळणार नाहीत."
मी म्हणालो, "माझ्या लक्षात आलं नाही."
तेवढ्यात वेटर कॉफी घेऊन आला. त्याच ट्रेकडे बोट करीत बाई म्हणाल्या,
"आता ह्या कॉफीचं बिल आलं की तुम्ही शंभराची नोट ट्रेमध्ये ठेवायची. धरून चला, त्याच्यावर खुणा केलेल्या आहेत. ती नोट वेटरतर्फे कॅशियरकडे जाईल आणि उरलेले सुटे पैसे जेव्हा परत येतील तेव्हा ते माझ्या पर्समध्ये जातील." त्या क्षणभर थांबल्या आणि हळूच म्हणाल्या,
"माझा रोज चहा किती होत होता हे तुम्हाला माहीतच आहे."
मी पाहात राहिलो.
आता हे सगळं लिहिताना म्हणूनच मला प्रश्न पडला, लिहावं की लिहू नये?
"आपल्या ह्या खाबूंच्या देशात ह्या हकिकतीनं मी आणखी एक पैसे खाण्याचा मार्ग सुचविला, असं तर होणार नाही ना?" - असं मी मित्राला विचारलं तेव्हा तो हसला आणि म्हणाला, "हे इसवी सनापूर्वीचं झालं, आताचे मार्ग वेगळे आहेत. आता व्यवहार होतात ते ब्रीफकेसमधून, पेट्यांमधून... आख्ख्या गाड्या देऊन..."
तो हे सगळं बोलला. त्याचं मला फारसं काही वाईट वाटलं नाही, पण शेवटी जे सांगितलं ते मला फार लागलं. तो म्हणाला, "एवढ्यासाठीच खून-बलात्कार, स्मगलिंग यांवरचे चित्रपट पाहत जा."

२७

वसुंधरा कुणाला तरी पत्र लिहीत होती.

'कुणाला' ते मी डोकावून पाहिलं नाही. पत्रव्यवहार म्हणजे रेल्वेतला 'कुपे.' कुपे दोघांचाच असतो. तोच संकेत पत्राबद्दल असावा. ते पत्र आहे. वर्तमानपत्र नव्हे. 'पत्र म्हणजेच मित्र.' 'वर्तमानपत्राला मित्र' मानणं, म्हणजे 'दुधाची तहान ताकावर' असंही मानता येणार नाही. दुधापेक्षा ताकात जास्त गुणधर्म असतात. पत्रात दोनच माणसांचं हितगुज असतं. त्याच्यावर दोघांचाच पहिला अधिकार असतो. लिहिणाऱ्याचा आणि ज्याला लिहिलं आहे, त्या वाचणाऱ्या व्यक्तीचा. मग ते प्रेमपत्र असो किंवा साधं, 'तुमच्याकडील हालहवाल खूप दिवसांत समजली नाही. रमेशला किती टक्के मार्क मिळाले? – परवा मी प्रथम घरी इडल्या केल्या. ह्यांना नमुना दिला, तर म्हणाले, मला एकूण चार इडल्या दे. पेपरवेट म्हणून वापरीन, ह्यांना कौतुक करायला नको,' अशा मजकुराचं. असो. पत्रव्यवहार म्हणजे कुपे, हे माझं ठाम मत आहे. वर्तमानपत्राप्रमाणे पत्र कोणत्याही उद्योगसमूहाला किंवा राज्यकर्त्यांना विकलं गेलेलं नसतं. ह्यावरून जर्मनीतला एक किस्सा आठवला. हिटलरला फार मित्र नव्हते, फक्त गोबेल्स हा त्या मानानं जवळचा मित्र. राज्यकर्त्यांना जिवाभावाचा एकही मित्र नसतो. ते एकाकी असतात. त्यांना जवळचा मित्र करताही येत नाही, कारण त्याला जेवढी रहस्यं माहीत असतात, तेवढी शत्रूलाही माहीत नसतात. मुख्यमंत्र्यांना सर्वांत जास्त सावध राहावं लागतं ते उपमंत्र्यापासून, शत्रुत्व करायचं ठरवलं तर उपमंत्री एका क्षणात शत्रू होऊ शकतो, कारण, 'ऑफ द रेकॉर्ड' असा सगळा 'डेटा' त्याच व्यक्तीजवळ असतो, तरीसुद्धा गोबेल्स हा हिटलरचा मित्र होता. एकदा दोघंही सहज गप्पा मारीत उभे होते; तेवढ्यात चष्म्याच्या काचा पुसता पुसता, गोबेल्सचा रुमाल खाली पडला. रुमाल उचलून देण्यासाठी हिटलर खाली वाकला. त्या क्षणी, हातातल्या चष्म्याची

पर्वा न करता, गोबेल्स विजेसारखा जमिनीवर पडला आणि त्याने रुमाल ताब्यात घेतला.

हिटलर म्हणाला, ''तू माझा उपसेनानी असलास, तरीही आपण दोघं जेव्हा एकांतात असतो, तेव्हा मी तुला मित्र मानतो. मग मी तुझा रुमाल उचलून दिला, तर काय बिघडलं?''

गोबेल्स म्हणाला, ''फ्यूरर, उभ्या जर्मनीत, माझा रुमाल एवढी एकच वस्तू अशी उरली आहे, की कुणाच्याही परवानगीशिवाय मी त्यात माझं नाक हक्काने खुपसू शकतो. तेव्हा तुम्ही तो रुमाल उचलणं...''

पत्राच्या बाबतीत हाच नियम मी मानतो आणि तरीही मी वाचकांच्या आणि माझ्यात झालेला पत्रसंवाद 'प्लेझर बॉक्स' मध्ये प्रसिद्ध केला. अर्थात त्यातही एक गोष्ट कटाक्षानं सांभाळली. व्यक्तीपेक्षा त्याच्या आयुष्यातील समस्या समाजापर्यंत पोहोचावी, हा हेतू. वाचकांनी मला दिलेला आनंद पुन्हा वाचकांना वाटणं, हा उद्देश आणि त्याहीपेक्षा जे स्वत:ला सामान्य मानतात, लेखक समजत नाहीत, ती माणसं लेखकाला मागं सारतील इतक्या सहजतेनं आपल्या व्यथा वा आनंद किंवा कोणताही उत्कट भाव प्रकट करू शकतात, हे पुन्हा समजाला कळावं हा प्रमुख दृष्टिकोन होता. 'प्लेझर बॉक्स' पुस्तकाच्या प्रकाशनप्रसंगी श्री. राम शेवाळकरांसारखे अध्यक्ष मला लाभले आणि श्री. पु. वि. बेहेऱ्यांसारखे प्रकाशक मिळाले हे माझे भाग्य. श्री. शेवाळकरांनी भाषणात सांगितलं, 'अनेक वाचक उत्कृष्ट लेखक आहेत, हे ह्या पुस्तकाच्या प्रकाशनामुळं समाजाला समजलं.'

पुस्तकांवर कुणी परीक्षण लिहीत नाहीत म्हणून मीच माझ्या पुस्तकावर लिहिण्याची संधी साधली असं माझ्या प्रेमळ वाचकांनी समजू नये. हा निर्देश फक्त चोखंदळ प्राण्यांसाठी.

'पत्रव्यवहाराला आपण कूपे म्हणता, मग 'प्लेझर बॉक्स' प्रसिद्ध करून आपण त्याचा 'थ्री टायर स्लीपर डबा का केलात?' – असं एखादं पत्र येऊ नये म्हणून ही सावधगिरी.

वसुंधरेचं पत्र लिहून झालं. तिने चिकटवलेलं पाकीट हातात ठेवलं आणि गमतीनं मी विचारलं, ''पत्ता वाचायला हरकत नाही ना?''

तिनेही खोडसाळपणं उत्तर दिलं, ''व्यक्तीचं नाव वगळून पत्ता वाचायला हरकत नाही.''

मी पत्ता वाचला.

''मंदा निनावे? ही कोण?''

वसुंधरा गंभीर झाली, सांगू लागली, ''माझी वर्गमैत्रीण. आम्ही एका

बाकावरच्या, पण गेल्या बावीस वर्षांत भेट नाही. पूर्वाश्रमीची ती सुनंदा सुर्वे- अगदी वेगळ्या विचारांची.''
''म्हणजे कशी?''
''समाजाला न भिणारी. आमच्या खेरबाईंनासुद्धा घाबरायची नाही.''
त्यानंतर सुनंदा विषयावरून वसुंधरेची गाडी हार्बर लाईनवरून मेन लाईनवर आली आणि ताराबाई खेर म्हणजे खास 'राजधानी एक्सप्रेस.' ही गाडी मुंबईहून सुटली म्हणजे एकदम बडोद्याला थांबते, असे म्हणतात, (चू. भू. द्या. घ्या.) ताराबाईंच्या बाबतीत मात्र 'साखळी ओढल्याशिवाय' वसुंधरा थांबत नसे. ताराबाई तशा होत्याच. सगळा खेर परिवार अत्यंत लोभस आहे, सुसंस्कृत आहे. ताराबाई खेरांबद्दल असंच विस्तृत लेखन करायचं राहून गेलं.
मी साखळी ओढली आणि वसुंधरेला थांबवली. तरी ती सांगायला लागली. (साखळी ओढल्यावर गाडीसुद्धा तत्क्षणी कुठं थांबते?)
''खेरबाईंना आख्खी शाळा घाबरायची, पण ही सुनंदा सरळ एकदा त्यांच्या ऑफिसात गेली आणि म्हणाली, 'बाई, मला तुम्ही फार आवडता. मला तुमच्याशी आज गप्पागोष्टी कराव्याशा वाटताहेत.' तर अशी ही सुनंदा. मॅट्रिकनंतर भेटलीच नाही.''
''आज आठवण कशी झाली?''
''बिचारीचे यजमान गेले.''
''कधी?''
''सहा महिन्यांपूर्वी.''
''वा, लवकरच पत्र लिहिलंस.''
''मलाच उशिरा समजलं. नंतर तिचा पत्ता मिळवण्यात काही दिवस गेले.''
पत्त्यावरून नजर फिरवीत मी म्हणालो, ''पत्ता पुन्हा वाच आणि इथून पुढे कोणतंही पत्र पिन कोडशिवाय पाठवू नकोस. लोकांना स्वत:च्या गावाचाही 'पिन कोड नंबर' माहीत नसतो.''
वसुंधरेनं पत्ता वाचला आणि जीभ चावून त्यात सुधारणा केली. सुधारणा केली म्हणजे सरावानं लिहिला गेलेला 'सौ.' खोडून वर 'श्रीमती' लिहिलं. कामावर जाताना मी पत्र टाकलं.
चारच दिवसांनी उत्तर आलं. मी पाकीट वसुंधरेकडे दिलं.
''फोडा ना.''
''ज्याचं पत्र त्यानंच फोडावं.''
प्लेझर बॉक्स मधला विचार पुन्हा सांगितल्याशिवाय राहवत नाही. एका अनोळखी बाईला तिनं तिच्या व्यथा कळवल्या म्हणून, पत्राच्या शेवटी मी

लिहिलं होतं– 'कुटुंबात काही काही अधिकार आणि स्वातंत्र्य प्रत्येकाला मिळायला हवं. ज्या व्यक्तीच्या नावानं पत्र आलंय त्यानंच ते प्रथम वाचावं आणि नंतर त्या व्यक्तीनं ते, 'आता कुणीही वाचावं' असं म्हणत उघड्यावर ठेवावं. हे वातावरण ज्या परिवारात आहे तो संसार मी आदर्श मानतो.'
वसुंधरेनं मला पत्र दिलं आणि मंदा निनावेचं वेगळेपण मला जाणवलं.

प्रिय माले,
मी मुद्दाम शाळेतल्या नावानं लिहिलं. मालीटली जास्त ओळखीची. वसुंधरा परकी वाटली. तूसुद्धा मंदाऐवजी सुनंदा आणि त्याहीपेक्षा फक्त तुझ्या-माझ्यातलं 'नंदा', एवढंच लिहायला हवं होतंस.
मकरंद गेला. अगदी अचानक. पत्रातच मी 'अरेतुरे' करत नाहीए. तो माझा नवरा नव्हता, साथीदार होता. माझी मुलं रिवाजाला धरून, बापाला 'अहो' म्हणायची, पण त्यांचाही तो मित्र होता.
मकरंदला हार्ट ब्लॉक्स होते. अनस्टेबल अंजायना. ॲटॅक आला म्हणजे दोन पावलंही चालता येत नसे. नेहमीच्या गोळ्या घेतल्या की पूर्ववत्‌ व्हायचा आणि त्याच क्षणी सुझुकीवरून बाहेर पडायचा. त्यामुळे अनेकांना त्याच्या दुखण्याचं स्वरूप आणि गांभीर्य समजलंच नाही.
झोपेतच गेला.
संसारात नवऱ्यानेच अगोदर जावं.
बाईचं कार्यक्षेत्र ती नोकरी करीत असली तरीही चार भिंतींतलंच असतं. विधवा बाईचा मुलं सांभाळण्यापासून स्वयंपाकापर्यंत कुठेही उपयोग होतो. मी अगोदर गेले असते तर सुनेनं नाइलाजानं सांभाळलं असतं. 'पानाला पान' असं म्हणत एकट्या पुरुषाचं सगळं केलं जातं. माझ्याच नात्यात मकरंदची मोठी बहीण वारली. तिच्या नवऱ्याची विधुरावस्था आणि मुलांना वाटणारी त्यांची जबाबदारी मी पाहिली. टाळता येत नाही म्हणून त्यांचं सगळं केलं जातं.
आपल्या हातात आपलं मरण नाही, पण मी रोज परमेश्वराची प्रार्थना करायची, 'माझ्या अगोदर मकरंदला ने.' त्याच्या दुखण्याची मित्रमंडळी चेष्टा करायची. तो नाटक करतो असं म्हणायची. बायका जेवढं दुःख सोसू शकतात, तेवढं दुःख पुरुषांना पेलत नाही. जेवणाखाण्याची आबाळ होते. बाई केव्हाही हवा तो पदार्थ करून खाऊ शकते.
पण हा वेगळा भाग झाला.
संसाराची जबाबदारी शेवटपर्यंत सांभाळायची, ह्यात नवऱ्याला त्याच्या शेवटच्या श्वासापर्यंत सोबत करायची हाही भाग येतो. जन्मापासून ह्या

क्षणापर्यंत माझ्या आयुष्यात आनंदाचे प्रसंग जास्त आहेत. मी मकरंदचं सगळं केलं. त्याला एकट्याला मागं ठेवून गेले नाही, हे माझं सर्वांत मोठं सौभाग्य. पाकिटावरचं 'सौ.' खोडून 'श्रीमती', ही दुरुस्ती उगीच केलीस.

इतकाच मजकूर लिहून तिने शेवटी डौलात, अभिमानानं सही केली —

तुझी, सौ. नंदा.

O

२८

'सोनार, शिंपी, सुतार, आप्पा यांची संगत नको रे बाप्पा' ह्या यादीमध्ये आता बिल्डरचाही समावेश करायला हवा. दिलेल्या वेळात काम पूर्ण न करणे, ॲग्रीमेंट्स, डॉक्युमेंट्सच्या बाबतीत गिऱ्हाइकाला अंधारात ठेवणे किंवा लटकत ठेवणे हा नेहमीचाच घोळ. बांधकामाला उशीर होत गेला की जागेची किंमत वाढत जाते, हे सध्याच्या महागाईच्या दिवसांत अपरिहार्यच!

आपण ह्या प्रांतात संपूर्ण अनभिज्ञ. वाळू, विटा, सिमेंट, प्लंबिंग ह्यांपैकी नक्की कशाचा भाव वाढलाय, हे कळणं मुष्किल. जागेची तीन चतुर्थांश किंमत भरून झालेली असते. जागा तर लवकरात लवकर राहायला हवीच असते. तीन प्राथमिक गरजांपैकी 'निवारा' ही गरज इतकी प्रमुख असते की त्यात हात अडकल्यावर पैसे भरत राहणं, एवढंच आपल्या हातात राहतं. तिथेही साठेखत, खरेदीखत ह्यांसारखे व्यवहार आपल्याला कळत नाहीत. पुष्कळदा जागा तयार असूनही ती आपल्याला नेमक्या कोणत्या कारणासाठी मिळत नाही, याचा पत्ता लागत नाही. मग तो बिल्डर एकदम परका असो किंवा जिव्हाळ्याचा असो, तो तुम्हाला मित्र या नात्यानंही भेटतो आणि प्रेमाचा वर्षाव करतो; पण बिल्डर ह्या नात्यानं व्यवहार पूर्ण का करत नाही, हे कधी सांगत नाही.

हे झालं खाजगी बिल्डरच्या बाबतीत. सगळे पैसे भरूनसुद्धा बांधकामावर बोट ठेवायला जागा राहणार नाही, अशी निर्दोष वास्तू तुम्हाला मिळत नाही. कामातल्या त्रुटी आपण सांगायला सुरुवात केली तर 'त्यात काय! – ते साधं आहे, दोन दिवसांत ते करून टाकू' असं म्हणत आपल्यासमोरच हाताखालच्या माणसाला तशा सूचना दिल्या जातात. एक महिन्यानं पाहावं तर परिस्थिती 'जैसे थे.'

अशी अवस्था जिथे खाजगी बांधकामात होते, तर हाऊसिंग बोर्डाबद्दल

बोलायलाच नको. हाऊसिंग बोर्डामध्ये आपण लकी नंबर लागला तर जागा विकत घ्यायची आणि तीच जागा आपल्याला हवी तशी पुन्हा बांधून घ्यायची. वर्षानुवर्षं महाराष्ट्रात हे चाललेलं आहे. पगारातली पै न् पै साठवून, प्रॉव्हिडंट फंडातून कर्ज काढून किंवा शक्य असल्यास नातेवाइकांकडून पैसे उसने घेऊन माणूस छप्पर मिळविण्याचा प्रयत्न करतो, ते गळकं असलं तरी! आणि ह्यांच्याच जिवावर बिल्डर्स एअरकंडिशण्ड कारमधून हिंडतात.

अशा पार्श्वभूमीवर एका अत्यंत प्रामाणिक बिल्डरची हकिकत सांगावी तर ती 'फॅण्टसी' ठरेल, पण मी स्वत: या फॅण्टसीचा एक साक्षीदार आहे. बिल्डरच्या प्रामाणिकपणापुढे मस्तक झुकवावं की संपूर्ण कामाची जबाबदारी बिल्डरवर सोपवून निवांत राहणाऱ्या मालकाला प्रणाम करावा हे कोडं मला सुटलं नाही. बिल्डरचं नाव 'सुरेंद्र ताटके.' सरकारी नोकरी आणि मुंबईतलं वास्तव्य सोडून आमचा हा ताटके त्याच्या जन्मगावी म्हणजे 'वाई' ला गेला आणि तिथं त्यानं बिल्डरचा व्यवसाय सुरू केला. छोटी-मोठी कामं स्वीकारीत स्वीकारीत, गेल्या दहा वर्षांत वाईसारख्या ठिकाणी पन्नासहून जास्त कामं पूर्ण केली. एक-एक काम बघत राहावं असं! प्रत्येक वास्तू देखणी. चोरांच्या दुनियेत तो चोरांशीच स्पर्धा करीत राहिला असता, तर इतका नावारूपाला आला नसता. प्रामाणिक जगतात स्पर्धाच कमी असल्यामुळे तिथे यश मिळायला वेळ लागला नाही. सरकारी ऑफिसर्स आणि 'सो कॉल्ड नगरसेवक' अशा माणसाच्या मागे लागल्यास नवल नाही. त्या सर्वांना सुरेंद्र ताटकेनी सांगितलं, 'मी साईटवर नसताना किंवा खुद्द वाईतही नसताना कोणत्याही साईटवर जा आणि बांधकामात भेसळ सापडते का हे शोधून दाखवा.' हळूहळू ह्या खाबू लोकांचा ससेमिरा कमी झाला. त्यातले काही जवळचे मित्रही झाले. आज सुरेंद्र ताटके कोणत्याही क्लायंटचे तळतळाट न घेता अभिमानानं जगत आहेत.

एखादी अत्यंत देखणी, सुस्वभावी, सुशिक्षित अशी मुलगी एखाद्या सुसंस्कारित घरी पडली तर ते तिचं भाग्य. त्या जोडीकडं पाहिल्यानंतर बघणाऱ्या माणसांनाही एक निर्भेळ आनंद मिळतो. सुरेंद्र ताटके ही व्यक्ती म्हणजे त्या फॅण्टसीमधील एक कलाकार. ह्याच फॅण्टसीमधल्या दुसऱ्या कलाकाराचं नाव आहे प्रसिद्ध शिक्षणतज्ज्ञ नी. र. सहस्रबुद्धे. ह्यांच्या नावामागे लोकसंकेताप्रमाणं दुर्दैवाने कैलासवासी लिहायला हवं, पण आदर्श शिक्षक विद्यार्थ्यांच्या रूपाने अमर होत असेल तर नी. रं.च्या मागे 'कै.' शब्द कसा लिहू? निवृत्तीनंतर ठरलेलं आयुष्य आपल्या आवडत्या गावी वाईला घालवायचं असं सहस्रबुद्धे यांनी ठरवले होतं. कितीतरी वर्षं एका चित्राची माझ्यासहित अनेक वाचकांना सवय झाली होती. दहावीचा निकाल लागला की पार्ले-टिळकचे किमान आठ-

दहा विद्यार्थी मेरिट लिस्टमध्ये आलेले आणि त्यांच्या मध्यभागी नी. र. सहस्रबुद्धे. हे ते चित्र! त्यांच्या बंगल्याचं काम सुरेंद्र ताटके करतोय हे समजल्यावर मी कमालीचा आनंदून गेलो. आयुष्यामध्ये फारच मोजक्या व्यक्तींच्या प्राक्तनात योग्य वेळी योग्य व्यक्ती भेटण्याची पत्रिका असते.- त्याप्रमाणे सहस्रबुद्धे आणि ताटके या दोघांच्या पत्रिकेतले सगळे शुभग्रह सेमिनारला जमावे तसे जमले आणि गंमत म्हणजे ही बातमी मला खुद्द नी. रं.कडूनच समजली.

माझ्या नातीच्या ॲडमिशनसाठी मी त्यांच्याकडे गेलो. मराठी माध्यम की इंग्रजी, हा 'पॉप्युलर' विषय निघाला. नी. र. स्वाभिमानानं म्हणाले, "गेली पंचाहत्तर वर्षं ही शाळा मराठी माध्यमाचाच पुरस्कार करीत आलेली आहे आणि तरीसुद्धा आज या शाळेचे विद्यार्थी अमेरिकेपासून कोणत्याही परदेशात व्यवसायासाठी गेलेले असले, तरी त्यांचं कुठेही अडलेलं नाही; पण हल्लीचा जमानाच बदलला आहे. पालक मारुतीमधून येतात. बापाचा कल असतो मराठी माध्यमाकडे आणि आईचा आग्रह असतो इंग्रजीसाठी. मुलाचा अभ्यास आपल्याला स्वत:ला इंग्रजी माध्यमातून नंतर घेता येईल की नाही, ह्याचाही बायका विचार करीत नाहीत. कॉन्व्हेंट म्हटलं की, अशा मुलांच्या आईच्या चेहऱ्यावर वेगळीच लकाकी दिसते. माझा इंग्रजी माध्यमाला विरोध नाही, पण इंग्रजी माध्यमाकडे वळलेली मुलं शेक्सपियर तर वाचतच नाहीत, पण त्यांना पसायदानही समजत नाही. विज्ञानाला शास्त्रीय परिभाषा आहे आणि गणिताला भाषाच नाही. एवढे दोनच विषय आम्ही इंग्रजीतून शिकवत आलो आणि आजतागायत परदेशात माझ्या एकाही विद्यार्थ्याची कुचंबणा झाली नाही. त्यानंतर इंग्रजी माध्यम सुरू का करावं लागलं हे नी. रं.नी नाइलाजानं सांगितलं. त्यांनी जे कारण सांगितलं ते मी मित्रांशी होणाऱ्या गप्पागोष्टींत मोकळेपणानं सांगतो, पण जाहीररीत्या या लेखात लिहू शकत नाही. मंडल आयोगाच्या लाटेत सुज्ञ वाचक काय ते ओळखतील.

ह्याच गप्पांच्या ओघात नीरंनी वाईच्या बंगल्याचा संकल्प आणि त्या वास्तूचं एक सुरेख बनविलेलं मॉडेल दाखविलं. सुरेंद्र ताटके ह्या बिल्डरबद्दल ते भरभरून बोलत होते. ते म्हणाले, "ताटके माझं घर बांधत नसून स्वत:साठीच घर बांधत आहेत. इतक्या आत्मीयतेनं काम करीत आहेत की मी निर्धास्त आहे. 'पैसे पाठवा' असं त्यांचं पत्र आलं की माझ्याकडून त्यांना पैसे जातात. मनात कोणताही संदेह नसतो." बंगल्याच्या मॉडेलकडे कौतुकानं पाहात आपण काय काय सोयी केल्या आहेत याचं ते वर्णन करीत होते.

निरोप घेताना मी त्यांना म्हणालो, "तुम्हाला सुरेंद्र ताटकेची प्रत्यक्ष प्रचिती

आल्यानंतर मी वेगळं सांगण्याची आवश्यकता नाही.''

मी त्यांचा निरोप घेतला. पुन्हा एकवार भेटायचे आणि नी. रं.वर एक मस्त लेख लिहायचा असं मनाशी म्हणत मी घरी आलो. चांगली कामे आपण अकारण लांबणीवर का टाकतो ह्याचं माझ्याजवळ उत्तर नाही.

अचानक एके दिवशी बातमी वाचली की, सहस्रबुद्धे गेले. बातमी छापून आली त्याच्या दुसऱ्याच दिवशी सुरेंद्र ताटके एखाद्या नातेवाइकासाठी धावत यावं त्याप्रमाणं मुंबईला आला. भरून आलेल्या आवाजात मला तो म्हणाला, ''इतका लाख माणूस माझ्या पाहण्यात नाही. सहस्रबुद्धे फक्त एक-दोन वेळाच वाईला येऊन गेले. काम बघून प्रसन्न झाले. त्यानंतर त्यांचा माझ्यावर एवढा विश्वास बसला होता की, मी कितीही रकमेची मागणी केली तरी मला चौकशीही न करता तातडीनं पैसे येत असत.''

मी मध्येच म्हटलं, ''सुरेंद्र, ह्यात तुमचाही चांगुलपणा आहे. तुम्हाला वाईट माणसं भेटणं शक्यच नाही.''

ताटके म्हणाले, ''मला किती लोकांनी फटके दिलेत हे तुम्हाला माहीत नाही. प्रत्येकाचं घर बांधताना मलाच इथं राहायचं आहे ह्या दक्षतेनं मी घरं उभी केली, पण चांगुलपणा ओळखायलासुद्धा समोरच्या माणसाकडं वेगळं इंद्रिय लागतं. अशा मोजक्या लोकांच्यामध्ये सहस्रबुद्धे अग्रभागी होते. वपु., बंगल्याचं संपूर्ण काम झालं. बागेचं लेआऊटसुद्धा त्यांनी माझ्यावरच सोपवलं, म्हणून मी शेवटचे दहा हजार त्यांच्याकडून मागवले. नेहमीप्रमाणे हेही पैसे तातडीने आले. बागेचं काम झालं, पण आज सर कुठे आहेत?''

आम्ही दोघंही थोडा वेळ गप्प राहिलो. सुरेंद्रनं भारावून मला एक प्रश्न विचारला, ''ज्या सरांनी हजारो विद्यार्थ्यांच्या भविष्याला आकार दिला, त्या विद्यार्थ्यांची स्वप्नं पूर्ण केली. मायदेशी आणि परदेशी शेकडो विद्यार्थ्यांच्या वास्तू उभ्या राहिल्या. आयुष्यभर सरस्वतीची सेवा करूनही स्वत:च्या वास्तूत राहण्याचं स्वप्न सरांच्या बाबतीत नियतीनं पूर्ण का केलं नाही?''

सुरेंद्र ताटके, एक बिल्डर, स्वत:च्या क्लायंटसाठी घळाघळा रडत होता आणि माझ्या आयुष्यात मी प्रथमच बिल्डरला क्लायंटसाठी रडताना पाहिलं. एरवी सगळ्या क्लायंट्सना 'नटसम्राट' नाटकातल्या स्वगताप्रमाणं 'घर देता का हो घर?' असे स्वत:चे पैसे भरूनही आक्रोश करताना पाहत आलोय. इतरांच्यावर अशी पाळी का येते? कारण एकच! 'नटसम्राट' नाटकातल्या स्वगताप्रमाणे पुढची ओळ 'एका तुफानाला घर हवंय' असं इतरांना म्हणता येत नाही आणि नी. र. तर एक प्रसन्न वाऱ्याची झुळूक होती. एक सुगंधी लाट होती, मुर्दाड माणसांच्या ह्या जगातली. एक बहर आलेला गुलमोहर होता. आयुष्याचा

महोत्सव करण्याची क्षमता ह्या माणसाकडं होती. त्या महोत्सवात असंख्य विद्यार्थ्यांच्या फुलबाज्या, भुईनळे आणि जमीनचक्रे फिरत होती. इतर शिक्षकांप्रमाणं, प्राध्यापकांप्रमाणं 'पाट्या टाकतो' हा पेटंट शब्द त्यांनी कधी उच्चारला नाही. 'रिते न होणारे मधुघट' सहस्त्रबुद्धे ह्यांच्यापाशी होते. सुरेंद्र ताटके ह्यांनी सगळ्यांच्याच वास्तू आत्मीयतेने बांधल्या. मग नी. रं.बद्दल त्यांना शोक असह्य का झाला? – हा प्रश्न मनात आला आणि माझ्यापुरतं उत्तर मला मिळालं. हे एका बिल्डरनं, दुसऱ्या बिल्डरचं घर बांधलं होतं. आमचे ताटके वास्तू उभारणारे बिल्डर आणि नी. र. हजारो विद्यार्थ्यांचं फ्युचर किंवा फॉर्च्युन बिल्डर म्हणावे लागेल. माझ्याही डोळ्यांच्या कडा ओलावल्या होत्या, पण कारण भिन्न होतं.

आपण बांधलेल्या वास्तूत राहण्याचा योग नी. रं. च्या प्राक्तनात नव्हता, हे ताटक्यांचं दु:ख आणि नी. रं. च्या हयातीत मी शब्दवास्तू बांधली नाही ही माझी व्यथा. माणसाबद्दल लिहिता आलं नाही, म्हणून त्यांच्या आयुष्यातल्या हुकलेल्या योगाबद्दल लिहावं लागलं.

आत्मा, परमात्मा वगैरे गोष्टी खऱ्या मानल्या तर माझी खात्री आहे, नी. रं. चा आत्मा अत्यंत आनंदात असेल. स्वत:च्या रिकाम्या वास्तूकडं न पाहता विद्यार्थ्यांना सर्वस्व देणारे सहस्त्रबुद्धे आकाशातून, शेकडो विद्यार्थ्यांची घरं पाहात असतील आणि त्यांच्या नावाच्या आद्याक्षरांतील नी. र. म्हणजेच नीर– त्या आनंदाश्रूंचा, त्या घरांवर वर्षाव करीत असतील. आशीर्वाद देत असतील.

२१

श्री केळकर अचानक समोर उभा. दार उघडल्यावर सहवासाचा सुगंध शिंपडणारी व्यक्ती येणार आहे, की सुगंध शोधायला लावणाऱ्या उदबत्त्या विकणारा एखादा सेल्समन किंवा सेल्सगर्ल येऊन छळणार आहे, हे दार उघडल्यावरच समजतं. रस्त्यावरच्या भिकाऱ्यांपेक्षा किंवा रेल्वेतल्या कर्कश्श आवाजात कानाशी किंचाळणाऱ्या फेरीवाल्यांप्रमाणं ह्या दारावर वस्तूंची जाहिरात करणाऱ्यांनी जास्त उच्छाद मांडलेला आहे. नाइलाज म्हणून हा व्यवसाय करणाऱ्या स्त्रियांची कितीही दया आली, तरीसुद्धा अनावश्यक व्यक्तीसाठी दार उघडण्याच्या मन:स्थितीत आपण कुठं असतो?

श्री केळकर पुण्याहून आला होता. श्री भेटला की एक उसळतं कारंजं भेटल्यासारखं वाटतं. मन अस्वस्थ असलं की त्याचा पुण्याहून फोन येतो.

"वपु, खूप बेचैन वाटतंय, काहीतरी सांगा."

मी पंधरा-पंधरा मिनिटं त्याला किस्से, चुटके सांगत राहतो. मग तो म्हणतो, "आता हलकं वाटलं. कामाला लागतो."

वृत्तीने हळवा, बोलताना भावुक, संसारात एक भावनाप्रधान, वत्सल कुटुंबप्रमुख आणि चांगल्या साहित्याचा भोक्ता. इतक्या सगळ्या गुणांना गालबोट लागू नये म्हणून की काय, व्यवसायानं वकील. व्यवसाय लिहिताना मलाही पेन झटकावं लागलं. वकील आणि जळवा सारख्याच असतात. कशाचंही सोयरसुतक नसलेली ही जमात. माझ्या आतापर्यंतच्या आयुष्यात अमरावतीचे विजय केवले आणि आता श्री केळकर ह्यांचा अपवाद वगळल्यास एकही वकील मनानं रसिक असलेला भेटलेला नाही. कलासक्त मन लाभलेली कोणतीही व्यक्ती, कोणत्याही क्षेत्रात काम करणारी असो. ती मर्यादा सोडून अमानुष होणार नाही. केवले आणि केळकर ह्या दोन व्यक्ती, पाच वाक्यं जरी बोलली तरी त्यांचे गोत्र 'अत्रि' आहे हे समजतं. भाऊसाहेब पाटणकरांबद्दल तर

लिहावं तेवढं थोडंच. 'रसिक वकील' हा फॉर्म्युलाच दुर्मीळ. सज्जनपणाशीसुद्धा ह्या व्यवसायाचं नातं नाही.

एका स्मशानभूमीतल्या थडग्यावरच्या मार्बलवर लिहिलं होतं,

'एक सज्जन, पापभीरू वकील...'

ती पाटी वाचून एकजण म्हणाला, 'स्मशानभूमीत इतकी जागा रिकामी असताना दोन माणसांना एकत्र का गाडलं?'

असे का होत असावे?

कथाकथनाच्या निमित्तानं गावोगावी ज्यांच्या घरी उतरलो ते सगळे डॉक्टर होते. रसिकांच्या वर्गात कायम डॉक्टरांचीच मेजॉरिटी असते. त्यांना जेवढं जीवन परिचयाचं तेवढाच मृत्यूही. We treat, he cures ह्या भावनेनं, श्रद्धेनं जितके डॉक्टर्स व्यवसाय करतात ते नम्र असतात. पुण्याचे डॉ. एच. व्ही. सरदेसाई, त्यांच्याही अगोदरचे, त्या मानाने मागच्या पिढीतले डॉ. वाय. व्ही. फाटक, मुंबईत डॉ. श्रीखंडे, अजित फडके, न्यूरो सर्जन पंड्या अशी कितीतरी यादी देता येईल. आयुष्यातले क्षणभंगुरत्व ह्या मंडळींना प्रखरतेने समजतं, म्हणून त्याचा रसास्वाद कसा घ्यायचा हे त्यांना तारुण्यातच समजतं. डॉ. भालेराव आणि डॉ. अजित फडक्यांच्या पिताश्रींनी तर नाट्यकलेसाठी संस्था जगवल्या. कलावंतांची कदर डॉक्टर मंडळी जितकी करतात तितकी अन्य व्यवसायांतील अपवादानेच करतात.

वकिलाकडे 'सब घोडे बारा टक्के.'

वकिली व्यवसायच त्यांना माणुसकीपासून, रसिकतेपासून दूर नेतो. वकील कायम संघर्षाच्या सहवासात असतो. डॉक्टरांकडे प्रकृतीवर इलाज करवून घेण्यासाठी माणसे जमतात, तर वकिलांकडे वृत्ती जमतात. कोर्टात न्याय एका कुणाला तरी मिळतो, पण पैसा केस जिंकणाऱ्या आणि हरणाऱ्या दोन्ही वकिलांना मिळतो, म्हणून ते थंड, बेफिकीर असतात. ते मोजकं बोलतात आणि कोर्टात त्यांनी काळा डगला चढवला की संपलं. त्यांच्यात कसला तरी संचारच होतो. त्यांनी कॉरिडॉरमधून भराभरा न बोलता चालायचं. इतर काळ्या डगल्यांतून आपला कावळा कोणता तेही पटकन ओळखणे मुष्किल. अशिलाने त्यांच्या मागे धावत पळत मॅजिस्ट्रेट काय पुटपुटला ते विचारीत धावायचं. खटले वर्षोन्वर्षे चालतात किंवा तारखेतारखेवर ठाण मांडून बसतात, मग वकील पळत का सुटतात ते कळत नाही.

श्री म्हणाला, "मुंबई हायकोर्टातले वकील ज्युनियर वकिलांनाही असंच मागं पळायला लावतात, म्हणून आता पुण्याच्या वकिलांनाही मुंबई हायकोर्टाचे क्लायंट्स मिळायला लागले आहेत."

"ह्याच्यावर उपाय?"
"वकिलाला ठणकावून, वाजवून विचारायचं."
"आपल्या नाड्या त्यांच्या हातात असतात."
"म्हणून काय झालं? पुण्याच्या बाररूममध्ये खानदेशातल्या एका पाटलाने, त्याच्या वकिलाला सगळ्या वकिलांसमोर ठणकावलं, 'भडव्या, तुला वीस हजार रुपये मोजलेत, चिंचोके न्हाई दिलंत.' तेव्हा तो वकील त्या पाटलाच्या मागे धावत गेला, पण वपु, तुम्ही कोर्टाच्या कचाट्यात कसे अडकलात?"
"माझा मित्र अडकलाय. तो प्रथम माझ्याकडे आला. मी माझ्या सख्ख्या मित्राच्या भावाला फोन केला. त्याच्या भावाची आणि माझी जिगरजान गट्टी माहीत असून त्यानं विचारलं, 'ओळखीचा म्हणून येऊ की वकील म्हणून येऊ?'
मी सांगितले, 'कोणत्याही नात्यानं या.'
त्याप्रमाणे तो आला. पाचच मिनिटं थांबला. पेपर्सवर वरवर नजर फिरवीत तो म्हणाला, 'ह्या केसमध्ये काही अर्थ नाही.' इतकं सांगून दोनशे रुपये घेऊन गेला."
श्रीने पेपर्स बारकाईनं पाहिले. मी मित्राच्या फाईलची संपूर्ण झेरॉक्स कॉपी ठेवली होती. श्रीने त्या वकिलाचं नाव विचारलं, मी सांगितलं.
श्री म्हणाला, "चुकीच्या वकिलाकडे गेलात."
"डॉक्टरांप्रमाणे वकिलांच्यात पण स्पेशलायझेशन असतं का?"
"अर्थात! काही वकील फक्त मॅट्रीमोनियल केसेस हाताळतात. काहीजण फक्त इस्टेट, जमीनजुमला पाहतात. काहीजण क्रिमिनल. मी जर त्या वकिलाच्या जागी असतो तर प्रामाणिकपणे, 'मी अशा केसेसचा अभ्यास केलेला नाही' असं सांगितलं असतं. चहा मात्र वसूल केला असता आणि गेलो असतो."
"तुमच्या व्यवसायातील माणसं इतकी कोरडी, रूक्ष आणि तुसडी का होतात?"
श्री गंभीर होत म्हणाला, "आम्ही सतत तामसी लोकांच्या सहवासात असतो. आमच्याकडे येणारी प्रत्येक व्यक्ती भांडणं, तक्रारी, मालमत्तेच्या वाटण्यांसाठी अधीर झालेली, दुसऱ्याची जिरवण्यासाठी कासावीस झालेली किंवा दुसऱ्याकडून लुबाडली गेलेली, लायकी असताना वरिष्ठ अधिकाऱ्यांनी मर्जीतल्या माणसांना प्रमोशन देऊन योग्य, कॉंपिटण्ट लोकांची गळचेपी केलेली, अशी तकतकलेली माणसं येतात. ह्या सगळ्यांचा आमच्यावर काहीच परिणाम होत नसेल का?
माणूस खऱ्या अर्थानं शांतताप्रिय असता तर कोर्टाची गरजच पडली नसती. मी

त्या मानानं खूप सावध असतो. वकिलाच्या घरातली सुबत्ता ही कुणाच्या ना कुणाच्या तळतळाटावर उभी असते. मी माझ्या क्लायंटकडे 'सापडला बकरा' अशा अर्थाने, नजरेने पाहात नाही. डॉक्टरने लवकरात लवकर पेशंटला व्याधीतून मुक्त करायचं असतं. मी वकील असलो तरी अशिलाकडे पेशंट म्हणून बघतो. ते जाऊ दे. एक जोक ऐकवा, की निघालो.''

''तुमच्याच व्यवसायावरचा ऐकवतो. एकदा एक माणूस वकिलाकडे गेला. जवळजवळ पाऊण तास त्या माणसाने आपली समस्या त्या वकिलासमोर मांडली आणि कोर्टात केस जिंकण्याची आशा आहे का, विचारलं. वकील म्हणाला, 'दोनशे टक्के. त्यातून दुर्दैवाने हरलो, तर फी म्हणून एक पै घेणार नाही.' हे ऐकताक्षणी तो माणूस म्हणाला, 'बरंय, येतो.' वकील पाहातच राहिला. तेव्हा तो माणूस म्हणाला, 'मी मुद्दाम तुम्हाला प्रतिपक्षाची बाजू प्रथम सांगितली. तो दोनशे टक्के खटला जिंकणार असेल तर कोर्टात जायचंच कशाला?''

श्रीने जोक एन्जॉय केला, पण पुन्हा तो गंभीर झाला.

''काय झालं?''

''आम्ही स्वतःच्या डिग्रीचा वापर करण्याऐवजी लोकांच्या अज्ञानावरच जास्त जगतो. कायद्याची कलमंच फार क्लिष्ट आहेत. फिर्यादीचा वकील, आरोपीचा वकील आणि न्यायाधीश, सगळ्यांनी कायद्याची छापील कलमंच वाचलेली असतात, पण केवळ शब्दांच्या करामतीवर केस लढवली जाते. आपण काय करीत आहोत हे प्रत्येक वकिलाला माहीत असतं. केसमध्ये दम आहे का नाही हे तर पहिल्या दृष्टिक्षेपात समजतं. मी यशस्वी वकील होईन, असं मला वाटत नाही. मी अनेकांना कोर्टाचा रस्ता चुकवायला लावतो. केस हरल्यावर मी काहींचे पैसेही परत केलेले आहेत.''

''खरंच?''

लहान मुलाप्रमाणे गळ्याला चिमटा काढीत श्री म्हणाला, ''आईशप्पत! घाम गाळून, रक्त आटवून, पै न् पै कुणी वाचवली आहे, असे अशील ओळखायला येतात. तो पैसा मला पचणार नाही. जे मुळातच नफ्फड आहेत त्यांना सोडत नाही. दुसऱ्याला छळण्यात माणसाला किती रस असतो, ते वकिलालाच कळतं आणि किती फडतूस गोष्टींसाठी माणसं तक्रारी आणतात ह्याची कल्पना करू शकता?''

मी हसून होकार देत म्हणालो, ''सुधीर जोशी महापौर झाले होते तेव्हा मी त्यांचं अभिनंदन करायला गेलो होतो. त्यांच्याभोवती गराडा होता. त्यात एका भाडेकरूने तक्रार आणली, ती अशी – 'चाळीतल्या कॉमन संडासाला

घरमालक कुलूप लावून अडवणूक करतात.'

'कुलूप तोडा.'

'पोलीस?'

'हं, मी तुमच्या पाठीशी आहे.'

तो आनंदानं गेला. मी सुधीरजींना विचारलं, 'इतके फडतूस प्रॉब्लेम्स तुम्ही सोडवणार?'

'करू काय? कालपरवा ह्याच बिल्डिंगचा मालक भेटून गेला. तो म्हणाला, 'संडास वापरल्यावर ही माणसं साखळीसुद्धा ओढत नाहीत. ड्रेनेज साफ करायचा खर्च मला करावा लागतो.' मीच त्याला सांगितलं, 'संडासाला कुलूप ठोका. मी तुमच्या पाठीशी आहे.''

''अशी खडुस माणसं भेटली की मी त्यांना लाइनीवर आणतो. खरं तर आम्ही वकिलांनी समाजाला मार्गदर्शन करून कोर्टापासून अनेकांना लांब ठेवायला हवं. ते तर राहिलंच दूर, त्यात मुळातच खुनशी वृत्तीचा माणूस वकील झाला तर विचारूच नका. आता जाण्यापूर्वी ओशोंच्या भाषणातला किस्सा सांगून पळतो. एका माणसाने तपश्चर्या करून परमेश्वराला प्रसन्न केलं आणि वर मागितला, 'मी मागेन तेवढी संपत्ती मला हवी.' परमेश्वर म्हणाला, 'जे मागशील ते मिळेल, पण तुझ्या दुप्पट तुझ्या शेजाऱ्याला मिळेल.' परमेश्वर निघून गेला आणि हा माणूस तडफडत राहिला. आपल्यापेक्षा दुप्पट शेजाऱ्याला मिळणार ह्या वरदानातच शाप होता. तो वकिलाकडं गेला. त्याने दणकून फी घेतली आणि सल्ला दिला. त्या मूर्ख माणसाने तो ऐकला आणि रात्री प्रार्थना केली, 'माझा एक डोळा निकामी कर.' सकाळी उठला तेव्हा त्याला कळलं, 'शेजाऱ्याचे दोन्ही डोळे गेलेत.'

श्री केळकर निघाला. निरोप घेताना त्याचे डोळे भरून आले. मिठी मारत तो म्हणाला, ''आशीर्वाद द्या.''

मी म्हणालो, ''आशीर्वादापेक्षा सदिच्छा मोठी. आशीर्वाद क्षणापुरता असतो. सदिच्छा कायम बाळगावी लागते.''

श्री गेला.

आणि वरच्या शक्तीला हात जोडीत मी त्याला विचारले, 'काळ्या रंगाच्या अशुभ गाऊन्सच्या कोर्टातल्या असंख्य कावळ्यांच्या गराड्यात आजचा श्री मला आणखी दहा वर्षांनी अस्साच भेटेल का? भावुक, कुटुंबवत्सल...भाबडा की...?

○

३०

माझे आवडते नाटककार आणि नाटककारापेक्षा ज्यांच्यामधला माणूस जास्त मोठा आहे, त्या विद्याधर गोखले ह्यांच्या 'पंडितराज जगन्नाथ' ह्या नाटकात एक वाक्य आहे. 'पंडितराज जगन्नाथ' ह्या नाटकातल्या 'पंडितराज'ला उद्देशून.
ते वाक्य असं –
"जलभारानं मेघ वाकतात, फलभारानं वृक्ष नम्र होतात, त्याप्रमाणे ज्ञानभारानं माणसानं नम्र व्हावं."
जयंतराव नारळीकरांच्या 'आयुका' तर्फे, पुणे युनिव्हर्सिटीत जेव्हा माझा कार्यक्रम झाला आणि त्याच निमित्ताने श्री. जयंतरावाचा प्रथमच प्रत्यक्ष परिचय झाला, तेव्हा 'ज्ञानभाराने नम्र' म्हणजे नेमकं कसं? – ते मला समजलं. अशी खऱ्या अर्थाने नम्र झालेल्या माणसांची यादी बोटांवर मोजण्याइतकीच. वयाची साठी उलटली, असं म्हणायचे. बोनस आयुष्य कधीच सुरू झालं.

आचार्य अत्रे म्हणायचे त्याप्रमाणे आता वाढदिवस नाहीत–
आता 'काढदिवस.'
आयुष्यातील पहिली पंचवीस वर्षं सोडूनच द्यायची. कोणत्या कुटुंबात जन्म, कोणते गाव, कोणती शाळा, शिक्षक, प्राध्यापक, यश, व्यवसाय, आयुष्याचा साथीदार... प्रत्येकाने मागे वळून पाहिलं तर हीच स्टेशनं. इलाखे वेगवेगळे. आणि मग मर्यादांनी वेढलेल्या ह्या प्रवासात, एका माणसाला अनुभव येऊन येऊन किती येणार? आयुष्यात किती माणसं भेटणार? त्यातली साधी किती? सोज्ज्वळ किती? मिडिऑकर किती? विद्वान पण आढ्यताखोर किती? असे अनेक प्रश्न मला पडतात आणि तरीसुद्धा वाटतं, विचारांचा मागोवा घेण्याचा ज्यांना छंद आहे त्या सगळ्यांना ज्ञानभारानं नम्र झालेला एक तरी महाभाग भेटला असेलच.

विचारांचाच मागोवा घेणारे समाजात किती लोक आहेत, हा प्रश्न बाजूला ठेवणे भाग आहे, पण अशी विनम्र असलेली, ज्ञानी माणसं, सगळीच्या सगळी वपुंना एका आयुष्यात भेटणं अशक्य. मलाच असं नव्हे, तर कोणत्याही एका व्यक्तीला. हे लिहीत असतानाच मला वसंतराव देशपांडे, वसंत देसाई, पं. अब्दुल हलीम जाफर खाँ अशा कितीतरी व्यक्ती नजरेसमोर आल्या.

'तुफान और दिया' ह्या चित्रपटातल्या गाण्यांवर वसंत देसाईंनी खूप मेहनत घेतली, पण 'यह कहानी है दिये की और तुफान की' हे 'थीम साँग' छळत राहिलं आणि वळवाच्या सरीप्रमाणे स्वर कोसळलं. कमीतकमी वादक आणि मोजके सूर. तेच गाणं जास्तीतजास्त गाजलं. वसंतराव प्रत्येक भेटीत सांगायचे, "ते सगळं वरून येतं."

मला आठवतं, त्या काळात वसंतरावांचं हे विधान चेष्टेचा विषय झालं होतं. खरं तर संगीतकार, कवी, शास्त्रज्ञ, निष्णात डॉक्टर... अशा कोणत्याही प्रांतातला माणूस असो, तो पूर्णत्वाला पोहोचतो तेव्हाच तो 'ज्ञानी' होतो आणि अज्ञाताचं देणं, ह्या भावनेनं नम्र होतो.

अब्दुल हलीम तर विलक्षण माणूस. त्यांचे फोटो काढायला गेलो, तेव्हा सहज विचारलं, "सतार वयाच्या कितव्या वर्षापासून वाजवताय?"

त्या क्षणी उत्तर मिळाले,

"पीछले सात जनम से बजा रहा हूँ । तुमचा तो विठ्ठल आहे ना, पंढरपूर का, उनका काला कलर अजीब है, वो बजाता है. हम तो सिर्फ सितार हात में रखते हैं, बजानेवाला अलग है।"

"अब मैं चलता हूँ।

"खाना खाके जाओ, साधा वरणभात कालेसाब."

केव्हातरी खानसाहेबांचा फोन.

"कल मिलेंगे क्या?"

"जरूर."

"परसो रखेंगे. कल फ्रायडे है, नमाज का दिन..."

मी लगेच म्हणालो,

"तो कौन सी खास बात है? आपके साथ मैं भी नमाज पढूंगा."

"तो कल आईये."

ह्या माणसाच्या वादनावर भुलावे की बोलण्यावर?

अगदी अस्साच विनम्र भाव सुधीर फडके ह्यांच्याजवळ आणि जसे बाबूजी तस्साच श्रीधर. माणूस तरुण असतो तेव्हा कितीही नाकारलं तरी एक जिगर असते. त्याला 'रग' म्हणावं, हट्टीपणा, हेकट, दुराग्रही, अहंकार, अस्मिता,

आढ्यता इतकी नावं आहेत. व्यक्तीनुसार 'ग्रेड्स आणि शेड्स' वेगवेगळ्या, इतकंच. ऐन तारुण्यातले बाबूजी मला माहीत नाहीत, असणं शक्य नाही, कारण ते खूप कुणीतरी होते, तेव्हा मी नगण्य होतो. चित्रपट व्यवसाय नाठाळ, तेव्हा बाबूजींनाही कठोर व्हावं लागलं असेल; पण श्रीधरला मी त्यानं फुशारून जावं, 'यश' डोक्यात भिनावं, अशा त्याच्या वयात पाहतोय. मला त्याचा विनम्र स्वभाव 'हिरवा' वाटतो. 'हिरवट' नाही. कर्तृत्व नसलेली किंवा धंद्यात रातोरात यश मिळालेली इतर उद्धट तरुण मुलं पाहिल्यावरच श्रीधरबद्दल लिहावंसं वाटलं. ज्यांनी काहीतरी करून दाखवलंय, त्यांनी रुबाब दाखवू नये, पण दाखवलाच तर नाइलाज आहे, कोणत्या तरी शक्तीचा वरदहस्त ते विसरतात, असं म्हणायचं, पण कर्तृत्व सिद्ध व्हायच्या आत जी मुलं घरात गुरगुरतात, ती यश मिळाल्यावर काय करतील, ह्याची भीती वाटते. मण्यांची माळ ओढावी, अशी निगर्वी माणसांची नावं आठवताहेत. प्रारंभी मी बोटांवर मोजण्याइतकी म्हणालो, पण 'शोधा म्हणजे सापडेल', ह्या वचनाप्रमाणं, संत कबीराच्या आयुष्यातील घटनांपासून अनेक घटना आठवल्या. काही वर्षांपूर्वीची गोष्ट. सौ. विद्या बाळ ह्यांच्या घरची. माझ्या वर्गमित्राची ही धाकटी बहीण. एरवी आम्ही एकमेकांना एकेरी नावानं हाक मारतो; पण जाहीररीत्या लिहिताना एकेरी निर्देश करायला, ही दूरदर्शनवरची मुलाखत नव्हे. विद्या बाळ ह्यांची कन्या तेव्हा चार किंवा पाच वर्षांची असेल. डॉ. एच. व्ही. सरदेसाईंनी तिला तपासलं. घरी जाताना तो चिमुरडा जीव आईला म्हणाला, 'आई, डॉक्टरांनी मला हात लावला, तेव्हाच मला वाटलं ह्यांनी मला तपासलं.' विद्या बाळ ह्यांनी मला कितीतरी वर्षांपूर्वी हे सांगितलं होतं. ते ह्या क्षणी वर आलं. त्या जिवाला कोणत्या स्पंदनातून हे जाणवलं? रातराणी दिसली नाही तरी तिचा सुगंध वायुदूत आपल्यापर्यंत पोहोचवतो. लहान मुलांच्या संवेदना सूक्ष्म असतात. व्यवहारी जगाची ओळख झालेली नसते, म्हणून त्या संवेदना मथ्थड होत नाहीत. डॉ. सरदेसाईंच्या मनाचा हळुवारपणा त्या संवेदनांनी पकडला. संवेदनांची ही तीव्रता आपण जतन केली तर अशा आठवणींच्या असंख्य मोहरा आपल्याच अंत:करणात सापडतील. वानवा आहे ती 'स्टॉक टेकिंग' करून कटू प्रसंगांची जळमटं साफ करण्याची.

विद्वत्ता, ज्ञान आणि अहंकार ह्यांची युती पुराणकाळापासून आहे. विश्वामित्र, दुर्वास, परशुराम हेही होते आणि कण्व, वसिष्ठ हेही होतेच.

उग्र तपाचरण करून, व्रतस्थ राहून देवादिकांचा साक्षात्कार घडूनही ही ऋषिमंडळी अहंकारी असतील, तर साधी व्यवहारात उपयोगी पडणारी डिग्री मिळवणारी सध्याची तरुण पिढी बेफाम झाल्यास नवल काय?

सध्या जे शिक्षण मिळतं, ती माहिती आहे, ज्ञान नव्हे. कोकाटे ह्यांचे इंग्रजीचे वर्ग म्हणजे शेक्सपियर समजण्याचे वर्ग नव्हेत, पण अहंकाराची जोपासना करायला डिग्री पुरते.

ज्ञान वेगळंच असतं.

ज्ञानाची डिक्री म्हणजे कॉलेजची डिग्री.

व्यासांचा पुत्र शुकदेव.

'शुकासारिखे पूर्ण वैराग्य ज्याचे' असे श्री रामदासांनी गौरविलेले शुकमुनी. व्यासांचा हा पुत्र तरुण आणि ज्ञानी असाच प्रकट झाल्याचा उल्लेख आहे. तो तप करायला निघाला तेव्हा व्यासांना आश्चर्य वाटलं. 'हा ज्ञानी असून पुन्हा तप करायला का निघाला?' – ह्याचं आश्चर्य वाटून ते त्याला बोलावण्यासाठी पाठोपाठ निघाले.

वाटेत नदीवर काही स्त्रिया स्नान करीत होत्या. वेदव्यासांना पाहून वस्त्रं शोधून त्या आवरून, सावरून बसल्या.

ते पाहून व्यास त्यांना म्हणाले, ''अगं बायांनो, आत्ताच माझा तरुण पुत्र माझ्याच पुढे गेला तेव्हा तुम्हाला काही वाटलं नाही. मी आल्यावर तुमची चलबिचल का झाली?''

ह्यावर त्या बायकांनी सांगितलं, ''शुकदेव ऊन, वारा, पावसासारखे आले आणि गेले.''

ही प्रश्नोत्तरे शुकदेवांनी ऐकली आणि त्यांच्या मनात एक अहंकारी विचार आला, ''आपले पिताजी अजून मागेच आहेत म्हणजे !''

व्यासांनी अंतर्ज्ञानाने जाणले आणि ते मनात म्हणाले,

''तुला परत बोलावण्यात अर्थ नाही, तू तप करायला योग्य आहेस.'' सध्या कॉलेजात मिळते ती माहिती, डिग्री तर पैसे भरल्यावर दिवंगत माणसाच्या नावाचीसुद्धा मिळते, असे प्रमोद नवलकरांनी सिद्ध केलेय. शिक्षणाने आत्मविश्वास वाढेल, संस्कार होतील अशा भ्रमात कुणी असेल असे वाटत नाही.

Education is what we use, and culture is what we are.

'शुक' जिथं अपवाद ठरला नाही, ज्ञानी म्हणताना अहंकारातून सुटला नाही, तिथं आजचे 'आशुक माशुक' पाहिल्यावर काय बोलावं – काय लिहावं?

३१

प्रत्येक माणसाची आयुष्यभर एकच धडपड असते. आपण जसे आहोत त्यापेक्षा वेगळी प्रतिमा समाजात उमटावी. एक काळ असा होता की, समाजात व्यसनी माणसांचं प्रमाण अत्यल्प होतं. क्वचित कोणी ड्रिंक्स घेतही असत. त्याचा बाजार झाला नव्हता. आपल्या घरातील ज्येष्ठ मंडळी ड्रिंक्स घेतात हे घरातल्या बालगोपाळांच्या गावीही नव्हतं, मग समाजातल्या प्रतिमेला धक्काही लागायचं कारण नव्हतं. आज घरातल्या सहा-सात वर्षांच्या बालगोपाळांनाच सोड्याच्या बाटल्या आणण्यासाठी पिटाळलं जातं. पाहुण्यांना कौतुकानं सांगितलं जातं, 'ही इज व्हेरी स्मार्ट, रस्ता परफेक्टली क्रॉस करतो.' बालगोपाळही स्मार्टली स्वत:साठी फ्रुटी आणतात. बाप त्याला 'टिप' देतो. त्या काळातली नाटकं, चित्रपटही तसेच होते. 'कुंकू' चित्रपट या काळात निघाला असता तर नीराने अपमान केला, पत्नी म्हणून साथ दिली नसती, तर मिशांना कलप लावायच्या ऐवजी काकासाहेबांनी बाटली उघडली असती आणि तेवढ्या काळात पंडितने सावत्र आईच्या हातचा मार खाण्याऐवजी तिच्यावर राम, सीता, कृष्ण, नीरेच्या आई-वडिलांच्या तसबिरींसमोर बलात्कार केला असता. झूम लेन्स, तसबिरी निखळून पडणे, शॅडो प्ले, दिग्दर्शन, मॉंटॉझ, कॅमेरामन या सगळ्यांना बलात्कार कलात्मक आणि अभिरुचिसंपन्न करायला केवढा चॅलेंज होता, पण तो काळ तसा नव्हता, तरीही आपण जसे आहोत त्यापेक्षा वेगळे आहोत हे दाखवण्याची धडपड होतीच. फक्त 'वास्तवता' आणि 'आदर्शवाद' यांतले अंतरच कमी असल्यामुळं ते कापायला फार कष्ट पडत नसत.

आजच्या काळात तर व्यसनांनाच दर्जा मिळाल्यामुळे आयुष्य सोपं झालं आहे. आज ड्रिंक्स न घेणारा 'कंट्री' मानला जातो आणि फॉरिन, इम्पोर्टेड घेण्यापेक्षा 'कंट्री' घेणारा धाडसी मानला जातो. व्यसनी माणसांचं प्रमाण कमी असून

गडकऱ्यांनी 'एकच प्याला' लिहिलं ते व्यसनाचे दुष्परिणाम दाखवण्यासाठी. प्रेक्षक ते नाटक दारू सुटावी म्हणून पाहत नव्हते, हा भाग वेगळा. बालगंधर्वांना साध्या नऊवारी, फाटक्या साडीत पाहण्यासाठी आणि संगीतासाठी लोक धावत असत, असं मी ऐकून आहे.

काळ कोणताही असो. आपण आहोत त्यापेक्षा आपली प्रतिमा उज्ज्वल आहे, असं भासवण्याच्या खटाटोपात प्रत्येकजण असतो. 'क्ष' व्यक्ती प्रसिद्धिपराङ्मुख आहे, याचीच एवढी प्रसिद्धी होते की त्याच्यापेक्षा प्रत्यक्ष प्रसिद्धी परवडली. ती तशी आहे हे मुळातच कळलं कसं?

'कृष्णस्मृती' या ओशोंच्या पुस्तकात कबीराची एक विलक्षण हकिकत वाचली. 'वेदव्यास आणि शुकदेव' यांची कथा मला सौ. वर्षा आंबेकर या भगिनीने कळवली होती. त्या स्वत: अभंगरचना करतात आणि गजाननबुवा जोशी यांच्या त्या शिष्या. केव्हा तरी संसार सांभाळून कलासाधना कशी करता येते, हे 'आम्हांला वेळच मिळत नाही हो!' असे म्हणणाऱ्या वाचकांसाठी शैला आणि तिला साथ देण्यासाठी स्वत:ची संगीतसाधना दूर ठेवणाऱ्या सुधीरची हकिकत वाचकांसमोर ठेवणारच आहे. थोर संगीतकार भास्करबुवा बखले यांची नातसून म्हणजे शैला. वर्षा तिची बहीण. तिच्या पत्रातून ती अशा हकिकती कळवते. अशा व्यक्तींबरोबर पत्रसंवाद करणं ही मेजवानी असते. 'व्यास आणि शुक' ही कथा कुणी सांगितली अशी विचारणा करणाऱ्यांसाठी हे विषयांतर. सौ. वर्षा आंबेकरांच्या भक्तिगीतांना अद्यापि प्रकाशकिरण मिळायला हवा तसा मिळालेला नाही.

ही प्रसिद्धिपराङ्मुखता.

सिद्धी आणि प्रसिद्धी या सावत्र बहिणी असाव्यात.

तर कबीर.

घरी अठराविश्वे दारिद्र्य.

महावीर आणि बुद्ध ह्यांची कथा वेगळी. सुबत्तेतली व्यर्थता जाणून ते विरक्त झाले. त्याग करण्यासाठी प्रथम भरपूर कमवावं लागतं आणि त्यापेक्षा उच्च, महान टप्पा म्हणजे, वैभवातली शून्यता समजावी लागते. सरकारी बंगले, पद गेलं तरी न सोडणाऱ्या आणि आठ-आठ लाख रुपयांचं भाडं न भरणाऱ्या राज्यकर्त्यांच्या जमान्यात, 'वैभवातली शून्यता' समजावी अशी त्यांच्याकडून अपेक्षा कशी करावी?

एका माजी केंद्रीय मंत्र्यांनी माझे राजकारणावरचे जागोजागी मारलेले शेरे एका पुस्तकात वाचून मला पत्र पाठवलं. 'खरोखरच इतकी वाईट परिस्थिती आहे का? – तुम्ही फार कडवटपणे लिहिता.' असं पत्र पाठवलं. त्याला उत्तर

पाठवायच्या आत 'केसरी'त चौकट प्रसिद्ध झाली. श्री. नाटेकरांनी मला ते कात्रण पाठवलं आणि सुचवलं, 'उत्तरादाखल हे कात्रण पाठवा, कारण त्याच माजी मंत्र्यांचं नाव भाडं न भरल्याबद्दल अग्रभागी आहे.'

कबीर मुळातच दारिद्र्य उपभोगणारा. मस्तीत, दारिद्र्याच्या नशेत विहार करणारा संत. रोज अतिथी भेटल्याशिवाय अन्न सेवन न करणारा. ठिकठिकाणी दुकानदारांकडे उधारी थकलेली. शेवटी कबीराचा मुलगा चिडला. तो कबीराला म्हणाला,

''आता उद्याही अतिथी शोधून आणणार असाल, तर...''

''अतिथी हवाच. मिळवणारच.''

''एकही वाणी आता उधार देत नाही.''

''तरी अतिथी असणार.''

''मला आता चोरी करावी लागेल.''

''तेही करूया.''

''म्हणजे?''

''तू घरफोडी कर. सोबत मीही येतो.''

मुलाबरोबर कबीर निघाले. त्यांनी घर निवडलं, पण मुलाचा कुदळीवर हात चालेना.

कबीर म्हणाला, ''नुसती वरवर कुदळ मारलीस तर मालक जागा होईल आणि पदरात काहीच पडायचं नाही. घाव घालायचे तर ठणठणीतपणे घाल.'' मुलानं धैर्य कसंबसं गोळा केलं. भिंत फोडली.

कबीर म्हणाला, ''आता एकच पोतं बाहेर काढ.''

मुलानं त्याप्रमाणं केलं. मग कबीर म्हणाला, ''आता वाड्याचा पुढचा दरवाजा वाजव आणि मालकाला खबर दे.''

''मालक पकडेल मला.''

''पकडायलाच हवं. त्याचा माल पळवल्यावर त्याने पकडलंच पाहिजे.''

''तो फौजदाराकडे फिर्याद करील.''

''तेही योग्यच होईल.''

''ह्यात तुमचीही बेअब्रू होईल. साधु-संत म्हणून तुमची ख्याती आहे, त्या कबीराला सगळे गावकरी चोर म्हणतील.''

कबीर शांतपणे म्हणाला, ''आपण चोरी केल्यावर लोक आपल्याला चोर म्हणणारच. आपणही ते सत्य बोलतात हे मान्य केलं की संघर्ष उरलाच कुठे?''

''पण...''

"इथंच सगळी अडचण आहे. जे घडतं ते मान्य करावं. स्वत:शी संघर्ष करण्यात शक्ती घालवू नये. आपण जसं वागतो तसंच समाज बोलतो.''

"गावात तुमची चोर म्हणून बेअब्रू झाल्यावर एक तरी अतिथी घरी जेवायला येईल का?''

कबीर शांतपणे म्हणाला, ''मग आपोआपच तुझ्या मनासारखं होईल.''

सध्याच्या जमान्यात रोज भ्रष्टाचाराच्या बातम्या आपण वाचतो. राज्यकर्ते, स्मगलर्सना सामील झालेले काही पोलीस ऑफिसर्स, पाठ्यपुस्तकंसुद्धा वेळेवर प्रकाशित न करणारी सरकारी खाती...

यादी तरी किती द्यायची?

कबीराची ही हकिकत अशा लब्धप्रतिष्ठित लोकांना विषाच्या पेल्यासारखी वाटेल काय? शक्यच नाही!

ही हकिकत ते वाचणारच नाहीत.

किंवा वाचल्यावरसुद्धा आत्मपरीक्षण न करता मला अभिनंदनाचा, आर्टिकल आवडल्याचा फोन करतील.

○

३२

रजिस्टर पत्र.
मी सही करून घेतलं. पत्र वकिलाचं? – तेही रजिस्टर्ड? म्हणजे दोस्तीदाखल नक्कीच नाही. जाणीव आल्यापासूनचं उभं आयुष्य डोळ्यांसमोर उभं राहिलं. आपलं काय चुकलं असेल? कधी? कुणाला दुखावले का? अनवधानाने बदनामी?
वकिली पेशावर 'माणसं' मध्ये केळकर वकिलाची वकिलापेक्षाही भलावण केली ती तो 'माणूस' आहे म्हणून. त्याच्यातला माणूस काही वर्षांनी हरवेल का? –ही भीती वाटली म्हणून. वकिलांचा आणि माझा व्यक्तिगत एक अनुभव गाठीशी होता. अनेक वर्षं तो गळवासारखा ठसठसतोय.
एके काळचा माझा सख्खा मित्र. पानाला पान लावून आम्ही जेवणारे. खूप दिवसांत भेट झाली नाही की अस्वस्थ होणारे. माझ्या वडिलांना हल्यूसिनेशन्सचा त्रास व्हायला लागला, तो त्यांच्या वयाच्या त्र्याऐंशीव्या वर्षी. तेव्हा बंगल्याच्या व्यवहारासाठी 'पॉवर ऑफ ॲटर्नी' करून घ्यायची होती. मी साहजिकच त्या सख्ख्या मित्राला भेटलो.
तो म्हणाला, "बंगल्याची आत्ता जी मार्केट व्हॅल्यू आहे, त्यावर अवलंबून आहे, पण तुझ्यासाठी पाच हजारांत करून देईन."
माझ्याकडे त्या काळात तेवढे पैसे नव्हते. तेव्हा अचानक माझे मित्र प्रभाकर भिडे भेटले. त्यांनी त्यांच्या भाच्याकडे पाठवले. तो म्हणाला, "स्टॅम्पपेपरवरचे जे काय रीतसर मामुली पैसे पडतील ते आणि भिडेमामांचे मित्र म्हणून, माझी फी शून्य."
मी विचारले, "बंगल्याची आत्ताची किंमत?"
"त्याचा काहीच संबंध नसतो."
हा पहिला अनुभव. चांगली भावनाप्रधान माणसं, व्यवसायामुळे किंवा

व्यवसायासाठी नंतर बेपर्वा होतात. सायकिॲट्रिस्ट व्यवसायातल्या डॉ. प्रभू, डॉ. दांडेकर ह्या दोस्तांची मला अशीच भीती वाटते. डोके फिरलेल्या 'सायकॅटिक किंवा न्यूरॉटिक' पेशंट्सची न थांबवता येणारी वटवट ऐकून ऐकून त्यांचे काही वर्षांनी काय होईल? – असा प्रश्न पडतो. के. इ. एम.च्या मागच्या जमान्यातले सायकिॲट्रिस्ट डॉ. वाहिया ह्यांची अवस्था आठवते. तसंच वकिलांचं होत असावं. शेवटपर्यंत 'हिरवे-टवटवीत' राहणारे वकील मोजकेच असतील. वकीलच का? वार्धक्य-व्याधी यांनी हैराण झालेले किती म्हातारे शेवटपर्यंत हिरवे राहतात? खुर्जेकर वकील हे नावही अपरिचित. त्यांनी नोटीस का पाठवावी? 'माणसं' ह्या सदरात वकिलांना कावळे म्हणालो म्हणून? ते तर केवळ काळ्या डगल्यांशी साम्य दिसलं म्हणून.

एकदा हायकोर्टात गेलो होतो, ते एका मित्राला भेटायचं म्हणून. तिथे कोणत्या तरी अशिलाचा वकील, विरुद्ध पक्षाच्या वकिलाला शेकहॅण्ड करीत म्हणत होता, "मोठ्या लेव्हलचं पॉलिटिक्स आहे. कुणी का जिंकेना? तुझं-माझं काय नुकसान होणार आहे?"

अशा सगळ्या पार्श्वभूमीवर, केळकर पण असाच होईल का, ही भीती वाटली, पण आमची मैत्रीण ॲडव्होकेट रोहिणी दांडेकर जाम भडकली. तिला वकिली पेशावर मी जे लिहिलं ते आवडलं नाही. तिनं फोन करून मला सात वर्षं कारावासाची शिक्षा ठोठावली. मी तिला ती, स्वातीच्या– म्हणजे, माझ्या मुलीच्या – वयाची असल्यापासून पाहत असलेलो. खरे म्हणजे ती कलावंतच. तशीच हळवी. पण आता वकिली व्यवसायापायी रोज डोंबिवली ते हायकोर्ट ह्यातच नाच करण्यात तिचं आयुष्य चाललंय. खरं तर डोंबिवलीला राहून रोज बोरीबंदर गाठणारे प्रवासी उत्कृष्ट नर्तकच आहेत आणि गिर्यारोहकही.

हिमालयावर जाणं सोपं, पण डोंबिवली गाडी पकडून जिवंत अवस्थेत कामावर पोहोचणं म्हणजे....

...रेल्वेमंत्र्याला एकदा हा प्रवास करायला लावला पाहिजे.

रोहिणीने मला चिडून विचारलं, "तुम्ही कावळ्यांशी बोलता?"

मी म्हणालो, "मी मरेपर्यंत त्यांना आदराने वागवणार. बोलण्याचा प्रश्नच नाही. मी गेल्यावर पिंडाला न शिवता ते माझ्यावर सूड घेतील."

"दर्भाचा कावळा करता येतो ना?"

"येतो, पण दर्भाचा वकील कुठे करता येतो?"

रोहिणी चिडली. मला आनंद झाला. ती जेवढी हातातल्या कॅमेऱ्याशी प्रामाणिक आहे तेवढीच तिच्या व्यवसायाशी.

पण व्हॉट अबाऊट खुर्जेकर?

मी पुण्याला गेलो.
जयंत दाढे ह्यांना भेटलो.
जयंत नुसता हसला आणि म्हणाला, “चल माझ्याबरोबर.”
जयंतची आणि माझी ओळख तशी गेल्या दोन-तीन वर्षांतलीच, पण ज्या मैत्रीचा आधार वाटावा अशी ही व्यक्ती. ढोरमेहनत करून नावारूपाला आलेला बिल्डर. सावज हेरून ठेवावं त्याप्रमाणे केव्हातरी ‘माणसं’ ह्या सदरासाठी मी त्याच्यासाठी केव्हाच ‘मचाण’ बांधून ठेवलेय.
मी जयंतच्या गाडीत बसलो. तो खुर्जेकर वकिलांकडं घेऊन गेला. प्रसन्न मनानं स्वागत करीत, मनमोकळं हसत खुर्जेकरांनी खुर्ची ऑफर केली. चहा मागवला. आणखीन एक हसतमुख वकील भेटला, याचा आनंद संपायच्या आत खुर्जेकरांनी आणखी एक धक्का दिला.
जयंतकडे बोट करीत खुर्जेकर मला म्हणाले, “ह्यांना आणायची गरज काय होती? तुम्ही मला डायरेक्टली भेटू शकत नाही का?”
मी म्हणालो, “ज्या वकिलाकडून आपल्याला नोटीस आली आहे आणि ती नोटीस पाठविल्याबद्दलसुद्धा त्याचे पाचशे रुपयेही मीच भरायचे आहेत, हे समजल्यावर मी मध्यस्थाशिवाय तुम्हाला भेटायला कसा येईन?”
खुर्जेकर हसले.
मी मनात विचार केला, लेखक संपादकांना गोष्टी पाठवितो आणि त्याचे मानधन घेतो. इथे मात्र वकिलाने आपण होऊन नोटीस पाठवायची आणि आपण ती मागवली नसताना आपणच त्याचे पाचशे रुपये द्यायचे...
खुर्जेकर तोपर्यंत म्हणाले, “तुमचं नवं पुस्तक बाजारात आल्यावर आठ दिवसांच्या आत मला ते पोस्टाने मिळतं. कोण पाठवत असेल ओळखा?”
माझं डोकं चालणं शक्य नव्हतं.
मग तेच म्हणाले, “सुधीर निरगुडकर तुमचं प्रत्येक पुस्तक मला पाठवतात.”
इथपर्यंत खुर्जेकर एका लेखकाशी मित्र म्हणून बोलले, पण त्यांनी ज्यांचं वकीलपत्र घेतलं होतं, त्या त्यांच्या अशिलाशी ते प्रामाणिक होते त्यांनी त्यांची भूमिका सोडली नाही. ह्याला व्यवसायातली प्रामाणिकता म्हणतात, आणि व्यवसायातही ‘माणुसकी’ कशाला म्हणतात, तेही खुर्जेकरांमुळंच समजलं. कोर्टापासून अशिलाला लांब ठेवून, कोर्टाच्या बाहेरच व्यवहार-तंटे मिटवायचे, ही माणुसकी.
खुर्जेकरांचा तोच प्रयत्न दिसला आणि नोटिशीचे टेन्शन संपले. खुर्जेकर त्यांच्या अशिलाच्या वतीने जसं बोलायला हवं, तसंच हिरिरीने बोलत होते आणि तरीही हातात घेतलेले प्रकरण, सामंजस्याने मिटावं, इकडे त्यांचा कल

होता.

खुर्जेकरांचा निरोप घेतला, पण खुर्जेकरांप्रमाणेच विचारांची गाडी खुर्जेकरांकडून सुधीर निरगुडकरांकडे वळली. ह्या माणसासाठीसुद्धा मी, नाइलाजाने असंच एक मचाण बांधून ठेवलेलं आहे, पण हा माणूस शिकारीची सर्व सिद्धता करूनही टप्प्यात येणारा नाही. वर्षाच्या तीनशेपासष्ट दिवसांपैकी तीनशेसाठ दिवस हा सुधीर महाराष्ट्रभर आणि परदेशी सतत भटकत असतो आणि मी जर पाचच दिवस कुठे गेलो तर मला विचारतो, ''वर्षभर तुमचा पत्ता कुठे असतो?''

दोनच दिवसांपूर्वी दोघांचे ग्रह मार्गी असल्यामुळे आम्ही एकाच बोगीत भेटलो. गप्पा रंगल्या. 'संस्कार' हा आता कालबाह्य झालेला शब्द आमच्या गप्पांत निघाला. अनेक शब्द आपण त्यातला गर्भित अर्थ न जाणता, सिगारेट ओढणारी माणसं जसं एक काडी विझली की यांत्रिकतेनं दुसरी ओढतात, इतक्या सहज वापरतो, पण संस्कार हा प्रकार किती सूक्ष्म... सूक्ष्म म्हणण्यापेक्षासुद्धा मला मायक्रो-मायक्रोच म्हणावंसं वाटतंय-असतो, ते सुधीरच्या एका हकिकतीवरून समजलं.

मुंबईतल्या अनेक बिल्डर्सपैकी सुधीर निरगुडकर हा एक बिल्डर! पण जेव्हा भेटीगाठी झाल्या, त्यावेळेला प्रत्येक भेटीत बिल्डिंग प्रॉजेक्टऐवजी सुधीर बोलायचा तो सार्वजनिक कार्याबद्दल. महाराष्ट्रातल्या अष्टविनायकांच्या देवस्थानी त्याने भाविकांकरिता आरोग्य-केंद्राची व्यवस्था केली.

काही वर्षांपूर्वी सुधीरने घरकामासाठी एक मुलगा सोलापूरहून आणला. घरातली सगळी कामं तो मुलगा करीत असे. त्या काळात सुधीर त्याला रोज तीन रुपये देत असे. म्हणजे महिन्याचा पगार नव्वद रुपये झाला.

जो माझा अनुभव आहे, तोच अनुभव आपल्यापैकी अनेकांचा असेल. ऑफिसमध्ये ऑफिसर जर माणसे जोडणाऱ्या वृत्तीचा असेल तर हाताखालचा शिपाईसुद्धा विनम्र असतो. हाच संकेत घरातल्या नोकराबाबत आणि मोलकरणीच्या संदर्भातसुद्धा अनुभवायला येतो. मालकांच्या पश्चात आपण अशा एखाद्या बड्या घरी गेलो तर नोकर दारातल्या दारात न कटवता, 'या, बसा' म्हणतो, किमान पाण्याचा ग्लास तुमच्यासमोर ठेवतो. हे सगळे संस्कारच आहेत. मी स्वत: आतापर्यंत महाराष्ट्रातल्या एकाही मंत्र्याकडे वैयक्तिक कामासाठी गेलेलो नाही अथवा कुणाला फोनही केले नाहीत. ह्याला अपवाद फक्त सुशीलकुमार शिंदे. सुशीलकुमार शिंदे ह्यांचा टेलिफोन ऑपरेटरसुद्धा तुमच्याशी फोनवर शालीनतेने बोलतो. तुम्ही दिलेला निरोप सुशीलकुमार शिंदे यांच्यापर्यंत पोहोचतोच!

''साहेब कामात आहेत किंवा आता घरात नाहीयेत, नंतर फोन करा.'' असा

निरोप कधीही त्यांच्याकडून आला नाही.
याऐवजी "साहेब आले म्हणजे मी तुम्हांला फोन करतो" असंच उत्तर मी प्रत्येक वेळी ऐकलेलं आहे.
फोनच्या बाबतीत एक नेहमीचा अनुभव आहे. आपण फोन केला की पलीकडून उत्तर येतं, "आता ते आंघोळीला गेलेत. नंतर फोन करा."
फोन करायच्या वेळेलाच घरोघरची माणसं नेमकी आंघोळीला कशी गेलेली असतात, हे मला आजवर उमगलेलं नाही. आपल्या मित्राचा फोन येऊन गेलेला आहे आणि आपल्याला वेळ नसल्यामुळं आपण तो स्वीकारू शकलो नाही, तेव्हा आता आपण फोन केला पाहिजे, हा संकेत पाच टक्के माणसे तरी पाळत असतील की नाही ही शंका आहे.
संस्कार इथूनच सुरू होतात. सुधीरच्या बाबतीत त्यांच्या ऑफिसातल्या मंडळींकडून फोनवर असाच नम्र प्रतिसाद येतो.
सुधीरजींचे पिताश्री दोन वर्षांपूर्वी दिवंगत झाले; त्यापूर्वी एके दिवशी सहज त्यांनी घरातल्या गड्याला विचारलं, "तू कसा आहेस?"
क्षणाचाही विलंब न लावता तो म्हणाला, "मालकांनी माझ्या आयुष्याचं कल्याण केलं."
वडिलांनी हसून विचारलं, "म्हणजे नक्की काय केलं?"
त्यानं उत्तर दिलं, "मी इथं नोकरीला आलो तेव्हा मालक मला रोज तीन रुपये पगार देत असत, मी त्यांच्याच घरात लहानाचा मोठा झालो. मालकांनी माझं शिक्षण केलं. मला थोडी शेतीवाडी घेऊन दिली. मुलांची सोय केली आणि साहेब, माझ्या तीन रुपये पगारातला सव्वा रुपया मी माझ्या मालकांना दानधर्मासाठी काढून देत होतो."
त्यावर वडिलांनी विचारले, "तू आपणहून तुझ्यापेक्षा गरीब लोकांना किंवा रस्त्यावरच्या भिकाऱ्यांना मदत का केली नाहीस?"
त्यावर उत्तर आलं, "खरा भिकारी कुठला आणि व्यावसायिक भिकारी कुठला हे त्यांच्या चेहऱ्याकडे पाहून कळत नाही, त्यापेक्षा साहेबांच्यावरच ती जबाबदारी टाकली की आपला पैसा योग्य कारणासाठीच वापरला जाईल हे मला तेव्हा समजलं होतं. मी तेव्हा तीन रुपयांपैकी सव्वा रुपया मालकांना देत होतो आणि आता इतक्या वर्षांच्या नोकरीनंतर माझ्या पगारातले दोनशे रुपये दरमहा साहेबांना दानधर्मासाठी परत करतो. नोकरांचं इतकं कल्याण करणारे मालक कितीजणांना भेटले असतील?"
सुधीर निरगुडकर अचानक बोगीमध्ये भेटला आणि संस्कार हा विषय गप्पांच्या ओघात निघाल्यावर त्यांनी स्वत:च्याच नोकराचा अनुभव सांगितला.

एकूणच संस्कार ह्या अस्तंगत होणाऱ्या विषयावर खूप लिहिता येईल किंवा फक्त एवढंच लिहून ते अनेकांपर्यंत पोहोचेल.

जे द्यावं लागतं ते शिक्षण, टिपला जातो तो संस्कार. सुशिक्षित-अशिक्षित ह्या शब्दांशी संस्काराचा काहीही संबंध नाही. कुणाजवळ टिपकागद सापडेल हे सांगता येत नाही, अर्थात नुसता टिपकागद जवळ असून उपयोग नाही. संस्कार टिपण्यासाठी तो कोरा असावा लागतो. तो आधीच थबथबलेला असेल तर तो काय टिपणार? त्यातून फक्त पाणी गळत राहणार.

३३

संपूर्ण लोण्याचा माणूस घडवता येईल का? आला असता तर माझ्या नजरेसमोर जी चार-पाच नावं आहेत, त्यात पहिलं नाव मी बंडोपंत गानूंचं घेतलं असतं. बंडोपंत गेले आणि माझ्या आयुष्याचा एक हिस्सा गेला. माणूस जन्मभर असा, एकेक प्रिय व्यक्तीच्या जाण्याने मरत असतो. तो स्वत:च जेव्हा मरतो तेव्हा नेण्यासारखं यमदूताजवळ वर दाखवायला काहीच उरत नसेल. बंडोपंतांसारख्या व्यक्ती ज्यांच्या परिचयाच्या नसतात ते वियोगाच्या यातनेतून मुक्त असतात. त्या सगळ्यांना अशा माणसांचं महत्त्व कसं पटवून द्यायचं ह्याची हुरहूर लागते आणि एकीकडे ती माणसं ह्या दु:खातून मुक्त आहेत, ह्याचा आनंदही वाटतो.

बंडोपंतांचा वारसा त्यांच्या मुलाकडे, प्रकाशकडे आला. स्थावर-जंगम वारसा हा वुईलप्रमाणे मिळतोच, पण प्रकाशच्या बाबतीत बंडोपंतांनी, जो नावावर मांडून ठेवता येत नाही, तो त्यांच्या माणुसकीचा, सौजन्याचा, नम्रतेचा आणि कर्तृत्वाचा वारसाही उचलला- त्याच प्रकाशचा पुण्याहून फोन आला. रात्री मुक्काम करायला येतोय. मी 'वेलकम' म्हणून फोन बंद केला आणि बंडोपंतांच्या स्मृतीच्या मेंदूतल्या पेशी सजीव झाल्या. कॉम्प्युटरने डेटा पुरवावा, तसा हा निसर्गाने निर्माण केलेला कॉम्प्युटर. तो किती डेटा जतन करू शकतो हे पाहण्यासाठी एक कॉम्प्युटर शोधावा लागेल. आता डोक्यात बंडोपंतांसमवेत प्रकाश आणि त्याची सखी स्वातीही. प्रकाश १९८२ सालापासून अनेक घातपाती संकटांतून निग्रह, प्रामाणिकपणा, ढोरमेहनत आणि सत्प्रवृत्ती ह्याच्या जोरावर बाहेर पडला. पत्नीची अजोड साथ लाभली. दशरथाच्या रथाचं चाक, ऐन धुमश्चक्रीत कैकेयीनं सावरलं अशा स्वरूपाची घटना मी ऐकलेली. मला नेमका तपशील माहीत नाही. दशरथानं तिला तीन वर दिले. स्वातीनं प्रकाशला बारा वर्षं साथ दिली, कोणताही वर न मागता. प्रकाश हाच तिला लाभलेला

वर. पत्नीची अशी साथ लाभते तेव्हाच पुरुष कोणतंही इंद्रधनुष्य उचलू शकतो. प्रत्येक वेळी शिवधनुष्य लागतं असं नाही. जे पेलत नाही ते शिवधनुष्यच. बंडोपंत अचानक गेले. काही लाखांचा, म्हणजे सचिवालयातले तीन, आयुर्विम्यातले पाच, रेल्वेतले सहा... अशा माणसांची ग्रॅच्युइटी आणि प्रॉव्हिडंड फंड एकत्र केला तर जेवढी रक्कम होईल तितक्या रकमेचा बोजा प्रकाशच्या डोक्यावर पडला. असे काही घडेल, हे ध्यानीमनी नाही. बंडोपंत दिलदार. इतर दुकानदारांच्या 'ध्यानी' फक्त 'मनी' चा विचार. प्रकाश बंडोपंतांसारखाच.

स्वातीही तशीच. मी अनेक सुनांचं चरित्र तीन शब्दांत सांगेन–

मी-माझे-मला.

पण प्रकाशनं शब्द टाकायचा- स्वातीनं झेलायचा. स्वाती नक्षत्राच्या पावसाचे थेंब शिंपलीने झेलले की मोती होतात. 'पडतील स्वाती तर पिकतील मोती' असे म्हणतात. इथे प्रकाशला स्वाती लाभली. नाटक, चित्रपट, महाबळेश्वर-माथेरानला जाण्याच्या वयात स्वातीनं प्रकाशला कर्ज फेडण्यात साथ दिली. नाहीतर प्रकाशच्या 'माथ्याचं' रान झालं असतं.

दारावरची बेल वाजली आणि त्याच वेळी फोनची बेल. एरवी भारतातल्या टेलिफोन यंत्रणेबद्दल बोलायला नको. तक्रारींची यादीच 'कतार में है!' पण दारावरची बेल आणि फोन ह्यांना एकच केबल बसवलेली असावी.

मी दार उघडून घाईघाईनं फोन उचलला. प्रकाशला बसायची खूण केली.

फोन एका अनोळखी वाचकभगिनीचा होता.

"वपु आहेत का?"

"बोलतोय."

"मी तुमची पुस्तकं वाचते. भेटायचं होतं."

"काही विशेष?"

"माझे यजमान गेले."

"अरे..."

"पासष्टीचे होते. हार्टअ‍ॅटॅकने गेले. मुलगा, सून विचारीत नाहीत. यजमानांची एकच चूक. फ्लॅट मुलाच्या नावाने केला ही. मला हाकलून देण्याची भाषा घरी चालते. मी सगळं लिहून काढलंय. वह्या तुमच्या स्वाधीन करून यात्रा संपवणार."

"तसला विचार सोडून द्या. भेटू शकता."

"माझी हकिकत मला फक्त तुम्हांला एकट्याला..."

"घरी मी एकटाच असतो, केव्हाही या."

मी फोन बंद केला.

प्रकाश आणि स्वातीनं बंडोपंतांच्या मागे आईला किती जपलं होतं ते मी पाहिलं होतं. मी प्रकाशला मुद्दाम टेलिफोनवरचं-पलीकडचं बोलणं ऐकवलं. तो गंभीर झाला. त्याला मातापित्याची स्मृती छळून गेली असणं स्वाभाविक होतं, पण तो पट्कन म्हणाला, "वपु, तुम्ही माझ्यापेक्षा वडील आहात, तरीही लहान तोंडी मोठा घास..."

"सांग रे!"

"बंडोपंतच तुम्हांला सांगताहेत, असे समजा, कारण मी चष्म्याचा व्यवसाय हातात घेतला तेव्हा बंडोपंतांनी मला ही हकिकत सांगितली होती."

"ऐकव."

"तुम्ही घरात एकटे असाल तेव्हा कोणत्याही बाईला भेटायची परवानगी देऊ नका."

"अरे, आत्ता फोन आला त्या बाईचं वय..."

"वपु, वयावर काही नाही. हकिकत ऐका, मग ठरवा. आपल्या बंडोपंतांचे एक डेंटिस्ट मित्र आहेत. नागपुरात प्रॅक्टिस करतात. तळमजल्यावर घर. दातांचं काम करवून घ्यायला एक बाई आल्या. संपूर्ण कवळीचं काम, म्हणजे वयाचा अंदाज येईल. डेंटिस्ट मित्रानं त्या बाईला खुर्चीत बसवलं. तो त्याची इक्विपमेंटस् घेण्यासाठी टेबलापाशी गेला, तोपर्यंत त्या बाईने ब्लाऊजची बटणं काढली. पदर खाली टाकला. साडी अर्धीअधिक सोडली. डॉक्टरांनी वळून पाहिले, ते थरारलेच. बाईंनी पाच हजारांची मागणी केली. बंडोपंतांच्या त्या मित्रानं तोल जाऊ न देता सांगितलं,

"मी वरच्याच मजल्यावर राहतो. एवढी कॅश मी इथं ठेवत नाही. वरून पैसे घेऊन येतो."

"पैसे हातात पडेपर्यंत मी अशीच उभी राहणार आहे."

"ठीक आहे."

डॉक्टर घरी गेले. त्यांनी घाईघाईने बायकोला घडलेला आणि ओढवलेला प्रसंग सांगितला.

बायको म्हणाली, "तुम्ही पैशाचं पाकीट घेऊन जा, पण मी येईपर्यंत तिला पैसे देऊ नका. तिला जे करायचं ते करू दे. पुढचं सगळं माझ्यावर सोपवा."

डॉक्टर रूमवर आले. त्या बाईंनी मात्रा लागू पडलेली पाहिली आणि तिनं विचारलं.

"किती आणले?"

"पाच हजार."

"मी सात हजार म्हणाले होते." असं म्हणत त्या बाईने साडी सोडली.

खाली परकर, वर बटणं सोडलेला ब्लाऊज.

"काय सांगतोस प्रकाश?"

"हे काहीच नाही. पुढचा भाग महत्त्वाचा आहे. वहिनी खाली आल्या. शेजारीच फोटोचं दुकान आहे. कॅमेरा फ्लॅशगनसहित त्या काउंटरवरच्या माणसाला घेऊन आल्या. आल्या-आल्या वहिनी त्या पेशंटजवळ गेल्या. तिला मिठी मारली आणि नवऱ्याला उद्देशून म्हणाल्या, 'केव्हातरी तुम्हाला 'रेड हँडेड' पकडायचेच होते. पाच हजार रुपये कपाटातून काढलेत. तेव्हाच मला शंका आली. आता मुकाट्यानं ह्या बाईजवळ उभे राहा."

नंतर त्या बाईच्या पाठीवर हात ठेवीत वहिनी पुढे म्हणाल्या, "पाच हजाराने काय होतेय, चांगले दहा हजार माग. ह्याच अवस्थेत तुझे फोटो काढू. ते तुला पुरावा म्हणून उपयोगी पडतील. ह्यांची प्रॅक्टिस बंद पडेल. पेपरला बातमी फोटोसकट येईलच. मी जाईन माहेरी."

वपु, त्या बाईला ते पटलं. तिने डॉक्टरांबरोबर फोटो काढून दिले. साडीचा बोळा डॉक्टरांच्या हातात दिला आणि ती परकर-ब्लाऊज एवढ्याच अवस्थेत... चार-पाच फोटो काढले गेले. बंडोपंतांचे ते डेंटिस्ट पराकोटीचे भांबावलेले. वहिनी असे का करताहेत, काही कळेचना.

फोटो काढून झाले आणि वहिनींनी पवित्रा बदलला. त्या पेशंटला म्हणाल्या, "मी माझ्या मिस्टरांना ओळखते. समाजातले प्रतिष्ठित लोकही ओळखतात. आता तुझ्याविरुद्ध पुरावा म्हणून हे फोटो पेपरला देऊन मीच तुझी धिंड काढते. नागपूरमधला कोणता डेंटिस्ट तुझे काम करतो ते बघते. आता बोल, किती हजार हवेत?"

"माय गॉड!"

"नंतर काय होणार? ती हातापाया पडली आणि गेली. फोटो काढलेच नव्हते. नुसता फ्लॅश उडवला होता."

"काय प्रसंगावधान!"

"वपु, त्याहीपेक्षा नवऱ्यावरचा विश्वास...! प्रेम आणि निष्ठा असली की बुद्धी आणि विचार साथ देतात. मी व्यवसाय हातात घेतला, तेव्हा बंडोपंतांनी मला मुद्दाम ही हकिकत सांगितली. अर्थात मी काउंटरवरच असतो. डोळे तपासण्याचं काम स्वाती करते. ती ऑप्टीमेट्रिस्ट आहे. घर, व्यवसाय, मुलाचा अभ्यास सगळे सांभाळते आणि कधीही चुकीचा नंबर दिलाय असे काही नाही."

मी म्हणालो, ''प्रकाश, पेशंटला नंबर देणाऱ्याची, स्वत:चीच नजर स्वच्छ
हवी. चष्म्याचा प्रश्न महत्त्वाचा आहेच, पण त्यातही 'लांबचा' आणि
'जवळचा' असे दोनच भाग आहेत. तुझ्या स्वातीजवळ अंतर्मनातलं पाहणारा
नंबर आहे.
तो तिने वरून आणलाय.''

◯

३४

मोहन वाघ.

एकोणीसशे साठच्या आसपास हे नाव ऐकलं ते उत्कृष्ट फोटोग्राफर म्हणून. नंतर त्यांनी काढलेल्या फोटोंची उत्कृष्ट मुखपृष्ठं पाहिली ती मुख्यत्वेकरून 'माहेर' मासिकावर. केव्हा तरी परिचय झाला तो श्री. विद्याधर गोखले ह्यांच्या घरी. विद्याधर गोखले ह्यांच्या माणुसकीच्या संदर्भातल्या हकिकती सांगायला 'माणसं' ह्या सदरातल्या साडेसातशे शब्दांची मर्यादा 'फिजिकली' अपुरी पडेल. ह्या ऐसपैस वऱ्हाडी माणसाला साडेसातशे शब्दांत तर सोडाच, पण कितीही शब्द खरचले तरी उभंही करता येणार नाही. मोहन वाघ आणि विद्याधरजी एकाच सोसायटीत राहतात, हे तेव्हा कळलं, मग त्यांचं घर पाहिलं. इंटिरिअर पाहून अवाक झालो.

त्यानंतर ध्यानात आहे, प्रभाकर पणशीकर आणि कोल्हटकर ह्यांच्याबरोबर रात्री दहा वाजता मोहन वाघ घरी आले ते. 'मदनाची मंजिरी' नाटकाच्या नेपथ्यासाठी, तिघंही माझ्या वडिलांना भेटायला आले होते. वडिलांच्या साधेपणाबद्दल, 'सांगे वडिलांची कीर्ती' सारखे पुस्तकच लिहिल्यानंतर वेगळे काय लिहिणार? तरीही खूप उरलेलं आहे, ते खऱ्या अर्थानं स्मृतिचित्रात कोरलेलं.

ती पानं मी माझ्याबरोबर नेणार.

काम करायचं ठरलं. तिघं गेले. मग आण्णांनी विचारलं,

''पणशीकर म्हणजे...''

''आण्णा, 'तो मी नव्हेच' नाटक नाही का?''

अण्णांनी मिस्किलपणे विचारलं, ''नेपथ्याचं काम संपल्यावर ते म्हणणार नाहीत ना, 'तो मी नव्हेच' म्हणून?''

आणि तसंच घडलं. पणशीकर कलावंत. व्यवहार आणि कलावंत हे दोन शब्द

एकत्र नांदतच नाहीत. कलेची साधना करूनही जो व्यवहारात नको इतका कठोर असतो, तो 'माणसा'पासून अंतरावर राहतो. कोल्हटकरांनी व्यवहार पूर्ण केला नाही. पंचाहत्तरीच्या वयातही वडिलांनी व्यवहारात फसावं?

शब्द देऊन तो पाळला, तो मोहन वाघांनी - ''मी आहे तोपर्यंत तुमच्या वडिलांची एक पै बुडणार नाही. प्रभाकरकडे जाऊ नका. ते सपाट्याने प्रयोग करताहेत, त्याला एकाग्रतेने प्रयोगच करू देत.''

खरोखरच ह्याही वयात 'पणशीकर' ह्या एकमेव नावावर 'तो मी नव्हेच' उभं आहे. कार्डिॲक इन्फार्कशनचे दोन ॲटॅक्स, डोळ्यांना कॉण्टॅक्ट लेन्सेस, पण पणशीकर 'अस्सल लाकूड, टणक गाठ' प्रमाणे उभे आहेत. १९६२ ते ९४, 'तो मी नव्हेच'चे तेवीसशे तेवीस प्रयोग झाले.

मोहन वाघ 'नाट्यसंपदे'चे पार्टनर. ते होते म्हणूनच वडिलांना नेपथ्याचे पैसे मिळाले. माझ्या वडिलांनी नाट्यव्यवसायाच्या बाबतीत एक विधान लिहिल्याचं मला आठवतं, ते असं– 'कंपनीच्या स्थापनेचा अगोदर नारळ फुटतो आणि नंतर कंपनी फुटते.'

पूर्वीच्या स्त्रिया म्हणजे ज्या काळात बायका बांगड्या घालीत असत, त्या काळात, त्या 'बांगडी फुटली' असे न म्हणता 'बांगडी वाढवली' असे म्हणत असत.

मोहन वाघ दूर झाले आणि 'चंद्रलेखा' उदयाला आली. उदयाला आली ती आलीच. ह्या चंद्रलेखेच्या किंवा ह्या चंद्राच्या लेखी, अमावस्येचा शाप नाही. ह्याचे एकमेव श्रेय मोहन वाघ, ह्या 'वाघ' आडनाव अकारण लल्लाटी आलेल्या मोहक माणसाला आहे. 'मोहन' या नावापुढे 'लेले' किंवा 'गोडबोले' ह्यासारखं आडनाव हवं, असं मला वाटायचं, पण नाट्यव्यवसायात त्यांनी आडनावाप्रमाणे उडी घेतली आणि 'मोहन' ह्या नावाला शोभेल, अशी माणसं जोडली ती मृदू स्वभावाप्रमाणे. नाव आणि आडनाव दोन्ही सार्थ केले.

नाट्य आणि चित्रपट व्यवसाय हे कलावंतांना टोप्या घालण्यासाठीच असावेत. ह्या व्यवसायातल्या सगळ्या कलावंतांनी, निर्मात्याने कबूल केल्याप्रमाणे ठरवलेली नाईट वा मानधन वेळच्या वेळी आणि जेवढं कबूल केलं, तेवढंच दिलं का, हे आठवावं. 'नाटकात काम करणारा कलावंत, स्वत:च्या एसी कारमधून प्रयोगात काम करायला यावा अशी माझी इच्छा आहे' अशा वाक्यांना टाळ्या घेणाऱ्या लेखक आणि निर्मात्यांच्या नाटकातले कलावंतही शेवटपर्यंत स्वत:ची गाडी घेऊ शकले नाहीत. साऊंड रेकॉर्डिस्ट रघुवीर दाते यांनी तर काही वर्षापूर्वी एक मजेदार किस्सा सांगितला होता.

साईबाबांवरचा मराठी चित्रपट. मराठी चित्रपट तर दारिद्र्यातून निघत असत.

प्रॉडक्शन सुमार, क्वालिटी बेतास बात. तर साईबाबांच्या चित्रपट शूटिंगच्या वेळी सेटवर दोन बायका असतील, तर एक क्लोजअपला आणि एक लाँगशॉटला. जिला डायलॉग असेल ती क्लोजअपला. तिच्या गळ्यात व्यवस्थित दागदागिने. तिचा डायलॉग संपला की ती लाँगशॉटमध्ये आणि दुसरी क्लोजअपला. त्यावेळी पहिलीच्या गळ्यातले दागिने काढून ते सगळे दुसरीला द्यायचे. शिफ्ट संपली की तो सगळ्यांना साईबाबांची उदी आणि प्रसाद देऊन सांगायचा, 'बाबा, स्वप्नात दर्शन देऊन गेले. पैसे पुढच्या शिफ्टला दे म्हणाले.' पुढच्या शिफ्टच्या वेळेला साईबाबांची भूमिका करणाऱ्याने प्रारंभीच सांगितले, 'काल बाबा माझ्या स्वप्नात आले होते आणि त्यांनी मला सांगितलं, मागच्या शिफ्टचे पैसे अगोदर घे, त्याशिवाय शॉट देऊ नकोस.'

जुन्या जमान्यातला एक प्रोड्यूसर तर हुकमी घळाघळा रडायचा. पैसे नाहीत म्हणून कपाळावर बुक्क्या मारून घ्यायचा. ह्या सगळ्यांची नावं मला माहीत आहेत. अशाच एका दिग्दर्शकाच्या मुलाने आणि त्याच्या अभिनेत्री बहिणीने पंचवीस वर्षांपूर्वी चित्रपटासाठी संवाद घेऊन मलाही टांग मारली आहे. समाजात उजळ माथ्याने वावरताना, ह्या सज्जनांना काही वाटत नाही. लोकांना बुडवणं हा ह्यांचा मोठा जय. पुढच्या वाटचालीसाठी त्यांना एवढा प्रकाश पुरतो. दूरदर्शन मालिका बनवणारे तर एका मालिकेत ती पूर्ण होऊन सरकारने दिलेल्या दक्षिणेवर प्रसन्न होऊन 'टाईम स्लॉट' मिळाला तर सत्यजित रेच समजतात स्वत:ला.

ह्या सगळ्या पार्श्वभूमीवर मोहन वाघांचं कर्तृत्व विलक्षण वाटतं. ह्याचा अर्थ असा नव्हे की, ते कुणाशीही कठोर अथवा जितक्यास तितके वागले नसतील. डॉ. व्ही. एन. श्रीखंडे तर सांगतातच, 'If you want to make a career, you cannot afford to be sentimental.' व्यवसायासाठी हे आवश्यकच आहे. त्याशिवाय जगावेगळ्या कल्पना प्रत्यक्षात आणता येत नाहीत. एकतीस डिसेंबरला नव्या वर्षाच्या स्वागतासाठी मध्यरात्री प्रयोग लावण्याची कल्पना मोहन वाघांचीच. 'स्वामी' नाटकाचा शंभरावा प्रयोग त्यांनी पुण्याच्या शनिवारवाड्यावर संपूर्ण सेट उभा करून दणक्यात सादर केला; त्यासाठी जी खास परवानगी मिळवायची त्यासाठी त्यांनी जिवाचं रान केलं. केवळ सत्तेवर असल्यामुळे किती बिनडोक अधिकाऱ्यांकडे वाघांना नमतं घ्यावं लागलं असेल हे त्यांनाच माहीत. 'गगनभेदी' नाटकाचा पहिला प्रयोग तर त्यांनी लंडनला केला. मोहन वाघांच्या ह्या कल्पनाचातुर्याला, अमाप उत्साह आणि धाडसाला आणि अबोल राहून कृतीने सिद्ध करण्याच्या वृत्तीला मी कधीच सलाम केलाय. मी माझ्या एका मित्राजवळ मोहनरावांबद्दल हे सगळं बोललो, तो म्हणाला,

"वसंत, हे सगळं धंद्यासाठी करावंच लागतं. विविध उपक्रम, कल्पनाशक्ती, मनुष्यबळ, पूर्वयोजना ह्याला काही लागत नसेल? हाही व्यक्तिमत्त्व आणि व्यक्तिविकासाचा भाग नाही? 'Survival of the fittest.' ही व्यवसायातली गिमिक्स आहेत. 'माणसं' ह्या सदरातला जो मुख्य माणुसकी किंवा माणसातलं पशुत्व हा भाग ह्यात कुठाय? वाघांच्या यशामागे बेदम कष्ट आहेत हे मान्य..."

"पशू माणसापेक्षा श्रेष्ठ आहेत, कारण ते इन्स्टिंक्टवर जगतात. बेदम वजन वाढलंय, म्हणून एखाद्या घारीला उडता येत नाही किंवा एखादा मासा बुडाला असं कधी ऐकलंस का?"

मित्र गप्प राहिला, मग मी म्हणालो, "आता तुला जे हवंय ते आणि ज्याने मी भारावलोय ते ऐकवतो. नाट्यव्यवसायाची तुला माहितीच नाही म्हणून एका प्रयोगासाठी काय काय उरस्फोड असते हे तुला कळणार नाही. 'मराठी वाक्संप्रदाय कोशा'त वाचल्याचं मला आठवतं. तीन सुखी प्राणी कोण? – तर त्यात लिहिलं होतं, 'नायकिणीचा भाऊ, नाटक कंपनीचा मॅनेजर आणि थट्टीतला रेडा.'

अनेक नाटक कंपन्या बुडाल्या, पण त्यांच्या मॅनेजर लोकांनी आपलं उखळ पांढरं करून घेतलं. गाडी लाभण्यापेक्षा मेकॅनिक लाभावा लागतो, तसे मॅनेजरचं आहे. मोहन वाघ प्रत्येक बाबतीत 'परफेक्शनिस्ट' आहेत. त्यांना तितकाच काटेकोर, अबोल, देखण्या हस्ताक्षराचा, कर्तबगार मॅनेजर मिळणं आवश्यक होतं. त्याप्रमाणे मोहन वाघांना सुरेंद्र दातार भेटले. दातारांनी कारभार हाती घेतल्यावर मोहन वाघांनी त्यांना सूचना दिली, 'थिएटरवर जाण्यापूर्वी घरून फोन करायचा. बुकिंग किती आहे ह्याची चौकशी करायची. बुकिंग असो अथवा नसो, तुम्ही चिंता करायची नाही. कमी पडतील तेवढे पैसे माझ्याकडून न्यायचे आणि लेखकापासून सर्व कलावंतांची आणि बॅकस्टेज वर्कर्सची पाकिटं तयार करून न्यायची. प्रयोग संपताक्षणी प्रत्येकाला पैसे मिळाले पाहिजेत.' "

मित्रानं आश्चर्यानं विचारलं, "दातारांच्या अगोदर ही व्यवस्था कोण पाहात होतं?"

मी सांगितलं, "ती हकिकत ऐकलीस तर थक्क होशील आणि मी ऐकली तेव्हापासून व्यावसायिक मोहन वाघ ह्या माणसापुढं मी झुकतोच आहे. मनोहर कदम नावाचे पूर्वीचे मॅनेजर. बालगंधर्वला प्रयोग सुरू होण्यापूर्वी ते हार्ट अॅटॅकनं गेले. तोपर्यंत त्यांनी कंपनीची धुरा, निर्मात्याने निर्धास्त राहावं इतकी चोख सांभाळली होती. झालेल्या प्रयोगांचे हक्काचे पैसे कलावंतांना न मिळण्याच्या सध्याच्या काळात मनोहर कदम गेलेले असले तरीही दर

प्रयोगाला मनोहर कदम यांचं मानधन त्यांच्या घरी पोहोचवलं जातं.
आजतागायत ह्यात खंड पडलेला नाही. नाट्यव्यवसायातल्या इतिहासातली
माणुसकीची ही पहिली घटना आहे.''

○

३५

चित्तरंजन कोल्हटकरांचा फोन. त्यांनी नाव सांगितल्यावर मी पहिल्यांदा घाबरलो. पण ते सुरुवातीलाच म्हणाले, "अभिनंदन!"

"कशाबद्दल?"

"मोहन वाघांवरच्या लेखनाबद्दल. कुणीतरी त्यांच्या चांगुलपणाबद्दल निर्देश करायला हवाच होता."

मी "Thank you" म्हणालो आणि मग म्हणालो, "तुमचा फोन म्हटल्यावर मी घाबरलो होतो."

"का?"

"तुमचंही आडनाव कोल्हटकरच. नामसाधर्म्यामुळे वाचकमंडळी तुमच्यामागे लागतील, अशी भीती वाटली."

ते म्हणाले, "मी पणशीकरांच्या कंपनीत दहा-बारा वर्षं काम केलं, हे सगळ्यांना माहीत आहे आणि तुमच्या वडिलांना भेटायला मी मोहन वाघ आणि पणशीकर ह्यांच्याबरोबर आलोच नव्हतो. सदर छान आहे."

माझी व्यथा सांगायची म्हणून मी म्हणालो, "हे सदर पुढे कसं लिहायचं हा मला प्रश्न पडलाय. ज्यांचा चांगुलपणा मला भावला, त्यांची मी खरी नावं लिहितो आणि माणुसकीला सोडून ज्यांचं वागणं माझ्यापर्यंत आलं त्यांच्या बाबतीत मी काल्पनिक नावं वापरतो; पण ती काल्पनिक नावंसुद्धा प्रत्यक्षात कुणाची ना कुणाची तरी असतातच. फार कशाला, एका वकिलाबद्दल मी चांगले उद्‌गार काढले म्हणून दुसऱ्या एका वकिलाचं पत्र आलं. आज जर आचार्य अत्रे हयात असते तर त्यांनी अग्रलेखातून ज्या — ज्या व्यक्तींची खास अत्र्यांच्या भाषेत शिवराळ शब्दांत संभावना केली त्या भाषेला मागे सारणारं हे पत्र आहे. शेवटी हे सदर प्रामुख्याने मला भेटलेल्या माणसांबद्दल आहे. ज्या व्यक्तीबद्दल मला लिहायचं आहे, त्या व्यक्तीचं समाजातलं वर्तन कसं आहे,

ह्याचा अभ्यास करून जर 'माणसं' सदर लिहायचं असेल तर एकही शब्द लिहिता येणार नाही.''

''बरोबर आहे.''

''कोणतीही व्यक्ती शंभर टक्के चांगली नसते, तशी वाईटही नसते. गुणदोषांचं मिश्रण म्हणजे माणूस, पण अशीच पत्रं यायला लागली तर इथून पुढे मला अ-ब-क-च्या भाषेत सगळ्या व्यक्ती मांडाव्या लागतील. त्यांतला अ-अप्रतिम असेल तर त्याच्यावर अन्याय होईल. ब-बकाल असेल आणि क-कद्रू असेल तर त्यांच्यामुळे होणाऱ्या उपद्रवाबद्दल कधीच लिहिता येणार नाही आणि अ-ब-क-च्या भाषेत लिहित राहिलो तर ते बीजगणिताचं पुस्तक होईल. चौदाशे वर्षं तपश्चर्या करून श्री चांगदेवांना श्री ज्ञानेश्वरांना पत्र पाठवताना चिरंजीव लिहावं का तीर्थरूप लिहावं हे न कळल्यामुळे त्यांनी शेवटी कोरा कागद पाठवला.

त्याप्रमाणे वर 'माणसं' असं लिहायचं आणि 'लोकसत्ता' चा कॉलम कोरा सोडायचा. बरं ते राहूदे. तुमचं आत्मचरित्रलेखन कुठपर्यंत आलंय?''

''फक्त चाळीस पानं झाली आहेत.''

''एवढीच?''

ते म्हणाले, ''चार दिवसांत नाटक उभं करायला सांगितलंत तर पाठांतरासकट करीन, पण लेखन म्हटलं की...प्रॉब्लेम!''

''तुम्ही तुमच्या आत्मचरित्रात काय लिहिणार आहात? चिंतामणरावांच्या हकिकती?''

''मी माझे अनुभव लिहिणार आहे.''

''ते आवश्यकच आहे, कारण तुम्हीही खूप मोठा कालखंड पाहिला आहे, तरीही तुमच्या तीर्थरूपांच्या 'बहुरूपी'मध्ये जे आलं नाही अशा त्यांच्याबद्दलच्या गोष्टी तुमच्यापाशी भरपूर असतील.''

चित्तरंजन म्हणाले, ''वपु, तुमचे वडील, माझे वडील आणि एकूणच मागची पिढी अत्यंत तत्त्वनिष्ठ, व्यवसायाशी प्रामाणिक, तरीही निर्भीड आणि साधीसरळ होती.''

''ह्यात वादच नाही. मला ज्या वकीलमहाशयांचं पत्र आलंय त्यांनीसुद्धा मोठेपणाच्या बाबतीत, मागच्याच पिढीतल्या वकिलांचा आदर्श कळवला आहे. फार कशाला, आपले सध्याचे विद्यमान नेते आंबेडकर, टिळक, आगरकर ह्यांचा वारसा चालवा असं पंधरा ऑगस्ट आणि सव्वीस जानेवारीला सांगतात. माझाच आदर्श ठेवा हे सांगण्याची हिंमत एकाकडे तरी आहे का? त्यात माझं एक भाग्य की तुमचे पिताश्री, केशवराव दाते, नानासाहेब फाटक, मामा

पेंडसे, मास्टर दत्ताराम, दिनकर कामण्णा, भार्गवराम, वसंतराव देशपांडे या थोर मंडळींना पाहण्याचं भाग्य मला लाभलं. तुम्ही, तुमच्या मनात रेंगाळणारी चिंतामणरावांची एखादी हकिकत सांगा. तुमच्या आगामी आत्मचरित्रात ती हकिकत येईलच. आत्मचरित्र लिहिताना सगळेच प्रसंग काही अलौकिक नसतात, पण एखाद्या अलौकिक प्रसंगासाठी ह्या सामान्य घटनांची पार्श्वभूमी आवश्यक असते. त्यानिमित्ताने, त्या काळच्या समाजाचंही दर्शन घडतं. मला तसा एक हायलाईट सांगा.''

चित्तरंजन म्हणाले, ''त्या प्रसंगाची आठवण झाली तर आजही मी शहारून निघतो. चिंतामणराव १९५९ साली गेले, त्यापूर्वी ५७-५८ मध्ये 'भावबंधन' नाटकात, मी घन:श्याम ह्या खलनायकाची भूमिका केली होती.''

''तो प्रयोग मी पाहिला होता.''

''आणि धुंडिराज स्वत: चिंतामणराव होते. रात्री एकच्या गाडीची वाट पाहात धुंडिराज फलाटावर एकटाच उभा आहे. ती संधी साधून घन:श्याम त्यांना कचाट्यात पकडतो. चोरीचा आळ आणतो आणि ह्यातून सुटायचं असेल, तर माझे पाय धरा असं सांगतो. अनेक प्रयोगांतून फक्त पायाच्या पुढे स्टेजवर डोकं टेकायची प्रथा होती, पण त्या दिवशी चिंतामणरावांनी माझ्या पायावर डोकं टेकलं. संपूर्ण अंगातून वीज लहरत गेली. कानांमधून गरम वाफा आल्या. स्टेजवरच्या, झगझगीत प्रकाशातही समोरचं काही दिसेना. संकेताप्रमाणे लांबून गाडीची शिट्टी ऐकू आली. माझं त्यानंतरचं वाक्य 'एक अप आली वाटतं' असं म्हणून पळ काढायचा होता. मी तेव्हा वाक्य विसरलो. अंक संपल्यावर चिंतामणरावांनी मला विचारलं, 'तुला काय झालं होतं?' मी सांगितलं, 'तुम्ही माझ्या प्रत्यक्ष पायांवर डोकं ठेवल्यावर माझं वेगळं काय होणार?''

''करेक्ट!''

''त्यावर चिंतामणरावांनी मला विचारलं, 'मी तुझ्या पायावर डोकं टेकलं, असं कोण म्हणतं? नाटकातला धुंडिराज, नाटकातल्या घन:श्यामाच्या पाया पडला.' वपु, हे जरी खरं असलं तरीही माझं समाधान होईना. तेव्हा ते म्हणाले, 'ते पिता-पुत्राचं नातं तू मनात ठेवलंस, तर नाटकातली मालती ही धुंडिराजाची मुलगी. मग तू तुझ्या बहिणीलाच मागणी कशी घातलीस?' ''

चित्तरंजननी ही हकिकत सांगितली आणि मीही थरारून गेलो. नाटकातसुद्धा एक नाटकातली वास्तवता असते. भूमिकेत परकायाप्रवेश असतो. स्वत:चं वास्तवातलं नाव-आडनाव हे मेकअपचा पहिला स्पर्श झाल्याबरोबर विसरायचं असतं. हे विसरता येणं ह्यालाही वेगळी शक्ती लागते आणि आपण भूमिका करत आहोत, हेही पथ्य सांभाळावं लागतं, कारण संवाद नाटककाराचे

बोलायचे असतात. चित्तरंजननी ही हकिकत सांगितली आणि एका मनोहर संगमात मी हरवलो. आपण आता धुंडिराजच आणि चिंतामणराव कोल्हटकर नव्हेत, असं मानून लीलया धुंडिराज होणारे चिंतामणराव आणि आपण जरी नाटकापुरते खलनायक असलो, तरी आपला बाप आपल्या पायांवर डोके टेकतो, हा परंपरेने जपलेला संस्कार पुसू न शकणारे चित्तरंजन, हाच तो संगम!

३६

कहाणी गौतम बुद्धाच्या काळातली.

बुद्धकालीन दिवस खऱ्या अर्थाने समृद्धीचे असावेत. बुद्ध दोन-दोन महिने, आपल्या दोनशे-अडीचशे शिष्यांसह गावा-गावांतून मुक्काम करीत असे आणि त्यांच्या उदरनिर्वाहाची, पाहुणचार करण्याची क्षमता गावकऱ्यांकडे असायची. मातृभूमीची सेवा करणं, म्हणजे तिची खरी मशागत करणं, हे शेतकऱ्यांना खऱ्या अर्थाने माहीत होतं. धरित्रीची सेवा केली की तिच्या कृपेच्या वर्षावाखाली शेतकरी चिंब होत असत. शेतीसाठी कर्ज काढून, ते सरकारी कर्ज कालांतराने माफ करायचं अशी प्रथा नव्हती, कारण त्या काळात भंपक लोकशाही नव्हती आणि म्हणून निवडणुका नव्हत्या. मातृभूमीवरचं अलोट प्रेम, त्या काळातले राज्यकर्ते भूखंडामागून भूखंड विकत घेऊन व्यक्त करीत नव्हते. भूमिपुत्र स्वत:चं बलिदान करून भूमातेचं रक्षण करीत होते. फाळण्या नव्हत्या म्हणून सीमारेषा आणि त्याचं रक्षण हा प्रकार नव्हता. जमीन विकली जात नव्हती. तिची शान लिलावात काढली जात नव्हती, म्हणून धरित्रीचा पुत्र संपन्न होता. पाटबंधारे नावाचं खातं अस्तित्वात नव्हतं, म्हणून जमिनीचं नातं सरळ सरळ आषाढघनांशी होतं. नद्यांच्या पाण्यावर माणसांची सत्ता नव्हती. त्या पाण्याचं नातं आणि सोयरीक थेट जमिनीशीच होती. त्या काळात प्रकल्प नव्हते, तर संकल्प होते. निसर्गाचे संकल्प. त्या संकल्पात रंग उतरायचे ते आकाशाचेच. कोणत्याही झेंड्याचे नव्हेत, म्हणून बुद्ध आणि शिष्यगण कोणत्याही गावात राहू शकत होते. यजमान आणि मेहमान, दोघंही समृद्ध होते.

शोषण नव्हतं. 'स्वागत केलंच पाहिजे', असा सूर नव्हता. पोषण शब्दामागे 'ऊ' लागली नव्हती. संतमहात्मे गावोगावी चालत जात. रस्ते चालण्यासाठी होते, 'रोखण्या'साठी नव्हते. थोडक्यात म्हणजे, निसर्गानेच निर्माण केलेला माणूस निसर्गाच्या मार्गात, वैयक्तिक स्वार्थासाठी आडवा येत नव्हता आणि

म्हणूनच विसाव्या शतकातल्या साध्या हवालदारापासून थेट खासदार-आमदार, मंत्र्यांप्रमाणे त्या काळातला माणूस आडमाप वाढत नव्हता.
त्या काळात ऐष करणारी माणसं नव्हती असं नाही; पण त्यांचे सुखोपभोग स्वत:च्या कमाईवर किंवा वडिलोपार्जित इस्टेटीवर चालत. स्मगलर्स, बिल्डर्स, व्यापाऱ्यांकडून येणाऱ्या पेट्या ह्यांचा आधार लागत नव्हता.
असाच एक विलासाधीन, मद्याधीन झालेला सम्राट. जिन्याच्या प्रत्येक पायरीवर नग्न स्त्री आणि त्यांच्या खांद्यावर हात ठेवीत ठेवीत तो जिने चढायचा, असं वर्णन आहे. परिवर्तनासाठी बुद्धाने ह्या सम्राटाला निवडून त्या गावात मुक्काम केला. आनंद आणि इतर शिष्यांनी बुद्धाला परोपरीने समजावले, पण बुद्धाने सांगितले,
''संपूर्ण कायापालट घडवण्यासाठी ह्या सम्राटासारखी, ह्याहून योग्य दुसरी व्यक्ती नाही.''
''महाराज, आपला वेळ वाया जाईल.''
''मला माझ्या निर्णयाबाबत संदेह नाही.''
गौतम बुद्धाने त्या सम्राटाचा ताबा घेतला. त्याला दीक्षा दिली. त्यानेही आनंदाने शिष्यत्व पत्करले.

—इथपर्यंत मी वाचलं आणि विचारात पडलो. बुद्धाचं सामर्थ्य आणि साधना कितीही अलौकिक असली तरी काय झालं? आपण एखाद्याचा मोठेपणा झुगारूनच द्यायचं ठरवलं, तर ते काय अशक्य आहे का?—त्याला फार धाडस किंवा अक्कल लागते का?—
त्यासाठी फक्त नफ्फडपणा लागतो. आज वकील, डॉक्टर, प्राध्यापक, व्यापारी, समाजसेवक, चित्रपट, नाट्यव्यवसाय, राजकारण, न्याययंत्रणा ह्या सगळ्या व्यवसायांत शुद्ध चारित्र्य राहिलंच नाही, असं आहे का? जकात नाक्यावरही कात टाकलेली साधीसरळ माणसं नाहीत का? रेल्वेपासून पोलीस खात्यापर्यंत युनिफॉर्मचा गैरवापर न करणारी माणसं कमी असतील का?
पण तशी माणसं भेटावी लागतात. ह्यांच्या माना पद, पैसा, प्रतिष्ठा मानणाऱ्या गेंड्याच्या—नव्हे—झेंड्यांच्या गळफासात गेल्या असतील, तर ते कुठे जातील?—एका रेल्वे अपघाताची नैतिक जबाबदारी स्वत:ची मानणाऱ्या लालबहादूर शास्त्रींचा जमाना कधीच संपला. शास्त्री गेले तेव्हा त्यांच्या खात्यावर किती पैसे होते, हे त्यावेळच्या समाजाला माहीत आहे. त्या शास्त्रींना दोन वेळा 'कोटी' 'कोटी' नमस्कार. परिवर्तन ही अंतर्मनाची प्रक्रिया आहे. तुम्ही एखाद्या माणसासमोर शंभर आदर्श ठेवा, दासबोधाची पारायणं करा किंवा

अनेकजणांची उदाहरणं द्या, त्या माणसावर 'ढिम्म' परिणाम होणार नाही. तो जे पटल्यासारखे दाखवतो, ते intellectual appreciation असतं. सद्वर्तनाची जशी एक नशा असते तशीच दुष्कृत्यांची पण एक चटक असते, कैफ असतो. ज्या मनात ह्या दोन्ही गोष्टींचा उगम होतो, तिथंच जागृतीचा,— awarenessचा कोंब फुटावा लागतो.
कधीकधी, ह्या गोष्टी करणारा माणूस अगतिकसुद्धा झालेला असतो. त्याचा पुनरुक्तीतला आनंदही विटलेला असतो, पण त्याऐवजी काय करावं हेही त्याला कळत नाही. तो एक अगतिक सद्वर्तनी किंवा निवृत्त भोगीच असतो. ह्याच अवस्थेत बुद्ध भेटावा लागतो. कुणी सांगावं, आजच्या विसाव्या शतकातही अनेकजण बुद्धाची प्रतीक्षा करीत असतील. एखाद्याचं संपूर्ण परिवर्तन होईलही. 'करून करून भागला आणि देवपूजेला लागला' ह्या वचनाला घाबरून, ते कंटाळलेल्या मार्गावरूनच चालत असतील. खरं तर सगळ्या गोष्टी करून पाहिल्यावरच शांती न मिळाल्यावर जो भक्तिमार्गाकडे वळतो, तो कायमचा वळतो. तोपर्यंतचा त्याचा प्रवास चिरंतन शांतीच्या दिशेनेच होत असतो. त्याला हसायचं कारण नाही, पण पद-पैसा-प्रतिष्ठा ह्या पायऱ्यांवरच धडपडणारी– यम, नियम, आसनापासून समाधीच्या पायरीकडे नुसतं बघत, फास्ट लोकलकडे बघत, ठिकठिकाणी रखडणाऱ्या गाडीनेच प्रवास करतात. ह्याच कारणासाठी सत्पुरुष व्यक्तीच्या, गतकाळातल्या चारित्र्याची चिरफाड करणाऱ्या वृत्तपत्रीय भाष्याला मी महत्त्व देत नाही. प्रेस कॉन्फरन्ससाठी बोलावलेल्या पत्रकारांपैकी दारूच्या बाटल्या घरी नेणारे महाभाग मला माहीत आहेत.

बुद्धाला त्या सम्राटातली अगतिकता, दिव्य दृष्टीने दिसली असावी.
प्रथम गंमत, कुतूहल, नंतर आवड, मग संगतीतल्यांची जबरदस्ती, त्यातून सवय, पुढची पायरी चटकन आणि शेवटी, मग 'दुसरं काय करायचं?' —हा प्रश्न. इथेही तेवढ्याच पायऱ्या आहेत. शेवटी 'काय करू?'—ही पायरी जो गाठतो, त्यालाच बुद्ध भेटत असावा. मधल्या पायऱ्यांवर मुक्काम करणाऱ्यांसाठी बुद्धाची गरज नाही.
सम्राटात परिवर्तन झाले. तो एकदम रस्त्यावर आला. भिकाऱ्यासारखा राहू लागला. उपाशी राहायचा. भोग असो वा त्याग, आपण क्रमांक एक सोडायचा नाही. सर्वांत मोठा भिकारी कोण? तर सम्राटच. तो जगतो की मरतो, अशा अवस्थेपर्यंत गेला.
मग बुद्ध धावला. त्याने सम्राटाला विचारलं,

"तू सतारवादनात निपुण होतास ना?"
"हो."
"मग मला एक सांग, सतारीच्या तारा प्रमाणाबाहेर ताणल्या तर काय होईल?"
"सप्त सुरांसाठी वेगवेगळी कंपनं असतात. त्या कंपनांसाठी तारांजवळ क्षमता ठेवावी लागते, तर त्यावर सूर झेलले जातात. तारा जास्त ताणल्या तर त्या कंपन पावणार नाहीत."
"आणि त्याच तारा एकदम ढिल्या सोडल्या तर?" सम्राट म्हणाला.
"महाराज, स्वरनिर्मितीसाठी किमान तणाव तर लागतोच लागतो."
बुद्ध लगेच म्हणाले, "हेच तत्त्व शरीराला पण लागू आहे. शरीरही एखाद्या सतारीसारखं असतं. जीवनाचं संगीत त्यातून फुलण्यासाठी, शरीर ताणायचं किती आणि किती सैल सोडायचं, ह्याचं तारतम्य हवं, नियतीनं दिलेलं हे वाद्य, स्वरनिर्मितीसाठी आहे, ह्याचं भान विसरू नकोस."

बुद्धाच्या काळातून मी एकदम विसाव्या शतकात आलो. रामायणाच्या काळात, अयोध्याकांडापासून, युद्धकांडापर्यंत, एकूण किती कांडं आहेत हे माझ्या ध्यानात नाही. गेले काही दिवस, वर्तमानपत्रातून रोज वाचावं लागतंय, ते वासनाकांड रामायणात नव्हतं. हे वासनाकांड रातोरात निर्माण झालेलं नाही. पात्रता नसणाऱ्यांना मिळणारी पदं; पक्षाच्या जोरावर निवडून येणारे अशिक्षित खासदार, आमदार, नगरसेवक, क्वचित काही मंत्रीही; शुगर लॉबी; लॉ आणि ऑर्डरमध्ये सरकारी हस्तक्षेप; ठिकठिकाणी उघडलेले बिअर बार्स आणि त्याहीपेक्षा जास्त परिणाम वर्षोनवर्षे होतोय, तो सेक्स आणि व्हायोलन्सने सडलेल्या, किडलेल्या हिंदी चित्रपटांचा. पोलीस कमिशनर, मंत्री ह्यांची निर्लज्ज नाचक्की पाहून, सेन्सॉर बोर्ड तर सोडाच, पण आत्तापर्यंत एकाही आय. जी. पी. ने चित्रपट बंद पाडलेला नाही.
आख्ख्या महाराष्ट्राची, भारताची वीणा तुटून गेली आहे आणि कायद्याच्या तारा ढिल्या पडल्या आहेत. भ्रष्टाचाराच्या तारा ताणल्या गेल्या आहेत, पुन्हा एक बुद्ध हवा आहे, पण तोही हतबुद्ध होईल.
बुद्ध, कृष्ण, महावीर, कबीर, येशू... कुणीतरी हवा.
पण नकोच.
अवतार आले की पंथ आले. पंथापाठोपाठ झेंडे आणि भ्रष्टाचार, आंदोलनं, त्यातही प्रचंड निर्बुद्ध आंदोलन म्हणजे 'रास्ता रोको.'
अवतार नकोच आहे.

ज्याने-त्याने सतार सुरात लावायची आहे. संगीत निर्माण करायचं आहे.
स्वत:चंच वाद्य सांभाळायचं आहे.

तारा वाजवीपेक्षा सैल सोडल्या किंवा ताणून धरल्या की आज जे चित्र दिसतंय,
त्यात फरक पडणार नाही, आपण पाडू शकणार नाही.

आपण किमान स्वत:ची सतार सांभाळूया! तेवढे नक्की आपल्या हातात आहे.

○

३७

चैतन्य गर्दे

ह्या गृहस्थाचा परिचय दुबईत झाला. परिचय झाला तो उदय चिपलकट्टीकडे. ज्यांचा परिचय झाल्यावर आपल्याला आपलं जगणं समृद्ध झाल्यासारखं वाटतं, ती सगळी चैतन्याची रूपं. ज्यांची नावं ऐकल्या-आठवल्यावर आपल्याला सुरक्षित वाटतं, ते सगळे अवतारी पुरुष. अवतारी पुरुष म्हटलं की रुद्राक्षांच्या माळा दिसायला हव्यात असं नाही, उलट अशा काही व्यक्तींकडं मी आजवर, माहिती समजताक्षणी, श्रद्धेनं गेलो आहे. तेव्हा वेदांत ऐकवण्यापलीकडे, चिरंतन तत्त्वं ऐकवण्यापल्याड काहीही केलं नाही. 'प्रयत्न चालू ठेवा किंवा मार्गशीर्ष महिना जाऊ दे, ग्रीष्म उलटू दे. मग बघा.' ह्यापलीकडे काही सांगितलेलं नाही. मला अशा सगळ्या साधकांच्या वैयक्तिक साधनेबद्दल काहीही शंका घ्यायची नाही. त्यांनी अप्रत्यक्ष दिलेल्या आशीर्वादावरसुद्धा काही संकटांचे परस्पर निर्दालन झाले असेल; पण व्यवहारात येणारी संकटं आणि समस्या निवारण्यासाठी जे वेगळं रसायन लागतं, त्याला 'मित्र' म्हणतात. ऐन वैशाखात 'वर्षा' ऋतूची शाश्वती आणि गारवा फक्त मित्रच देतो. कसलेही हिशोब न ठेवता जो गणिताप्रमाणे शाश्वत नेमकेपणा देतो, तो मित्र. आजवर मला असे किती मित्र मिळाले, ह्यांची यादी छापण्यासाठी 'लोकसत्ते'चे तीन कॉलम लागतील आणि जाहिरातीचे दर लावले गेले तर प्रॉव्हिडंट फंड विकावा लागेल. एखाद्या सिद्ध पुरुषाकडे, स्वत:च्या गाडीतून नेणारा, स्वत:चा वेळ खर्च करणारा, त्या कुणा महाराजांकडे वेळ आणि वार मागून घेणारा तुमचा मित्रच देवमाणसासारखा असतो. फार कशाला, तुमच्या विरुद्ध मन:स्थितीत, भीषण एकटेपणी, एकाकी, अस्थिर मनाच्या अवस्थेत, एकांतात एखाद्या व्यक्तीचा नि:शब्द वावरही तुम्हाला किती बळ देतो, ते मी वसुंधरा गेल्यापासून अनुभवतोय, गेली चार वर्षे.

दुबईला मी १९८३ च्या सुमारास गेलो ते प्रथम उदय चिपलकट्टीकडे. त्यांनीही एक स्वागत समिती स्थापन केली होती. मी कुणाकडे किती दिवस राहायचे, पोहोचवायचं कुणी, आणायचं कुणी, वगैरे स्टँडिंग कमिटीची चर्चा सुरू झाली होती. म्हणजे सुटाबुटातले सभासद. हॉलच्या कोपऱ्यात उभे राहून ठरवत होते. दुबई, अमेरिका, ऑस्ट्रेलिया (थोडक्यात भारत सोडून कुठेही) जागेची टंचाई म्हणून पाहुण्यासाठी 'वार' करीत नाही. ते सगळे 'यार' असतात. एखादा दिवस तरी पाहुणा आपल्या घरी यावा, म्हणून शंभर शंभर मैल ड्रायव्हिंग करायची त्यांची तयारी असते.

पंचाईत झाली होती ती माझीच. प्रथमदर्शनीच मी उदय चिपलकट्टीच्या प्रेमात पडलो होतो आणि स्वागत दिसलं, म्हणून वाटलं, चिपलकट्टीला सांगावं, 'मला चार घरी नाचवू नको. मला इथंच राहावंसं वाटतंय.' पण मित्र कितीही जिंदादिल असला तरी कौल स्वामिनीलाच लावावा लागतो, कारण जास्तीत जास्त सरबराई तिलाच ठेवावी लागते. शिल्पाच्या नजरेत ते आश्वासन दिसलं. गृहिणी सेंटरटेबलवर चहाचा ट्रे ज्या पद्धतीने आणून ठेवते, त्या साध्या हालचालीतून ती 'मार्गी' आहे की 'वक्री' ते कळते. मी ते टिपलं आणि उदयला म्हणालो, "मला चारही दिवस तुझ्याच घरी राहावंसं वाटतं."

मग काय? पॉयशा मारून उदयने सगळ्या सन्मित्रांना 'खुदा हाफिज' म्हटलं. त्यांच्यापैकी अनेक सहृदय मित्रांच्या सहवासाला मी नक्की पारखा झालो असेन, पण ती त्या क्षणाची मागणी होती, हे नक्की. आयुष्यातले पुष्कळसे निर्णय काळ आणि क्षणच घेतात. क्षण आणि मन एकजीव होऊन काय करायचं ते ठरवतात. यश मिळालं की श्रेय घ्यायला अहंकार सोकावलेला असतोच. शिल्पाच्या पहिल्या नजरेतला कौल अपुरा नव्हता, हे चौथ्या दिवशी, निरोपाच्या क्षणी, दरवाजाच्या चौकटीला टेकून तिनं अश्रूंना मुक्त वाट करून दिली, तेव्हा पुन्हा समजलं. स्वतःचं वय अहंकारानं सांगताना माणूस 'किती पावसाळे पाहिले' ह्या शब्दात सांगतो. ही माणसं पावसाळे फक्त बघतातच. माझ्यासारखे भाग्यवंत, अश्रूंच्या पावसात चिंब होतात. अशाच एका पावसात मला डलासच्या कार्यक्रमात, 'झापड' कथा ऐकल्यावर ह्यूस्टरच्या उज्ज्वलाने भिजवलं होतं, श्रोत्यांच्या उपस्थितीत. ओशोंचं विधान पटतं. ते म्हणतात, "स्वतःचं पद, प्रतिष्ठा, वय विसरून मुक्तपणे रडणं, ह्याला धैर्य लागतं. हा दुबळेपणा नाही. ही निरागस बालकाची प्रतिमा आहे. 'वृद्धत्वात निज शैशव' जपताना हेच पाणी जीवन देतं."

उदयच्या खालोखाल चैतन्यने भिजवलं. त्र्याऐंशी साली तो अबुधाबीला होता.

तिथला मुक्काम एका दिवसाचा, कार्यक्रमापुरता होता. त्या वेळेला दहा-अकरा वर्षांच्या कालावधीनंतर चैतन्यकडेच उतरायचं होतं. तो आता दुबईला स्थायिक झाला होता. विमानतळावरच त्यानं कडकडून मिठी मारली. त्याच्यात काहीही फरक पडला नव्हता. कदाचित पोट जरा जास्त ऐसपैसच झालं होतं. आम्ही उदराउदरी भेटलो. आठ-दहा दिवस मी राजेशाही थाटात राहिलो. ह्या मुक्कामात वहिनींना आणि गर्दे परिवाराला जवळून पाहायला मिळालं. गृहिणी शांत, तृप्त असली की वास्तूचं मंदिर होतं. कितीही नाही म्हटलं, टाळायचं ठरवलं, तरी काही ना काही संघर्ष, कडाक्याचे भांडण जरी नाही, तरी मतभेद, बोलाचाली किंवा अबोला, नाराजी, काही ना काही घडतंच आणि पाहुणा दहा दिवस राहिल्यावर तेरड्याचा रंग तीन वेळा बदलायला हवा होता, पण तसं घडलं नाही.

मला माझ्याच घरातली एक घटना आठवली. स्वाती तेव्हा दहा-बारा वर्षांची होती. घरात पाहुणे राहायला आले होते. मी स्वातीला जाता-येता घर आवरायला सांगत होतो. शेवटी स्वाती म्हणाली, "बापू, आपण नीटनेटकेपणाचं नाटक किती दिवस करणार?"

चैतन्यच्या घरी जे पाहिलं ते वास्तव होतं. नाटकाचा सवालच नव्हता. बिनबोभाट कामं होत होती. कुणाला काही सांगावं लागत नव्हतं. बाबामंडळी त्यांच्या शेड्यूलप्रमाणे कॉलेज म्हणा, अवांतर कामं म्हणा, तिथं वेळेवर जात येत होती. चैतन्य 'मेहूण' बोलवावं, त्याप्रमाणे जोडी भाजी आणायला जायची. डायनिंग टेबलवर मेहूण भाज्या सोलायला, निवडायला एकत्र बसायचं. हे रोज, न सांगता. शब्दाविण संसार. पुन्हा ओशो आठवले. ते सांगतात, "सद्गुरु सागर जैसा होता है । किधर भी, कहीं भी, कैसे भी चखो, उसका स्वाद वैसाही रहेगा । कभी फर्क नहीं होगा ।"

चैतन्याचा संसार तसाच.

सगळ्या संसारातच चैतन्य होतं आणि चैतन्य सर्वसाक्षी असतं. आत्मा, परमात्मा ह्याचा आपल्याला पत्ता नाही आणि व्यवहारात, संसारात, मैत्रीत ह्यांचा काय उपयोग आहे? घरात प्रत्येकाने कडाकडा भांडायचं आणि म्हणायचं, 'भांड्याला भांडं लागायचंच' अनेक संसारांतून चैतन्य भांड्यातून प्रकट होतं. मग मी चक्रावलो. वहिनींच्या खनपटीला बसलो.

नवरा-बायको आहेत की चेष्टा आहे? भांडत नाहीत, त्याला काही अर्थ आहे? भांडण संपलं की जो समझोता होतो, रुसवा काढला जातो, त्या आनंदाला इतक्या चांगल्या माणसाने पारखं व्हावं? चैतन्याचा भाऊ अजित. त्याला लावालाव्या करता येऊ नयेत? मग भावापाठोपाठ हा दुबईला का गेला? पण

अजित चक्क लक्ष्मणाची कार्बन... छे, झेरॉक्स कॉपी निघाला.

मनातून मी सुखावलो होतो. कवयित्री सौ. विमल लिमयेची एक कविता मी घराघरातून शोधत आलो होतो. ही कविता सुखी जीवनाचे सूत्र सांगणारी आहे. उत्तम निर्मिती कोणती? मग साध्या विनोदापासून कोणतीही निर्मिती असो. 'हे आपल्याला अगोदर का सुचले नाही?' —अशी चुटपुट निर्माण करते ती निर्मिती श्रेष्ठ. मी कवी नसताना मला सौ. विमल लिमये ह्यांची कविता वाचून त्यांचा हेवा वाटला. स्वतःच्या नावावर दुसऱ्याची निर्मिती खपवणाऱ्या विभूती महाराष्ट्रात आहेत. कुणी लग्नाच्या आमंत्रणपत्रिकेवरती ती कविता, विमलाबाईंचं नाव न सांगता छापली आणि एकदा तर दूरदर्शनवरही ह्या कवितेचा नावाशिवाय उपयोग झाल्याचं कळलं. खरं तर ही कविता वाङ्मयचौर्यासाठी नसून, संसारात उतरवण्यासाठी आहे.

मी अरुणाला विचारलं,

"तुमचं भांडण होत नाही म्हणजे काय?"

"तशी वेळच येत नाही."

"असं कसं होईल?"

"आपला नवरा हिमतीने व्यवसाय करतोय आणि सगळ्या परिवारावर अलोट प्रेम करतोय, हे समजलं, तर भांडायचा प्रश्न आलाच कुठे? अपर्णा, अजिंक्य आपापल्या जबाबदाऱ्या जाणतात, आणखी संसारात लागतंच काय? त्यातून साहेब कधी चिडले तर उलट उत्तर द्यायच्याऐवजी मी आत्मपरीक्षण करते. अकारण चिडायला ते बिनडोक नाहीत. ते घेतात तो निर्णय सगळ्यांच्या हितासाठीच असतो. संसारात वेगळं काय लागतं?"

मला विमल लिमयेंची कविता जगणारा परिवार भेटला.

घर असावे घरासारखे
नकोत नुसत्या भिंती
तिथे असावा प्रेम, जिव्हाळा
नकोत नुसती नाती

त्या शब्दांना अर्थ असावा
नकोच नुसती वाणी
सूर जुळावे परस्परांचे
नकोत नुसती गाणी

त्या अर्थाला अर्थ असावा
नकोत नुसती नाणी
अश्रूतूनही प्रीत झरावी
नकोच नुसते पाणी

या घरट्यातून पिलू उडावे
दिव्य घेऊन शक्ती
आकाशाचे पंख असावे
उंबरठ्यावर भक्ती

३८

अ, ब, आणि क ह्यांच्या घरातल्या ह्या हकिकती, आता मला ही सावधगिरी घ्यायलाच हवी. बनावट आडनावे निवडावीत, तरी त्या आडनावाचा कोणीतरी असतोच. भावाचं कौतुक केलं तर बहिणी आत्मपरीक्षण न करता माझ्यावर चिडतात. खऱ्याखुऱ्या घटनांवर कथा लिहिल्या तर, 'मानसशास्त्राचं तुमचं सखोल चिंतन पाहून, मन थक्क होतं. अशी माणसं तुम्हाला कुठं हो भेटतात?' अशी पत्रे येतात आणि खऱ्याखुऱ्या भेटलेल्या माणसांना मेकअप न करता वाचकांसमोर उभं केलं, तर माणसं बिथरतात.

म्हणूनच, निदान ह्या लेखापुरतं तरी मी अ-ब-क ह्याच अक्षरांचं नियोजन करणार. हकिकती शंभर टक्के खऱ्या. कोणती व्यक्ती 'अ', कोण 'ब', कोण 'क' ह्याला आता खास अर्थ नाही.

'अ' अतिशय तापट. तो नुसता तापट असता तर सवाल नव्हता; पण तो चांगला हरहुन्नरी. ज्याला Ready witted म्हणतात तसा, त्यामुळे याच्याशिवाय पार्टी म्हणजे रिफिलशिवाय बॉलपेन. एका बड्या उद्योगसमूहात, पहारेकऱ्यापासून सर्वांत मोठ्या मालक, डायरेक्टरपर्यंत तो त्याच्या पहिल्या नावानं ओळखला जातो. दिसायला राजबिंडा, वृत्तीनं रसिक, संगीतप्रेमी आणि मित्रांसाठी काहीही करणारा. घराचा उंबरठा ओलांडला की वसिष्ठ किंवा कण्वमुनी. घरातच एका क्षणात त्याचा दुर्वास का व्हायचा हे कळत नसे. आपण तापट आहोत, हे त्याला माहीत होतं. दुसऱ्या क्षणी तो शांत व्हायचा, हे वेगळं, पण हत्यासुद्धा एका क्षणात होते — मग ती शारीरिक असो, वा मानसिक. शारीरिक बाबतीत माणूस इथली यात्राच संपवतो, पण जितीजागती माणसे तो मानसिक व्रण न विसरता सहन करत जगतात आणि कधीकधी कायमची दुरावतात. 'अ'च्या आयुष्यातली एक घटना. काही कामाप्रीत्यर्थ तो

बाहेर निघाला. खाली त्याची बारा-तेरा वर्षांची मुलगी खेळत होती. तो तिला 'बरोबर चल' म्हणाला.
ती म्हणाली, "आईला वरून चपला टाकायला सांगते."
त्यावर तो म्हणाला, "चपलांची काही गरज नाही. स्कूटरवरून जायचं आहे आणि पुढच्याच चौकात एका मित्राकडं जायचं आहे."
तिथे पोहोचल्यावर मित्राच्या बायकोने विचारलं, "तू अनवाणी कशी आलीस?"
ह्यावर त्या मुलीने काय उत्तर दिले हेही आज 'अ' ला आठवत नाही, पण त्या क्षणी त्यानं खाडकन तिच्या तोंडात भडकावली. मुलगी रडत रडत घरी आली. क्षणापूर्वी मजेत गेलेली मुलगी रडत का आली, हे तिच्या आईला समजलं नाही. तिची दोन वर्षांची धाकटी बहीण धावत धावत येऊन तिच्या दीदीला चिकटली. तो निष्पाप जीव स्वानंदात दंग होता. तेव्हा आपलं रडणं आवरीत, दीदी तिला म्हणाली, "आत्ताच हसून घे. माझ्या वयाची झालीस की, असाच मार खावा लागेल आणि फक्त रडावं लागेल."
ही झाली 'अ'च्या घरातली हकिकत.

'ब'च्या घरातली मुलगी, वय वर्षे दहा. शाळेतून रडतच घरी आली. आईनं विचारलं, "तुला काय झालं?"
मुलीनं सांगितलं, "My grandmother ह्या विषयावर निबंध लिहायला सांगितला. मला लिहिता आला नाही."
नवल वाटून आईने विचारलं, "अरे, अगदी सोप्पा विषय. तू माझ्या आईबद्दल आठ-दहा ओळी का नाही लिहिल्यास?"
मुलगी म्हणाली, "माझी ती आज्जी शेवटपर्यंत आजारीच होती. तिला बोलता येत नव्हतं. तिची मी कुठली आठवण लिहिणार? मला तिची फक्त आठवण येते, आणि खूप रडायला येतं.'—निबंधात काय एवढंच लिहायचं?'
आई सहजतेनं म्हणाली, "हात्तीच्या! मग माईआजीबद्दल लिहायचं. त्या इथे पंधरा दिवस राहून गेल्या ना?"
मुलगी फुरंगटून म्हणाली, "त्या आजीनं मला एकदा तरी जवळ घेतलं का? मी अभ्यासाला बसले की सारखी म्हणायची, 'अभ्यासाचं नुसतं नाटक करत्येस. डोळ्यांसमोर पुस्तक धरलं की झालं! तुझ्यापेक्षा माझ्या रत्नागिरीच्या नाती जास्त हुशार आहेत.' तूसुद्धा एकदा त्यांना म्हणालीस, तिला किती बोलणार आहात? तू खरं म्हणजे त्यांना चांगलं फायर करायला हवं होतंस."
आई म्हणाली, "त्या माझ्या सासूबाई आहेत. मी जास्त कसं बोलणार?"
मुलीला पुन्हा रडू येऊ लागलं आणि तिने विचारलं, "निबंधात काय हे

असं लिहू?''

'क'च्या घरात वेगळाच प्रकार...! नातवंडांना आज्जी-आजोबांच्या स्वाधीन करून आई-वडील बाहेरची कामं करायला गेली. तेवढ्यात त्या मुलांच्या वडिलांचा नेहमी येणारा मित्र अचानक आला. त्याला पाहताक्षणी नातवंडांनी सुटकेचा श्वास सोडला. मुलं काकांना बिलगली, ''काका, काका आम्हाला कुठेतरी घेऊन चला.''
काका, 'चला' म्हणाला.
घराचा दरवाजा बंद करून मुलं जिना उतरायला लागली आणि उतरता उतरता म्हणाली, ''काका, तुम्ही आलात म्हणून आम्ही आजी-आजोबांच्या तावडीतून सुटलो. सारखी आम्हांला बोलत असतात, आमचं चुकलं नाही तरी.''
हे ऐकताक्षणी काका मुलांना म्हणाला, ''गाडीत जाऊन बसा, मी आत्ता येतो.''
काका पुन्हा वर आला. नातवंडांचे उद्गार त्यांनी आजी-आजोबांना सांगितले आणि तो म्हणाला, ''तुमच्याबद्दल नातवंडांची मनं अशी बिथरता कामा नयेत. मुलांच्या मनात तुमच्याबद्दल कायमची अढी राहील. जन्मदात्या आई-वडिलांपेक्षा मुलांचं प्रेम आजी-आजोबांवर असतं, मग ह्या घरात हे असं का होतं? मला वाईट वाटलं म्हणून तुम्हाला सांगायला आलो.''

'स्पॉट लाईट' टाकावेत त्याप्रमाणे हे तीन प्रसंग मी लिहिले. मी स्वत: ह्या तीनही प्रसंगांनी अस्वस्थ आहे. सध्याची बदलती परिस्थिती अशा घटनांना अजिबात जबाबदार नाही असं म्हणता येईल का?
'अ'चे उदाहरण आपण सोडून देऊ. बापाचा स्वभावच तसा आहे हे आकलन झालं तर बाप-लेकीच्या नात्यामध्ये अंतर पडणार नाही. 'अ'च्या घरात आजी-आजोबा नाहीत, त्यामुळे वडिलांबद्दल नातवंडांचं मन बिथरणार नाही, ह्याची काळजी घेणारं कुणी नाही. तसं असतं, तर 'तुझे वडील जरी क्षणात चिडत असले तरी त्यांचं तुझ्यावर जिवापाड प्रेम आहे.' असे सांगून त्यांनी नातवंडांना सावरलं असतं. त्या मुलीला स्वत:चं स्वत:ला ह्याचं आकलन होईल तेव्हा होईल, पण त्यापूर्वीच तिची वडिलांच्या बाबतीत कायमची अढी निर्माण झाली तर? एक तर ती मार खाऊन खाऊन बेरड होईल किंवा वडिलांच्या गैरहजेरीत तिला हवं तसं वागून घेईल. बापाला विश्वासात घेऊन काही सांगावं, असं तिला कधीही वाटणार नाही. हे मानसिक बदल इतके सूक्ष्म असतात की ते जसे मुलीला कळणार नाहीत, तसे बापालाही कधीच कळणार नाहीत.
ओशोंच्या प्रवचनात त्यांनी एक विचार मांडलेला आठवतो.

—'क्रोधाच्या क्षणी विवेकाचा जन्म होऊन कोणत्याही माणसाने त्याच क्षणी विचार केला की आपण नेमक्या कोणत्या कारणासाठी रागावलेले आहोत, तर क्रोधाचा पारा खाली उतरलाच पाहिजे, कारण त्याच क्षणी आत्मपरीक्षण सुरू होईल आणि कदाचित आपला इतका तोल जाण्यासारखी ही समस्या नाही, ह्याचं आकलन होईल.''

असं घडलं तर केवळ मुलीच्याच बाबतीत नव्हे तर सर्व परिवाराच्या बाबतीत, कोणत्याही परिस्थितीत तो जागा राहील. 'भागो मत, जागो.' मग असं का घडत नाही? आयुष्य धकाधकीचं झालंय. सामाजिक जीवन विस्कळीत झालंय. सामान्य माणसाचा कोणताही अपराध नसताना त्याच्यावर अनेक अन्याय लादले जात आहेत. दैनंदिन गरजेच्या वस्तू मिळवण्यात आणि संसाराचा गाडा आजच्या दिवसावरून दुसऱ्या दिवसावर ढकलताना त्याचं मन शांत नाही. तो आत्मपरीक्षण करणार कधी? अनेकांना झटपट निर्णय आणि स्वत:ला अनुकूल निकाल हवे असतात. माणसाचं स्वत:वरचं प्रेम वाढत चाललं आहे. अर्पणभाव कमी होत चाललेला दिसतो. तो प्रेमाच्या गोष्टी करतो, पण प्रेम म्हटलं की, 'ॲटॅचमेंट', 'इनव्हॉल्व्हमेंट', 'सॅक्रिफाईस' आणि 'सर्व्हिस' इतक्या गोष्टींचा समावेश होतो. स्वत:चे आनंद बाजूला ठेवून जी कृती केली जाते त्यालाच प्रेम किंवा वात्सल्य म्हणतात. ह्याचा जिथे अभाव आहे, तेथे माणसं माणसांचा वापर करतात.

'ब' आणि 'क' ह्यांच्याबद्दल काय म्हणावं? इथेही 'ब'च्या बाबतीत वात्सल्याची विभागणी सम प्रमाणात होत नाही. नातवंडांजवळ कोणताच स्वार्थ नसतो. म्हणून सगळीच नातवंडं सारखीच वाटायला हवीत, पण जिथं वात्सल्याची विभागणी सख्ख्या मुलांच्या बाबतीतच सम प्रमाणात होत नसेल, तर तेच जहर नातवंडांपर्यंत पोहोचतं.

'क'च्या संदर्भात मला थोडा वेगळा प्रकार वाटतो. वार्धक्यामध्ये प्रेम असलं तरी सहनशक्ती कमी झालेली असते. आवाज सहन होत नाहीत, खूप वेळ गप्पांत मन रमत नाही. परावलंबित्वाची जाणीव क्षणोक्षणी छळत राहते. ह्या जगात आता आपले दिवस कमी राहिले, ह्याचा डंखही सलत राहतो. आयुष्यात काय करायचं राहून गेलं ह्याच्या उणिवा झोंबत राहतात. शरीर विश्राम मागत असते आणि मन जास्त उतावीळ होत असते. अशा अवस्थेत नातवंडं विरंगुळा म्हणून विसाव्याचे क्षण होतात, पण त्यांची जबाबदारी पेलत नाही. दंगा सहन होत नाही. मुलगा आणि सून ह्यांची मनं सांभाळावी लागतात. कदाचित त्यांना घाबरून दिवस काढावे लागतात. कदाचित ह्या परस्वाधीनतेचा

राग नातवंडांवर निघत असावा.

मी जीवनाचा भाष्यकार नाही, पण ह्या प्रसंगांनी मी आजही व्यथित आहे. असं कुठंही घडू नये असं सतत वाटत राहतं. क्षमा करा, पण ह्या तीन चित्रांपैकी आपलं प्रतिबिंब एखाद्या चित्रात पडलेलं आहे का?

○

३९

मी कुलकर्णीला शोधतोय.
देशपांडे, देशमुख, जोशी, पटेल, शहा ह्या आडनावांच्या पंगतीत बसणारं हे आडनाव. हिंदुस्थानऐवजी कोलंबसला वरील आडनावांपैकी, नेमक्या एका जोशीला किंवा कुलकर्णीला शोध, असं सांगितलं असतं, तर काय झालं असतं? त्यानं बोट कायमची नांगर सोडून ठेवली असती.
मी कुलकर्णीला शोधतोय.
नेमका कोणता, ते सांगता येत नाही.
का हवाय? ते माहीत आहे, सांगता येईल.
माझ्या घरी दोन स्टीलच्या वाट्या एकीत एक अडकल्या आहेत. इतक्या घट्ट की, सर्रास सगळ्या हिंदी चित्रपटांतून 'जिंदगी की कौनसी भी ताकद हमें जुदा नहीं कर सकती' हे विधान ह्या वाट्यांवरूनच उचललं असावं. ज्या कोण्या हिंदी लेखकाच्या घरी, चाळीसएक वर्षांपूर्वी, अशाच वाट्या अडकल्या असतील, तेव्हापासून हे वाट्या प्रकरण प्रेक्षकांच्या वाट्याला आलंय. सगळ्याच निर्मात्यांकडे वर्षोन्‌वर्षे ह्या अशा वाट्या अडकत आहेत.
अडकोत!
मी हिंदी चित्रपटसृष्टीबाबत भाष्य करायला लागलो तर शिरीष कणेकरांच्या 'चहाटळकी'तल्या 'चहाच्या' हौदात पडलोय की काय? असं अनेक माणसांना वाटेल. त्यांना काहीही वाटो, पण मागच्या 'लोकसत्ता'चा अंक उघडला आणि शेजारी राहणारा शिरीष, न सांगता, निरोप न घेता 'फ्लॅट' सोडून जातो, ही चहाटळकी मला मुळीच आवडली नाही. ही 'टाळाटाळकी' झाली.
मला कुळकर्णी हवेत.
वाटीत अडकलेली वाटी, सोडवावी कशी? हे सांगण्यासाठी.
आता घरात दोनच वाट्या आहेत का? इतर डझनभर वाट्या असताना, त्याच

दोन वाट्यांवाचून अडलंय का?

इथंच मनुष्यस्वभाव समजतो.

घरात डबा भरून खिळे असतात. त्यापैकी एक खिळा, 'कालनिर्णय' दरवाजावर लावण्यासाठी आपण उचलतो. तो ठोकत ठोकत वाकडा होतो. 'कालनिर्णय'चं मोठं कॅलेंडर लावायचं असलं तर खिळा पुरत नाही. चांगला 'स्क्रू' लागतो.

साळगावकरांनी १९९५ सालासाठी जंबो आकाराचं 'कालनिर्णय' जरी छापलं तरीसुद्धा साळगावकरांच्या विशाल, दयार्द्र अंत:करणापेक्षा जास्त विशाल कॅलेंडर छापता येणार नाही.

No artist can create a character greater than himself.

—हेच तत्त्व आमच्या जयंतरावांनाही लागू आहे. ज्या चैतन्य गर्दे परिवाराबद्दल मी लिहिलं होतं, त्या चैतन्यचा जेव्हा दुबईहून फोन आला होता, तेव्हा मी त्याला विचारलं होतं, "तुझ्यासाठी मी काय आणू?"

"दुसरं काही नको. 'कालनिर्णय' आण."

"ओ. के. आणखीन काही?"

"मोठ्या आकाराच्या 'कालनिर्णय'च्या तीन कॉपीज That is must.' अरुणा चतुर्थी करते. तेव्हा चंद्रोदय..."

"लक्षात आलं. अरे बाबा, प्रत्यक्ष चंद्राला एका ग्रहानं विचारलं, 'काय रे बाबा, उद्या केव्हा उगवणार?' तर स्वत: चंद्र म्हणाला, 'ते मी कालनिर्णय बघून सांगतो.' "

विषय निघाला खिळ्यावरून.

तर आपण तो वाकडा झालेला खिळा फेकून देत नाही. बोटांवर हातोडीचे एकदोन फटके बसले तरी चालतील, पण आपल्याला तोच वाकडा खिळा सरळ करून वापरायचा असतो. हाच प्रयत्न आपण, ज्या नातेवाइकांशी, मित्रांशी सकारण-अकारण वाकडं आलंय, ते संबंध सरळ करण्यासाठी केला तर?

ह्यावरून एक वेगळाच किस्सा आठवला. माझ्या परिचयाचे जे कुलकर्णी आहेत, त्यांच्या पंचाहत्तर वर्षांच्या आजी. देवळात जाताना त्यांनी रस्त्यावरच्या एका मुलाला थांबवून विचारलं,

"बाळ, मला रस्ता क्रॉस करायला मदत करतोस?"

तो म्हणाला, "आजी, समोर सिग्नल आहे. तो हिरवा झाला की सगळ्या गाड्या थांबतील. तेव्हा मी तुम्हाला पलीकडे घेऊन जाईन."

त्यावर कुलकर्णीआजी म्हणाल्या,

"मेल्या, तेव्हा मीच तुला घेऊन जाईन. मला रस्ता आताच ओलांडायचा आहे."

त्याप्रमाणे ह्या दोन वाट्यांच्या वाचून माझं काही अडलंय का? त्या दोन वाट्यांना मी प्रत्येक वेळी 'तुम्ही एकमेकीत एवढं काय पाहिलंत?' असा प्रश्न विचारला आहे. आपल्या बायकोचं दुसऱ्या पुरुषावर प्रेम बसलं, तर नवऱ्याला ते सहन होत नाही, हे स्वाभाविक आहे, पण मी असे एक महाशय पाहिलेत की त्यांना आपल्या बायकोनं मैत्रिणीसाठी जीव गहाण ठेवला तरी आवडत नाही. आता मलासुद्धा महाराष्ट्रात कुलकर्णी नावाची माणसं भरपूर असताना हाच अनोळखी कुलकर्णी का हवा? तर मला असं वाटतं की हा कुलकर्णी माझ्या ह्या अडकलेल्या वाट्या सोडवून देईल. माझं हे वाटणं अकारण नाही. त्या अनोळखी कुलकर्णीची माहिती मला श्री नाटेकरनी करून दिली.

घडलेली घटना.

ओ. एन. जी. सी. चा एक प्रॉजेक्ट. त्या प्रॉजेक्टसाठी तीन ते चार इंच व्यासाची चाळीस ते पन्नास फूट लांब पाईपलाईन टाकायची होती. त्या पाईपमधून एक अत्यंत पातळ तांब्याची तार आरपार टाकायची होती. कदाचित ती जिलेटिनसारखीसुद्धा असेल. पाईपच्या एका बाजूने ती पन्नास फुटांपर्यंत ढकलत ढकलत आरपार करणं आणि दुसऱ्या बाजूने काढणं हे जवळपास अशक्य होतं. एका बाजूने ती तार ढकलली की जेमतेम पाच-दहा फुटांपर्यंत जायची आणि तिथेच अडकायची. साईटवरचे इंजिनियर पुन्हा ती ओढून बाहेर काढत असत. सकाळपासून दुपारपर्यंत हा एकच उद्योग चालला होता. सगळ्यांची मती गुंग नव्हे तर संपुष्टात आली.

तिथे हे कुलकर्णी इंजिनियर होते. एक विलक्षण कल्पना त्यांच्या मनात चमकून गेली आणि ते म्हणाले, "उद्या सकाळी तुमचं काम झालं, म्हणून समजा."

एवढं बोलून ते साईटवरून घरी आले. बाजारात गेले. त्यांनी एक उंदराचा सापळा आणला. रात्री त्या सापळ्यात एक उंदीर सापडला. सकाळी उठल्यावर सापळ्यात उंदीर पाहून कुलकर्णींनी निःश्वास सोडला. उंदरासारख्या उपद्रवी प्राण्याकडून त्यांनी हे काम करून घ्यायचं ठरवलं. औरंगजेबालासुद्धा शिवाजी उंदरासारखाच वाटला होता. उंदरापेक्षा जास्त किंमत तो शिवाजीला द्यायला तयार नव्हता. मराठ्यांचं राज्य हा हा म्हणता आपण खालसा करू ह्या स्वप्नातच त्याला इथली यात्रा संपवावी लागली. मुसलमानांचं मराठ्यांशी वाकडं असणं ह्यात काही आश्चर्य नाही. जिथे जवाहरलाल नेहरूंनी शिवाजीच्या संदर्भात Misguided patriot असं म्हटलं होतं, तिथं मुसलमानांची काय

कथा? आज सत्ताधारी पक्षाचे Well guided patriots समाजद्रोही माणसांच्या आधारावर राज्य कसं करत आहेत हे आपण सगळेच पाहत आहोत. TADA असं फक्त म्हणायचं. TADA म्हणजे नेमकं काय? तर Tactfully Applied, Declared, Authorised — याचं संक्षिप्त रूप. तर ते असो! उंदराला बघून कुलकर्णी खूष. त्यांनी तो पिंजरा साईटवर आणला. उंदीर हातात पकडला. त्याच्या शेपटीला दोरी बांधली. ती दोरी तारेभोवती गुंडाळली. मग त्या उंदराला पाईपच्या एका बाजूने सोडून दिलं. उंदराला अंधार परिचित होताच. त्याने मागं फिरायचा प्रयत्न केला की, काठीने त्याला ढोसत होते. मग तो उंदीर पळत पळत पाईपच्या दुसऱ्या बाजूने बाहेर आला आणि त्याच्या पाठोपाठ हवी असलेली तार.

अगदी साध्या युक्तीने एका कंपनीचं मोठं काम सोपं झालं. ते कुलकर्णी जर भेटले तर माझ्या वाट्या तातडीने घटस्फोट घेतील; अर्थात गेले अनेक दिवस आम्ही वाट्यांची संघटना पाहून बऱ्याच लोकांची फिरकी घेतली आहे. कुणीही गप्पागोष्टी करायला आलं, की "काय घेणार? चहा-कॉफी" हे प्रचलित प्रश्न विचारतो. कुणी नाही म्हटलं, तर मग आम्ही म्हणतो, "दोन वाट्या आंब्याची डाळ तरी घ्या किंवा दोन वाट्या पन्हं किंवा श्रीखंड असं काहीही घ्यायला काय हरकत आहे?" मग पाहुणेही म्हणतात. "एखादी वाटी चालेल." ते असं म्हणताक्षणी आम्ही टुणकन उडी मारून हातात हात घालून बसलेल्या त्याच दोन वाट्यांत एक वाटी हवी ती वस्तू देतो, पाहुण्याला एकच वाटी त्याला हवी असलेली गोष्ट खायला मिळते. ती वाटी उचलताना आम्ही म्हणतो, "दोन वाट्या श्रीखंड खाल्लंत!"

मग कुलकर्णी कशाला हवेत? तर परिचयाच्या सगळ्या लोकांना हे माहीत झालंय, म्हणून ते म्हणतात, "वाटीभर शिरा चालेल, पण त्या दोन वाट्या नकोत."

४०

भारतामध्ये सर्वांत श्रेष्ठ अभिनेत्री कोण? प्रत्येक व्यक्तीचं या बाबतीत वेगवेगळं मत असणं स्वाभाविक आहे आणि आवश्यकही आहे. मला थोडंफार जेव्हा चित्रपटातलं समजू लागलं तेव्हा मी पहिला नमस्कार केला शांता आपटे यांना. वयाच्या सातव्या-आठव्या वर्षांपासून आता साठी-बासष्टीतसुद्धा तीच भावना आहे. त्यानंतर खूप वेळ राज्य केले ते सुलोचनाबाईंनी. त्यांच्या पाठोपाठ उषा किरण आणि नंतर जयश्री गडकर.

ग्रामीण चित्रपट असो अथवा कौटुंबिक जिव्हाळ्याचा असो. सुलोचनाबाई आणि जयश्रीबाई यांनी दोन्ही भूमिकांना न्याय दिला, तरीसुद्धा सुलोचनाबाईंनी गरीब शेतकऱ्यांच्या बायकोची भूमिका केली तरी त्यांच्या सात्त्विक चेहऱ्यात फरक पडला नाही. खरं तर सुलोचनाबाई या नावाची सांगड 'वहिनी' याच नावाशी आहे. जयश्री गडकरांची गोष्ट वेगळी. त्यांनी मध्यमवर्गीय कौटुंबिक चित्रपटात काम केलं तर त्याही खूप सात्त्विक वाटत आणि एखाद्या मराठमोळ्या तमाशाच्या चित्रपटात काम केलं तर चेहऱ्यावर एक गावरान ठसका दिसायचा, म्हणूनच जयश्री गडकर यांच्यानंतर कोणतीही अभिनेत्री डोळ्यांसमोर येत नाही. हंसा वाडकर यांना वगळलं तर तो अक्षम्य अपराध ठरेल. हिंदी चित्रपटसृष्टीचा इथे मी मुळीच समावेश केलेला नाही, पण तरीही आज आठवण येते ती एका अनभिज्ञ अभिनेत्रीची.

नटवर्य केशवराव दाते ऊर्फ नाना. त्यांच्या पत्नी म्हणजे आमच्या दातेवहिनी ह्यांच्यासारखी अभिनेत्री होणं, कदापि शक्य नाही. त्यांना कुशल अभिनेत्री मानणारी आणखी एक मान्यवर व्यक्ती आहे. त्यांचं नाव सांगितल्याशिवाय माझ्या विधानाला बळकटी येणार नाही. आपल्या या महाराष्ट्रात विचारवंतांची, तत्त्वज्ञान, तंत्रज्ञान, अध्यात्म या सगळ्या प्रांतांत असलेल्या महाभागांची संख्या कमी नाही. प्रज्ञावंत डॉक्टरही कमी नाहीत, पण चिनी तत्त्वज्ञ 'टांग-आ-मारू'

असं असं म्हणतात, असा परदेशी आधार दिला म्हणजे कोणतेही विधान मान्य केलं जातं. मलासुद्धा ह्याच कारणासाठी एका मोठ्या व्यक्तीचा आधार आवश्यक वाटतो. मराठी नाट्यसृष्टीत ज्यांनी अलौकिक कार्य केलं, प्रचंड चिंतन, मनन, अध्यापन केलं. अलौकिक भूमिका केल्या, दिग्दर्शन केलं, त्या श्रीमती विजया मेहता रघुवीर दातेला म्हणाल्या, ''मी तुझ्या आईसारखं हसण्याचा खूप वेळा प्रयत्न केला, पण मला कधी तसं हसता आलं नाही.''
'हुशऽऽऽ!' आता हलकं वाटतंय. विजयाबाईंचं वरचं विधान मला रघुवीरकडून समजलं. १९५५ सालापासून आजतागायत मी रघुवीरसारखा 'साऊंड' साऊंड रेकॉर्डिस्ट पाहिला नाही. त्याच्या बाबतीत 'पानी तेरा रंग कैसा?' हाही प्रश्न विचारता येईल आणि 'पाण्यात राहून कोरडा' असंही म्हणता येईल.
चित्रपटसृष्टीत हयात घालवून त्या नाठाळ व्यवसायाकडे साक्षीभावाने कसं बघायचं हे रघुवीरकडून शिकावं.
''ह्याही वयात तुमची प्रकृती ठणठणीत कशी?'' असा कुणी प्रश्न विचारला तर रघुवीरचे उत्तर ओठावर असतं ते हे–
''दुसऱ्याचं यश बघून माझं पोट कधी दुखत नाही.''
केशवराव दाते आणि वहिनी हा प्रचंड वारसा मुलाच्या नावावर मांडून गेले.
माझ्या आयुष्यातले परम भाग्याचे क्षण मी जेव्हा आठवतो तेव्हा त्यात नानांबरोबर अनेकदा झालेल्या गप्पागोष्टी ह्याला खूप वरची जागा आहे. त्यांनी मला घडवलं. ह्या आठवणीतलं उत्तुंग शिखर म्हणजे मला १९६३ साली नानांच्या बरोबर 'आंधळ्याची शाळा' या नाटकात काम करायची मिळालेली संधी.
नटवर्य मामा पेंडसे ह्यांची एक महत्त्वाकांक्षा होती. नटवर्य नानासाहेब फाटक आणि केशवराव दाते ह्यांना एका रंगमंचावर आणणं ही. त्यावेळी नाना मला म्हणाले, ''वसंता, तू ही 'थँकलेस' भूमिका का करतोस? तेही तू स्वतःचे कथाकथनाचे स्वतंत्र कार्यक्रम करत असताना?''
मी सांगितले, ''रंगभूमीवरील ब्रह्मा, विष्णू, महेश ह्यांचा सहवास लाभणार आहे म्हणून.''
केशवराव दाते ह्यांचं दिग्दर्शन प्रत्यक्ष अनुभवता आलं आणि त्याचवेळेला, मला वंदनीय असलेले नानासाहेब फाटक, नाट्यवर्तुळात जरी फटकळ म्हणून ओळखले जात होते तरीही ते रंगभूमीवरील संकेत किती काटेकोरपणे पाळत असत, ते तालमीच्या वेळेला रोज दिसत होते. नानासाहेब फाटक आणि केशवराव दाते. दोघांच्यात श्रेष्ठ कोण हे ठरवणं मुष्कील. बिस्मिल्ला बंधूंनी ज्याप्रमाणे बैठकीत सनई कशी वाजवावी, हे एकमेकांना शिकवण्याची गरज

नव्हती, त्याप्रमाणे अभिनयाबाबतही एकमेकांना सूचना द्याव्यात अशी परिस्थिती नव्हती, पण केशवराव दाते दिग्दर्शक आहेत म्हटल्यावर नानासाहेब फाटक, केशवरावांना म्हणत, "नाना वाक्य कसं घेऊ सांगा."

त्यावर केशवराव म्हणत असत, "नाना, मी तुम्हाला काय सांगणार?"

मनाच्या मोठेपणाची ही जुगलबंदी पाहिलेला मी- आज पहिले दहा प्रयोग शिस्तीत करणं आणि नंतर कोणत्याही नाटकाचा 'विदूषक करणं' हे चित्र मला कसं बघवेल? तरीसुद्धा नाट्यसृष्टीकडे माझा जन्मजात ओढा असल्यामुळे मी अलीकडची कलावंतांच्यामुळे वाहवत गेलेली नाटकं न पाहता सगळ्यांनाच 'ऑल दी बेस्ट' म्हणतो.

तालमी संपल्यानंतर मी पुष्कळदा केशवरावांना घरापर्यंत सोडायला जात असे. विजयनगरचे चार मजले आणि नानांची कोपऱ्यावरची खोली. घराला जाळीचा दरवाजा. आवाज न करता नाना बाहेरून हात घालून आतली कडी काढत असत. मला शांत राहण्याची खूण करून ते पाय न वाजवता स्वयंपाकघरात जात. डब्यामागून डबे उघडत घरात काही खायला सापडतंय का याचा शोध सुरू व्हायचा. बाहेरच्या खोलीत वहिनी गाढ झोपलेल्या असायच्या. नानांची सत्तरी झालेली तर वहिनींची साठी, पण आईवडिलांकडे भक्तिभावाने पाहणारी मुले लाभल्यामुळे दोघांच्या आयुष्याची 'संध्याछाया' झाली नव्हती.

कितीही टाळलं तरी डब्यांचा आवाज व्हायचा. वहिनींना जाग यायची. चेहरा काहीसा त्रासिक पण खूपसा थकलेला. त्या हळूहळू उठून बसायच्या. क्षण दोन क्षण त्या तशाच बसून राहायच्या. गाढ झोपेचा पगडा आणि झोपेमुळे जड झालेलं शरीर. भिंतीचा आधार घेत त्या उठायच्या, न बोलता आत जायच्या आणि जडावलेल्या आवाजात नानांना म्हणायच्या, "तुम्ही बाहेर थांबा. मी सगळं आणते."

केव्हा तरी रघुवीरला हे सगळं सांगितलं आणि म्हणालो, "मला वहिनींची त्या दिवशी कीव आली". रघुवीर शांतपणे म्हणाला, "नाना घरी येईपर्यंत वहिनीला कधीही झोप लागत नाही. नाना शूटिंगहून येवोत, नाटकाचा प्रयोग करून येवोत किंवा अवेळी क्लबमधून येवोत. वहिनी रोज टक्क जागी असते. नानांची जेवणाची सगळी व्यवस्था चोख करून ती गाढ झोपेचं सोंग घेऊन पडते. कडी काढताना नानांनी न केलेला आवाजसुद्धा तिला ऐकू येतो. प्रत्येक डब्यापाशी नाना उंदरासारखे खुडबुड करतात, हेही तिला ऐकू येतं. नंतरचा सगळा अभिनय असतो. जसं हसायला विजयाबाईंना आजवर जमलं नाही तसं, नानांचं जेवण संपेपर्यंत वहिनी हसत असते." मी अवाक झालो, कारण वहिनींचा हा सगळा अभिनय आहे हे घरातल्या अभिनय सम्राटाला शेवटपर्यंत समजलं

नाही. हा बिलंदर भाबडेपणा वहिनी कुणाकडून शिकल्या?

मी असाच अवाक झालो, तो दिवस वेगळा होता. नाना आणि वहिनींच्या लग्नाला त्या दिवशी पन्नास वर्षे पूर्ण झाली होती. हारतुरे आणि पुष्पगुच्छांसहित सर्व दाते परिवार घरी आला. दोघांच्या चेहऱ्यावरचा आजचा थकवा फार वेगळा होता. ध्यानीमनी नसताना वहिनी स्फुंदून रडू लागल्या. त्यातला प्रत्येक हुंदका नियतीला विचारत होता 'मी खरंच एवढा पल्ला गाठला का?'

सहधर्मचारिणीची ही अवस्था पाहून नाना मुद्दाम हसायला लागले आणि रघुवीरला म्हणाले, "आता ही रडत आहे. पण हिला माझ्या नाटकातल्या कोणत्याही भूमिका फारशा आवडल्या नाहीत." रघुवीरने विचारलं, "तुमचं मग लग्न कसं झालं?" नाना म्हणाले, 'विचित्र लीला' ह्या नाटकात मी मुख्य भूमिका केली होती. नाटकाच्या नावाप्रमाणेच माझ्या अंगावर विदूषकाप्रमाणे चित्रविचित्र पोषाख होता. हिला वाटलं हा असा नवरा आपल्याला संसारात बरा आहे."

जाणीवपूर्वक नानांनी हीच आठवण निवडली. वहिनी त्या काळात गेल्या आणि नेहमीचं निखळ, पारदर्शक, सात्त्विक हास्य त्यांच्या चेहऱ्यावर दिसू लागलं... जे विजया मेहतांना आजतागायत साधलेलं नाही.

४१

वांद्र्याहून सुटणाऱ्या हार्बरच्या गाडीत मी. वांद्र्याहूनच सुटलेली असल्यामुळे
ती रिकामी, म्हणजे एरवीच्या मानाने रिकामी आणि आता कोणत्याही दोन
स्टेशनांच्या मध्ये पंचवीस मिनिटं उभी. कंपार्टमेंटमध्ये फिरण्याकरता उभा
राहिलो. पाहिलं तर समोर आनंद! 'आनंद' पिक्चरमधला राजेश खन्ना जर
जगला असता तर, ज्या पद्धतीने त्याने आयुष्य घालवलं असतं, त्या
पद्धतीनेच जगणारा हा माझा मित्र. किती वर्षांनी भेटतोय हे सांगू
शकत नाही.

"गड्या तुझा पत्ता काय?"

"पत्ता तोच आहे, पण..."

"जिथं पत्र पोहोचतात पण मित्र पोहोचू शकत नाहीत, असंच ना?"

"मित्रही पोहोचतात पण माझी भेट होऊ शकत नाही."

"गड्या, लग्नाचंही आमंत्रण दिलं नाहीस?

"तू रागावण्यातला नाहीस हे मला माहीत आहे."

"मी रागावलो नाहीच. आपला मित्र आपल्याला संपूर्ण समजला, म्हणजे राग
उरत नाही. फक्त कसा आहेस, एवढं सांग."

आनंद म्हणाला, "गेल्या पाच वर्षांमध्ये 'मी कसा आहे?' यावर विचार
करायला मला सवडच झाली नाही."

"म्हणजे आनंदात असशील!"

"प्रश्नच नाही. नावाप्रमाणेच आहे. रिकामपण याचंच नाव दुःख! कारण
त्याच वेळेला माणूस स्वतःच्या परिस्थितीवर विचार करायला लागतो.
आज ही गाडी वीस मिनिटं उभी आहे. तेव्हा प्रथमच पाच वर्षांनी म्हणजे
लग्न झाल्यानंतर मला आढावा घ्यायला सवड मिळाली."

आनंद पुढे म्हणाला, "माणूस एकांतात विचार करतो तेव्हा तो ह्या

विचारावरून त्या विचारावर नुसता झेपावत जातो आणि विचार करायची वेळ संपत आली की, शेवटी त्याला कळतं, हातात काहीच आलं नाही. आपण नेमका किती विषयांवर विचार केला हेही सांगता येत नाही, पण विचारांचं संवादांत रूपांतर झालं की त्यात सुसूत्रता येते. तू मला प्रश्न विचार, मी तुला उत्तर देतो.''

मी म्हणालो, ''गेल्या पाच वर्षांतला फक्त दिनक्रम सांग. म्हणजे तू राहत्या पत्त्यावर का भेटत नाहीस हे कळेल.''

सहलीला निघाल्याच्या मूडमध्ये आनंद सांगू लागला, ''मी पहाटे चारला उठतो. साडेपाचपर्यंत आंघोळ आणि ध्यानधारणा. साडेसहापर्यंत सगळं आटोपून मी आठ वाजता एका ऑफिसमध्ये पार्ट-टाईम जॉब करतो. शार्प साडेदहाला बँकेत जातो.''

मी मध्येच विचारलं, ''हार्बरने प्रवास करून हे जमतं?''

''आजच चुकून ह्या गाडीत बसलो, कारण हार्बरने व्हीटीला एक काम करून फाऊंटनला जायचंय. हां, तर साडेदहा ते साडेपाच बँक, पुन्हा सहा ते साडेआठ बँकेच्याच शेजारी दुसऱ्या एका ऑफिसात दुसरा पार्ट-टाईम जॉब. हे सगळं आटोपून रात्री साडेदहाला बॅक टू पॅव्हिलियन.''

मी थक्क होत विचारलं, ''सातत्याने पाच वर्षं तू हे करीत आहेस?''

''होय. एक दिवसाचाही खंड नाही. रजा नाही.''

मी आनंदला म्हणालो, ''मला एक सांग, इतकी धावपळ कशासाठी? कुणासाठी''

''ही सगळी पळापळ 'वुई'साठी.''

''वुई कोण?''

''माझ्या बायकोचं नाव. मी तिला वुई म्हणतो.''

''मुश्कील है यार! वुई म्हणजे काय? कोणत्या नावाचा शॉर्टफॉर्म?''

आनंद हसून म्हणाला, ''हा शॉर्टफॉर्म नावाचा नाही. वृत्तीचा!''

''कोड्यात बोलतोस!''

''तुला तसं वाटेल, कारण माझं लग्न कसं झालं हे तुला माहीत नाही.''

आता आनंद कधी माझ्याकडे, कधी खिडकीतून बाहेर बघत बोलू लागला. तो गेलेल्या काळाशी बोलतोय हे माझ्या ध्यानात आलं.

''पाच-सहा वर्षांपूर्वी मला ही पोरगी भेटली. मी बसमधून ऑफिसला जात होतो. आणि आता जशी गाडी उभी आहे, त्याप्रमाणे ट्रॅफिकमध्ये बस पाऊण तास उभी होती. ही माझ्या शेजारीच बसली होती. 'नेमकं काय झालंय?' असा तिने प्रश्न विचारला. कुणाला कुणास ठाऊक! मीच उत्तर दिलं, 'मोर्चा येणार आहे असं ऐकतोय.' ती म्हणाली 'फॅण्टॅस्टिक! मला मग गेलंच पाहिजे.' मी म्हणालो, 'तुमचा माझा परिचय नाही, पण

अशा प्रसंगी या गोष्टींपासून लांब राहावं, कधी लाठीहल्ला होईल, गोळीबार होईल सांगता येत नाही. गंमत बघणारे मरतात आणि हुतात्मे ठरतात.' ती म्हणाली, 'मोर्चा, घोषणा, लाठीहल्ला, पळापळ, क्वचित गोळीबार— पहिल्यांदा हवेत, काय सगळं 'थ्रिलिंग' असतं. थ्रिलशिवाय आयुष्यात मजा नाही.' असं म्हणत ती उठली. मी तिला जायला वाट करून दिली आणि विचारलं, 'तुमची हरकत नसेल तर तुमचं नाव सांगा.' तिने पर्समधून व्हिजिटिंग कार्ड काढून दिलं, ती उतरली."

मी मध्येच म्हणालो,

"मुंबईचा जावई चित्रपटांतल्या 'प्रथम तुज पाहता' असं झालं का?"

आनंद मोकळेपणाने म्हणाला,

"तू तिला पाहशील तर तुझंही तसंच होईल."

मी म्हणालो, "कधी पाहणार?"

आनंद म्हणाला, "तो प्रश्न मलाही पडलाय."

मी आश्चर्याने विचारलं, "असं का म्हणतोस?"

"अरे बाबा, माझ्या अंगावर व्हिजिटिंग कार्ड टाकून ती पोरगी गेली. त्यानंतर तीन महिने, मी तिच्या घरी चकरा मारत होतो, वेगवेगळ्या वेळेला. तिची भेट झाली नाही. कधीतरी धुवांधार पाऊस पाहायला समुद्रावर जाऊन बसलेली असायची. कधी ड्युक्स-नोज पाहायला खंडाळ्याला गेलेली असायची. कधी कुठे गेली ह्याचं नेमकं उत्तर घरातल्यांनाही माहीत नसायचं. तिची आई म्हणायची, 'तिचं लग्न ठरेपर्यंत तिला स्वत:च्या मनाने जगू दे. नंतर बेड्या आहेतच. तिच्या जिवाला धोका नाही ना, एवढंच मी बघते.' ह्याच कारणाकरता मला ती आवडली. मागणी मीच घातली.

ती 'हो' म्हणाली. मी तिला विचारलं, 'माझी काहीही माहिती नसताना आपण मला दुकानातून ब्रेड घ्यावा, इतक्या सहजी होकार कसा दिलात?' त्यावर ती म्हणाली, 'इट्स थ्रिलिंग, पूर्वपरिचय नसताना एका नव्या प्रांतामध्ये उडी घ्यायची आणि सर्वस्वी अनोळखी माणसाला जोडीदार म्हणून निवडायचं ह्यात मला चॅलेंज वाटतो. ओळख झाली की मजा गेली.' मी ह्याच्यावरच खूष झालो. ती विलक्षण दैववादी आहे, का वाट्टेल त्या प्रसंगांशी जमवून घ्यायची हिंमत आहे याचं उत्तर मिळायच्या आत मी लग्न केलं. बँकेच्या पगारात आम्हा दोघांचं सहज भागेल, कारण व्यक्तीच्या गरजा अशा कितीशा असतात? वृत्तीच्या गरजा जास्त असतात. तेव्हा सकाळचा आणि संध्याकाळचा ओव्हर टाइम वृत्तीसाठी आणि बँकेची नोकरी व्यक्तीसाठी."

मी म्हणालो, "ते राहू दे. तुझी ती वुई मला कधी भेटेल?"

आनंद म्हणाला, "अं...ऽ...ऽ... आता ती पुण्यात आहे. सवाई गंधर्व पुण्यतिथीला गेली आहे. तीन दिवस संमेलन, पूर्ण तीन रात्री आणि दोन दिवस विश्रांती. पाच दिवसांनी ती मुंबईला येईल. आल्यावर संगीत सभेचा संपूर्ण वृत्तांत लिहून काढील. काय आवडलं, काय खटकलं हे लिहिताना झालेली मैफल ती पुन्हा ऐकत राहील आणि असं तिचं प्रत्येक बाबतीत आहे. गेल्या पाच वर्षांत ती आठ वेळा ताजमहाल पाहून आली. क्रिकेटची मॅच पाहण्याकरिता सीझनमध्ये ज्या गावी मॅच असेल तिथे ती जाते. प्रत्येक अनुभवाच्या नोट्स काढते."

मी हे सगळं ऐकलं आणि विचारलं, "तुला हे सगळं टॉलरेट होतं? आणि त्या सगळ्या पळापळीत ती तुझ्या वाट्याला कधी येते?"

आनंद म्हणाला, "मी त्याची मोजदाद ठेवलेली नाही. माझ्या सहवासात असते तेव्हा तिच्या अस्तित्वापेक्षा तिची बेभानता अनुभवण्यासारखी असते. जी मला खूप दिवस पुरते."

मी मध्ये वाकडा प्रश्न विचारला, "तू चार वाजता ध्यानाला बसतोस त्यामागचा नक्की हेतू सांगशील का?"

आनंद ह्यावर फक्त मोठ्यांदा हसला आणि म्हणाला, "वुईचं वागणं सहन करण्यासाठी मी वरच्या शक्तीकडे प्रार्थना करतो, असं तुला वाटलं का? मी त्या वेळेला कृतज्ञ भावनेने ध्यान करतो. अरे बाबा, तिच्या बेभानतेवरच मी खूष झालो होतो, तर लग्न झाल्याबरोबर प्रथम तिचे पंखच कापून टाकायचे का? स्वयंपाकीण, मोलकरीण आणि गृहिणी ह्यातच तिला जखडून ठेवायचं का? तिच्या बेभानतेचं जतन करता येईल असा कौल माझ्या मनाने मला दिला तेव्हा मी मागणी घातली. एक मनुष्यजन्म आणि एखाद्याच व्यक्तीला वाटलं की आपलं आयुष्य ह्या पद्धतीनेच आपल्याला जगायला मिळावं— तर ते काय चूक आहे? पण बाईला त्यासाठी समाजाची परवानगी लागते आणि समाज म्हणजे नवरा. माझ्यात ती हिंमत आहे का, याचाच मी विचार केला. तिने माझ्यासाठी काही करावं ही अपेक्षाच नाही. WIFE ह्या शब्दात, मध्ये 'IF' आहे. तो काढून टाकल्यामुळे तिचं नाव वुई. हा 'IF' च आयुष्यात सगळ्या पुरुषांना नडतो. ती दोन अक्षरं पुसली आणि आम्ही 'वुई' झालो."

"ऐकायला छान वाटतंय, पण संसार ही एक लायबिलिटी आहे."

"बाळंतपण वगैरे वाट्याला आलं, की हे सगळं आपोआप थांबेल."

"तुझी 'वुई' मदर होईल का?"

"निश्चित."

"ह्या पळापळीत कधी होणार?"

“ mother ह्या शब्दातला other हवासा वाटेल तेव्हा. ‘प्रेग्नन्सी इज थ्रिलिंग’ ह्याचा अनुभव घ्यावासा वाटेल तेव्हा. इतर आयांपेक्षा ती खूप वेगळी ‘आई’ असेल आणि तरीही ती माझी ‘वुई’ असेल. तोपर्यंत मी एक परी संभाळायला आणली आहे असंच समजतो.”

“अवघड आहे.”

“मुळीच नाही. Sense of possession ऐवजी Sense of belonging असेल, तर ‘अहं’ विरघळतो. मुख्य म्हणजे ‘वुई’ला ह्याची खोलवर जाणीव आहे. ती स्पर्शाने, नजरेने, वाणीने, खरं तर सर्वांगाने संवाद करते माझ्याशी. ठरावीक परिघाबाहेर जात नाही. स्वातंत्र्य देण्यातला माझाही आनंद संभाळते.” मी भारावून गेलो आणि त्याला विचारलं,

“ती तुला कुठल्या नावाने हाक मारते?”

“ ‘अस्’ ह्या नावाने.”

“म्हणजे काय?”

“HUSBAND ह्या शब्दात BAN आहे. जो सगळ्यावर बंदी घालतो तो नवरा. मी माझ्या नावातली ती अक्षरं उडवली. त्या क्षणी मी ‘US’ झालो आणि ती माझी ‘WE!’ ”

“तुम्ही दोघं और आहात.”

कुठेतरी अवकाशात बघत आनंद म्हणाला, “चैतन्याने बहरलेली फुलं आपण तोडतो आणि अचेतन मूर्तींवर वाहतो. आपल्याला सरळ सरळ चैतन्याची पूजा करताच येत नाही. स्वैराचार आणि स्वच्छंद यांतला फरक समजला म्हणजे प्रेम ह्या शब्दाचाही अर्थ कळतो. माझं ध्यान हे चैतन्याचं स्थिर रूप आहे आणि WE साठी ओव्हरटाइम करणं ही त्याच चैतन्याची पूजा आहे.”

मी शब्दहीन झालो.

कुठेतरी दुकानात एक पोस्टर पाहिलं होतं. मोठ्ठा उडणारा पक्षी, दिगंत आकाश आणि खाली एक वाक्य.

If you love somebody, set it free. If it comes back to you, it was yours. If doesn't, it was never.

तेव्हा मी म्हणालो होतो, ‘चित्रावरच हे विधान ठीक आहे.’

आता आनंदला ऐकलं आणि वाटलं, कुठे तरी अशी व्यक्ती भेटल्याशिवाय हे पोस्टर तयार झालेलं नाही.

४२

पुण्यात पंधरा दिवस मुक्काम करून मुंबईला परतलो. दारावरची 'प्लेझर बॉक्स' भरून वाहात नव्हती. पेटी गच्च भरली असताना पेटीच्या वर एकावर एक पत्रं ठेवून पोस्टमन त्याची पोतडी रिकामी करीत होता. पत्रं जर 'जलरूप' असती तर त्याचं पाणी जिन्यावरून वाहात आलं असतं, म्हणूनच मी 'पत्रं वाहत नव्हती' असं म्हटलं. माणुसकीच्या दृष्टिकोनातून पोस्टमनला अनेक मजले चढावे लागू नयेत म्हणून तळमजल्यावरच प्रत्येकाने आपली पेटी लावावी, असं सगळ्या सोसायट्यांना मध्यंतरी आवाहन करण्यात आलं होतं. ते जर प्रत्यक्षात अमलात आणलं गेलं असतं, तर तळमजल्यावरची माझी पत्रं, माझ्यापर्यंत पोहोचलीच असती असं नाही. बटवडा झाल्याशी कारण! पत्र मिळालंच पाहिजे, अशी सक्ती नाही.

मी सगळी पत्रं वाचली. त्यातली किमान सात-आठ पत्रं कॉलेजमधल्या विद्यार्थ्यांची होती. ती तमाम पोरं प्रेमात पडली होती आणि त्यांच्या 'लैला' त्यांच्याकडे ढुंकून पाहात नव्हत्या. ह्या सगळ्या मजनूंनी त्यांच्या त्यांच्या 'लैला'वर केलेल्या कविता, त्या 'लैला' मिळवण्यासाठी केलेल्या 'लीला' इथपासून 'आत्महत्या करू' इथपर्यंत टाहो फोडला होता. पत्राच्या शेवटी 'कृपया अक्षराला हसू नये' असंही लिहिलं होतं.

'मी कशाला हसू?' असं म्हणत ती पत्रं मी बाजूला ठेवली.

हल्ली मुलींच्या प्रेमात पडायला वयाची अट नाही आणि सुंदर मुलींच्या प्रेमात पडायला अक्कल लागत नाही. अक्षर घटवण्याकरितासुद्धा डोकं लागत नाही, फक्त कष्ट लागतात. आमच्या लहानपणी आम्ही 'पुस्ती' गिरवली होती. आपलं अक्षर तरी किमान चांगलं असावं ह्यासाठी 'पुस्ती' गिरवण्याऐवजी हे मजनू 'आत्महत्या करीन', अशी 'पुस्ती' जोडतात. पाठोपाठ मनात विचार आला, ह्या मुलांना मी का हसू? स्वातंत्र्य मिळाल्यापासून शिक्षणाचा खेळखंडोबा तर

झालाच आहे, पण त्याहीपेक्षा जास्त सत्यानाश हिंदी चित्रपटांनी केला आहे. पूर्वी हे चित्रपट चित्रपटगृहात लागत असत. आता घराघरांची चित्रपटगृहं झाली आहेत. अनेकांच्या घरात संध्याकाळ कशात बुडवली जाते हे सांगायची आवश्यकता नाही. मोठ्या लोकांच्या पार्ट्यांमध्ये लहानांचा धुडगूस नको म्हणून त्यांना टी.व्ही. आणि काही घरांतून व्हिडिओच्या स्वाधीन केलं जातं. खून, बलात्कार, हिंसाचार, स्मगलर्सना अटक, मंत्र्यांकडून फोन आणि कमिशनरलाच दमदाटी करून तुरुंगातून बाहेर पडणारे गुन्हेगार, हे शेकडा नव्वद टक्के चित्रपटांचं यशस्वी तंत्र ठरलेलं आहे.

एकदा मला अंजायनाचा ॲटॅक न येताही माझा अंत ओढवला होता. मी चुकून टी.व्ही. लावला. पहिल्या पाच मिनिटांत घोडेस्वार, रिव्हॉल्व्हर, स्मगलर, एखादा मंत्री अशी थोर-थोर मंडळी दिसली नाहीत तर मी काही वेळ चित्रपट बघतो. माझ्या घरात माझ्या वडिलांनी माझ्यावर हातही उगारलेला नसताना स्वत:चा वेळ आणि वीज खर्च करून मी माझ्यावर उगारलेले पिस्तुल का पाहायचं? पण त्या दिवशी मन:स्थिती इतकी बिथरलेली होती की मी 'अजूबा'सारखा सिनेमाही दुसऱ्यांदा पाहिला असता. हा चित्रपटही मी आचरटपणाचा किती कळस असू शकतो हे आजमावण्याकरिता शेवटपर्यंत बघितला होता आणि नंतर स्वत:लाच चावलो होतो.

'अंत' चित्रपटात नेहमीप्रमाणे कॉलेजमधल्या एका पोराला अटक झाली होती. चित्रपटातला स्मगलर पोलीस इन्स्पेक्टरला विचारतो, "या मुलाला सहा महिन्यांची शिक्षा व्हायला हवी असेल, तर ह्याने काय करायला हवं?"

उत्तर मिळते, "चोरी."

पुढचा प्रश्न "आणि जन्मठेप?"

ह्यावर – खून हे एकच उत्तर.

तो स्मगलर तिथल्या तिथे पहाऱ्यावरच्या पोलिसाची संगीन काढून घेतो आणि त्याला मारतो. इन्स्पेक्टर म्हणतो, "हे काय केलंत?"

"मी कुठे काय केलं? हा 'खून' तर ह्या मुलाने केला."

त्यानंतर पुरावा नाहीसा करण्यासाठी इन्स्पेक्टरनेच हाताखालच्या पोलिसाचा खून करणं आणि त्यानंतर हिरोच्या भावाने पोलिसांना उद्देशून एक भावनात्मक आवाहन केल्यावर सहा पोलिसांनी गोळ्यांचा वर्षाव करून आपल्या भ्रष्ट अधिकाऱ्याला चौकीतच मारणं. इथपर्यंत सगळं होतं. सेन्सॉर बोर्डाची माणसं, ह्या कथा कशा पास करतात, हे कुणाला विचारायचं?

असलेच चित्रपट पाहून मिशा फुटायच्या आत आजची सगळी पुढची पिढी, बहकली असल्यास नवल काय? अशाच घटनांच्याबरोबर 'सगळ्या मुलांच्या

देखत मी तुझं चुंबन घेऊन दाखवीन' ह्यासारख्या पैजा आणि मग ह्याच हिरोने आदर्श खानदानाच्या गप्पा मारत हिरॉईनला काहीही न करता सोडून देणं, तर ह्याच औदार्यावर खूष होऊन तिने त्याच्याच प्रेमात पडणं ही सध्याची लेटेस्ट लाट.

बाहेरच्या जगतात रॅगिंगसारखे प्रकार, गुणवत्ता असूनसुद्धा राखीव जागा ह्या धोरणामुळे बळी गेलेली अभ्यासू विद्यार्थीमंडळी ही चित्रं. ब्याण्णव टक्के मार्क मिळवूनसुद्धा प्रवेश न मिळाल्यामुळे 'तुम्ही लेखक, आमच्यासाठी काय करता आहात? चांगल्या कुळात जन्माला आलोत, ही नियतीने दिलेली शिक्षा,' अशा मजकुराचीही पत्रे दरवर्षी येतात.

मी त्यांना लिहितो, ''ज्ञान आणि अज्ञान ह्या दोनच जाती मी मानतो.''

पण अशी वाक्यं लिहिताना ती मनाच्या गाभ्यातून उमटत नाहीत.

''तुम्हाला ब्याण्णव टक्के मार्क मिळवण्याइतकी बुद्धी आहे. तुम्ही कुठेही चमकाल.'' हे वाक्य लिहिताना हुंदका दाबून धरावा लागतो. आत्महत्येपर्यंत विचार करणाऱ्या प्रेमवीरांना आई-बापांनी जन्म दिला असेल, पण त्यांना (बि) घडवलं कोणी? राज्यकर्त्यांनीच ना?

मला आलेल्या पत्रातल्या सात-आठ प्रेमवीरांना मी एकच पत्र लिहून त्याच्या झेरॉक्स कॉपीज पाठवल्या.

कहाणी महंमद गझनीच्या काळातली.

एक पंडित आपल्या मुलाला घेऊन दरबारात हजर झाला. त्याने महंमद गझनीला विनंती केली, ''माझा हा मुलगा विद्याविभूषित आहे. सर्व धर्मांचा अभ्यास केलेला आहे. ह्याला पदरी ठेवावं.''

मानही वर न करता गझनी म्हणाला, ''एक वर्षाने भेट.''

एक वर्षानंतर तो पंडित मुलासहित पुन्हा दरबारी आला. आता त्या पंडिताच्या मुलाने वेदाभ्यास, उपनिषदं, इथपासून बायबल, कुराण सगळं आत्मसात केलं होतं. ह्या वेळेला गझनीने प्रथम त्याच्याकडे पाहिलं आणि पुन्हा एक वर्षानं भेटायला सांगितलं.

एक वर्षानंतर पंडित गझनीला म्हणाला, ''आता शिकवण्यासारखं ह्या पृथ्वीतलावर काहीही राहिलेलं नाही.''

ह्यावेळी गझनीने वेगळीच अट घातली, तुझ्या मुलाचा शिष्य म्हणून स्वीकार करणारा गुरू शोध आणि पुन्हा एक वर्षाने ये.''

मोठ्या प्रयासाने एक गुरू भेटला. त्याने शिष्य म्हणून त्याचा स्वीकार केला. एक वर्ष पूर्ण झाल्यावर बाप आपल्या मुलाला भेटण्याकरता त्याच्या गुरुगृही

गेला. शिष्य गुरूचे पाय चेपत होता. त्याने बापाकडे बघितलंसुद्धा नाही. बापाने
हाक मारली. ती त्याला ऐकू गेली नाही. गुरुसेवेत त्याची समाधी लागली
होती. पुन्हा दरबारात येऊन त्या पंडिताने घडलेला प्रकार गझनीच्या कानावर
घातला. त्या क्षणी सिंहासन सोडून गझनी म्हणाला, ''आता तुझ्या मुलाने
माझ्याकडे यायचं नाही. आता सम्राटानेच त्याच्याकडे जाणं आवश्यक आहे.''
महंमद गझनी खरोखरच आश्रमात गेला. गुरूने स्वत:च्या हाताने शिष्याचा हात
महंमद गझनीच्या हातात दिला.
''आपण ह्याला दरबारात घेऊन जा.''
त्यावर शिष्यच म्हणाला, ''दरबारात जाऊन जे मिळवायचं, ते इथंच मिळालं
आहे.''

ह्याच कथेच्या झेरॉक्स कॉपीज एकविसाव्या शतकाकडे जाणाऱ्या 'मजनूं'ना मी
पाठवल्या. स्वत:ची पात्रता वाढवणं, हाच एकमेव मार्ग आहे. ज्या आई-
वडिलांनी, मुंबईसारख्या शहरात राहून रोज लोकलच्या प्रवासात जीव गहाण
ठेवून, आयुष्यातल्या अनेक आनंदांकडे पाठ फिरवून, मुलांचं शिक्षण केलं,
त्या मुलांनी हे लक्षात न ठेवता, लायकी नसताना प्रेमगीतं गात हिंडायचं ह्यात
कोणता पुरुषार्थ आहे?
माझं पत्रं फाडून फेकून दिलं जाईल याची मला कल्पना आहे. तरीसुद्धा शेवटी
मी हेच म्हणेन.
'खुदी को कर बुलंद इतना,
के हर किस्मत लिखनेसे पहले,
खुदा बंदेसे पुछे,
के बता, तेरी रजा क्या है?'

४३

रत्नाकरला मी सहज जेवायला बोलावलं होतं. या घटनेला आता पंचवीस वर्षांवर काळ गेलाय. मेंदूतली कोणती पेशी, कोणती आठवण जतन करून ठेवील हे सांगता येणार नाही. वर्तमानकाळात एखादी घटना घडली तर असंख्य पेशींपैकी एका पेशीत चैतन्य उतरतं आणि ती पेशी आपल्याला सांगते, 'राजा, रात्र वैऱ्याची आहे. जागा राहा.' याच कारणामुळं असेल, आपण वर्तमानाला कोऱ्या मनानं सामोरे जाऊ शकत नाही. माणसानं जरी कॉम्प्युटर निर्माण केलेला असला तरी एकही कॉम्प्युटर मेंदूतली कोणती पेशी, कोणती आठवण, किती वर्षं सांभाळते हे सांगू शकणार नाही. आपल्यापैकी अनेकांनी हा अनुभव घेतला असेल. किती तरी अनावश्यक गोष्टींची नोंद मेंदूने करून ठेवलेली असते. कोणत्या तरी वर्तमानकाळातल्या घटनेचा दुवा पुरातन घटनेशी जोडलेला असतो. नेमकी तीच आठवण वर येते. तोपर्यंत तिच्या अस्तित्वाची दखलही आपल्याजवळ नसते.

पंचवीस वर्षांपूर्वी रत्नाकरला मी जेवायला बोलावलं होतं. ही काय जतन करून ठेवण्यासारखी घटना आहे का? पण आज तो क्षण पृष्ठभागावर आलाय. त्याला कारण एक सेल्समन. घरोघरी फिरून आपण कुठली प्रॉडक्ट्स वापरतो याचा सर्व्हे घेणाऱ्या माणसांनी सध्या छळ मांडला आहे. टिपटॉप सुटाबुटात येतात आणि केवळ लोककल्याणासाठी त्यांच्या कंपनीने नवं प्रॉडक्ट बाजारात आणलं आहे, असं तुम्हाला सांगतात. तुम्ही हातात घेतलेलं काम सोडायला लावणं किंवा तुमचे विश्रांतीचे क्षण घालवणं यापलीकडे तुमच्या हातात काही पडत नाही. अशाच एका सेल्समनला मी घालवलं आणि रत्नाकरला जेवायला बोलावलं होतं हे आठवलं.

त्या दिवशी त्याने आणि मी पहिला घास घेतला आणि बेल वाजली. दार उघडायला जाणार तेवढ्यात टेलिफोनची बेल सुरू झाली. दारावरची बेल आणि

टेलिफोनची बेल दोन्हीला एक केबल बसवल्याप्रमाणे. पुष्कळदा असं घडतं. त्या दिवशीही तेच झालं, मात्र त्या दिवशी कोणताही सेल्समन नव्हता, तर माझा एक मित्रच होता. दार उघडल्याबरोबर त्याने वसुंधरेला उद्देशून, ''वहिनी, असाल तशा बाहेर या!'' अशी आरोळी टोकली. वसुंधराही लगबगीने आली.
''भाऊजी, वेळेवर आलात. आम्ही जेवायला बसत आहोत. तुम्हीही चला.''
कर्वेने विचारले, ''जेवणानंतर स्वीट डिश काय देणार, ते सांगाल?''
वसुंधरा म्हणाली, ''तसा काही विचार केला नाही, पण घरात दही खूप आहे. लस्सी करायचा विचार आहे.''
कर्वे उत्साहाने म्हणाला, ''दॅट्स इट.''
त्याने हातातला बॉक्स खाली ठेवला आणि बॉक्समधून चक्क एक मिक्सर काढला.
''भाऊजी, काय आणलंत?''
''लस्सीकरता मिक्सर.''
तो जमाना नुकताच मुंबईत सुरू झाला होता. बाराशे रुपयांपासून दीड-दोन हजारांपर्यंत वेगवेगळ्या मिक्सर्सची मॉडेल्स आम्ही नुसती पाहून आलो होतो. तेव्हाची माझी आर्थिक परिस्थिती पटकन पैसे फेकावेत आणि आवडलेली वस्तू घ्यावी अशी नव्हती आणि आता कर्वे मिक्सरच घेऊन आला होता. पहिल्यांदा किमतीवरून विषय निघाला.
कर्वे म्हणाला, ''ह्याची किंमत कितीही असो, हा तुम्हाला फक्त शंभर रुपयांना पडणार आहे.''
मी म्हटलं, ''कसं शक्य आहे?''
कर्वे उत्साहाने सांगू लागला, ''तू शंभर रुपये दे. हा मी इथे ठेवला. हा शेवटचा पीस मी केवळ तुमच्यासाठी ठेवला होता. माझ्या सर्व मित्रांत मी तुला जास्त जवळचा मानतो. तेव्हा ह्या योजनेचा फायदा तुला मिळावा म्हणून अनेकांना चुकवून मी हा मिक्सर तुझ्यासाठी पंधरा दिवसांपासून ठेवला होता.''
जेवण गार होतेय म्हणून वसुंधरा कासावीस होत होती. तेवढ्यात कर्वे म्हणाला, ''दही, साखर आणि बर्फ आणा. या मिक्सरमधली लस्सी पिऊन मी पळणार.'' काही काही वेळाच अशा असतात की, आपल्या मनाविरुद्ध आपल्याला न पटणारे निर्णय आपण कधी घेतो, हे आपल्याला कळत नाही. त्यातच मुळात असलेल्या भिडस्त स्वभावाची भर पडली की संपलं. निदान माझ्या आयुष्यात तरी ठामपणे 'होय, ही गोष्ट मी मला हवी म्हणून केली', असं फार थोड्या गोष्टींबाबत म्हणू शकलो.
वसुंधरेने लस्सीला लागणारे पदार्थ आणले. कर्वेने पुढाकार घेऊन लस्सी तयार

केली. आम्ही चौघांनी त्याचा स्वाद घेतला. बर्फाच्या लस्सीमुळे मेंदू थंड झाला होता. तो गरम व्हायच्या आत कर्वेच्या खिशात माझी शंभराची नोट गेलीसुद्धा.

कर्वे त्यानंतर उत्साहाने सांगू लागला, ''आता एक काम करायचं. हे पुस्तक घे. ह्यात शंभर रुपयांच्या बारा पावत्या आहेत. तू लेखक. तुझा मित्रपरिवार माझ्यापेक्षा मोठा. तेव्हा ह्या बारा पावत्या खपवणं तुला काहीच जड नाही. या विकल्यास की तुझ्या मिक्सरचे पैसे वसूल. ओ.के.–बाय.''

एवढं सांगून कर्वे गेलासुद्धा. वसुंधरा समाधानाने म्हणाली, ''तुमचा 'हा' मित्र खरोखरच तुमच्यासाठी जीव टाकतो. तुम्हाला लक्षात ठेवून त्याने शेवटचा मिक्सर आपल्यासाठी ठेवला.''

इतके बोलून ती रत्नाकरला म्हणाली, ''भाऊजी, कसा आहे ह्यांचा मित्र?''

रत्नाकर म्हणाला, ''जाम भूक लागली आहे. आधी जेवू या.''

आमची जेवणं झाली. हात पुसत आम्ही दोघं बाहेर आलो. वसुंधरा पाठोपाठ येत म्हणाली, ''पहिलं कुपन आपण रत्नाकर भाऊजींनाच देऊ.''

रत्नाकर म्हणाला, ''शंभर रुपये तसेच देतो, पण कुपन नको.''

''का रे बाबा?''

''ऐक. मुळातच ह्या प्रकारच्या योजना सगळीकडे राबवल्यानंतर आपल्यासारख्यांच्या घरी शेवटी येतात. असल्या व्यवहारात आपण नेहमी बकराच ठरतो. जसा तुझ्या परममित्राने आज तुझा केला, तसा.''

वसुंधरा म्हणाली, ''तसं नाही हं! कर्वेभाऊजींचं ह्यांच्यावर प्रचंड प्रेम आहे.''

रत्नाकर म्हणाला, ''तसं असतं तर त्याने तुम्हाला ह्या जंजाळात टाकलं नसतं. कर्वेला मिक्सर फुकटात मिळाला, ही गोष्ट खरी!''

आमच्या दोघांच्या चेहऱ्याकडे काही वेळ पाहून रत्नाकर म्हणाला, ''तुला मुल्ला नसरुद्दीनची गोष्ट सांगतो. नसरुद्दीनकडे त्याचे मित्र जेवायला आले होते. बाहेरच्या खोलीत सगळा इंतजाम केला होता. सगळे एकदमच जेवायला बसले. कोणत्या तरी पदार्थात मीठ कमी पडलं होतं. नसरुद्दीनच्या बायकोने नसरुद्दीनला मिठाचा डबा आणायची विनंती केली. नसरुद्दीन उठला, पण त्याला मीठ जाम सापडेना. पाच ते दहा मिनिटं नुसती डब्यांची झाकणं काढल्याचा आवाज. नसरुद्दीनची पत्नी बाहेरूनच ओरडली, 'तुम्हाला आज मीठ सापडणार आहे की नाही?'

नसरुद्दीन आतूनच म्हणाला, 'शोधून हैराण झालो.'

नसरुद्दीनची बायको म्हणाली, 'तिथे समोरच डबा ठेवलाय, ज्याच्यावर 'तिखट' असं लिहिलंय, त्यात मीठ आहे.''

वसुंधरा हसायला लागली. मग रत्नाकर म्हणाला, ''पुष्कळ ठिकाणी हे असंच

असतं, म्हणूनच एक बाई दुसऱ्या बाईच्या स्वयंपाकघरात काम करू शकत नाही. एक गोष्ट मात्र नक्की. ज्या डब्यावर 'तिखट' लिहिलेलं असतं, त्यात 'तिखट' कधीच नसतं.''

रत्नाकर असल्या हकिकती उगीच सांगत नाही. त्या मागे काही ना काही हेतू असतो.

मी त्याच्याकडे नुसतं पाहिलं. माझ्या नजरेचा रोख जाणून तो म्हणाला,

''माणसंही अशीच असतात. चेहऱ्यावर वेगळं लेबल लावलेलं असतं आणि मनात वेगळा भाव असतो– डब्याप्रमाणेच. आता हा कर्वे! सो कॉल्ड तुझा फास्ट फ्रेंड. तुला शंभरात मिक्सर मिळावा ह्यासाठी त्याने मुळीच धावपळ केलेली नाही. अकरा भिडस्त बकरे सापडल्यावर तू बारावा! डबे आणि माणसं, ह्यांत फारसा फरक नसतो.''

''म्हणजे तुझं म्हणणं...''

''माझंच असं नाही. माणसं, मित्र, नातेवाईक फार वेगळे हेतू मनात बाळगून येतात. खरं तर सगळी भेटणारी माणसं त्यांच्या आनंदासाठी येतात. आपल्याला गरज असते, तेव्हा येणारी माणसं फार थोडी. त्यांचा आनंद संपला की गाठीभेटी बंद. अचानक कुठे आडवी आलीच, तर चेहऱ्यावर 'किती दिवस भेटायचं म्हणतो–' हे डब्यावर लेबल तयार.''

रत्नाकर हे सहजी बोलला आणि मी माझ्यापेक्षा जास्त भिडस्त बकरे आठवू लागलो किंवा मला एका रकमेने बाराशे रुपये देणारा एकच 'डी-लक्स' बकरा.

◯

४४

एक असाच संवाद. कथाकथनासाठी बाहेरगावी गेल्यावर ज्या घरी उतरलो होतो, तिथला. चोरून ऐकण्याचा सवालच नव्हता, आपोआप कानांवर पडला.

"तुला माझ्याबद्दल काहीही वाटत नाही."

"माझ्या कुठल्या हालचालींवरून तुम्ही हा निष्कर्ष काढलात?"

"काढावा लागत नाही, आपोआप निघतो."

"मला सांगितलंत तर मी माझ्यात सुधारणा करेन."

"सांगायला कशाला हवं? तू तुझ्याशी विचार कर. आपल्या वागण्यात फरक आहे की नाही, हे ज्याचं त्याला कळतं."

"काही काही वेळेला अनवधानाने घडतं, जे स्वतःच्या लक्षात येत नाही. तुम्ही नेमकेपणाने काय खुपलं ते सांगितलंत तर बरं होईल."

"आत्तापर्यंत अनेकदा सांगून झालं. काय फरक पडला?"

"तुम्ही अजूनही मोघमच बोलत आहात."

"स्पष्टपणे बोलण्याकरता समोरची व्यक्ती पण तशीच लागते."

"मी कुठे कमी पडले ते सांगा. जेवण करत नाही? हातात चहाचा कप देत नाही? कपड्यांना इस्त्री करत नाही? बुटांना पॉलिश करत नाही? बाहेर जाताना सांगून जात नाही? तुम्ही कामावरून आल्याबरोबर बाहेर काय काय घडलं, त्याची चौकशी करत नाही?"

"या गोष्टी करायलाच पाहिजेत. त्यापलीकडेही खूप काही असतं."

"ठीक आहे. माझी नजर तिथपर्यंत पोहोचत नाही, असं समजू. तुम्ही सांगा."

"नजरच पोहोचणार नसेल तर सांगून उपयोग काय?"

"अजूनही तुम्ही नेमकं सांगितल्याशिवाय बोलताय."

"माझ्या काही इच्छा पूर्ण होणारच नाहीयेत हे समजल्यावर कशासाठी सांगायचं?"

“या तऱ्हेचं बोलणं आपल्यामध्ये आतापर्यंत या घरात किती वेळा झालं? आणि त्यातून निष्पन्न काय झालं, हे तरी सांगाल का?”
“बास, एवढंच. किती वेळा बोललो हेच लक्षात ठेव. का बोलतो यावर विचारच करू नकोस.”
“मला जी काही बुद्धी आहे, त्या बुद्धीप्रमाणे आणि सध्याच्या आपल्या परिस्थितीप्रमाणे गेल्या सहा महिन्यांत सगळ्या गोष्टी मनासारख्या झालेल्या आहेत. मुलं उत्तम पास झाली. तुम्हाला प्रमोशन मिळालं. डिपार्टमेंटल परीक्षेतही तुम्ही पहिले आलात. हिरो होंडाचं कर्ज मंजूर झालं. जमिनीच्या वाटण्यांवरून गेली दहा वर्षं रणधुमाळी माजली होती, पण शेवटी आपल्याला आपला हिस्सा मिळाला. तुमचे बंधुराज आणि त्यांची बायको दोघांनी खुल्या मनाने आपल्या चुका कबूल करून तुमची माफी मागितली. मनात काहीही किल्मिष न ठेवता. आणखीन तुम्हाला काय हवंय?”
“तुझ्या वागणुकीत याचं कुठेही प्रतिबिंब दिसलं नाही. तुला तुझ्या नवऱ्याचा मोठेपणा अजून समजला नाही. मी उभा आहे म्हणून हे घर आज उभं आहे.”
“ज्या घरात बायका नोकऱ्या करत नाहीत ती घरं नवऱ्याच्या कर्तृत्वावरच उभी असतात.”
“हेच...हेच! चार सामान्य नवऱ्यांप्रमाणे तुला मी सामान्य वाटतो.”
“मी नक्की कशी वागले की तुम्ही खूप ग्रेट आहात–माझ्या दृष्टीनेही–असं तुम्हाला वाटेल?”
“तेही मीच सांगायचं का? इतर घरांतून बघ. आपापल्या नवऱ्यांना बायका किती मानतात, हे त्यांच्याकडून शीक.”
“पण ती सगळी सामान्य माणसं आहेत ना? त्यांच्याकडून मी असामान्य काय शिकणार?”
“तू आयुष्यभर मला निरुत्तर करण्यातच आनंद मान. ह्या पलीकडे माझ्यासाठी वेगळं काही करू नकोस.”
“मी हरले. जोपर्यंत वेगळं म्हणजे काय, ह्याची व्याख्या तुम्ही मला सांगत नाही तोपर्यंत मला काहीही करता येणार नाही.”
“म्हणूनच मी तुझ्याशी काही बोलत नाही.”
“ठीक आहे. एक दोनशे पानी वही आणून देते आणि संबंध दिवसात तुम्हाला जे जे वेगळं वाटेल ते त्यात लिहा. मी तसं वागण्याचा प्रयत्न करेन.”
“जिला सांगून समजत नाही तिला वाचून काय समजणार?”
“मी बाहेर जाऊन झोपते, कारण सकाळ उजाडली तरी या तऱ्हेचं बोलणं संपणार नाही.”

"हेच... तुला माझा सहवास नकोच आहे.''

त्यानंतर शांतता. मी उठून बसलो. मी शब्द न् शब्द ऐकला होता. दार उघडून अचानक वहिनी बाहेर येतील ह्याची मला कल्पना नव्हती. मी सगळं बोलणं ऐकलेलं असणार ह्या जाणिवेनं त्या खूप 'परेशान' होतील, संबंध दिवसभर त्यांची आणि त्यांच्या मिस्टरांची जी प्रतिमा माझ्यासमोर उभी राहिली होती तिला हा संवाद माझ्या कानावर पडल्यामुळे तडा गेला असणार या जाणिवेने त्या कासावीस होतील.

या घराने माझं मनमोकळं स्वागत केलं होतं. संसाराचा भार उचलणाऱ्या त्या कर्त्या पुरुषाने माझ्यासाठी रजा घेतली होती. दिवसभर आमचे हास्यविनोद चालू होते. त्यानंतर माझा कार्यक्रम झाला. पहिल्याच रांगेत बसून दोघंही प्रसन्नतेने हसत होती. सगळ्या ऑडियन्सला जरी कार्यक्रम आवडला असला तरीही आपण ज्यांच्या घरी उतरलो त्यांना तो आवडला की मला वेगळं समाधान मिळतं. या सगळ्यावर आता पाणी पडलं होतं.

वहिनींनी मला विचारलं, "जागे होतात? झोप लागली नव्हती?''

"छे! अगदी या क्षणी उठलो.''

"दाराचा आवाज होणार नाही ह्याची काळजी घेत मी दार उघडलं होतं.''

"अहो, अगदी को-इन्सिडन्स! मला जाग आली आणि तुम्ही दार उघडलंत.'' असं म्हणत मी दिवा लावला.

वहिनींच्या चेहऱ्यावर एक समाधान दिसलं. त्याने मला बरं वाटलं.

वहिनींनी विचारलं, "टेबल लॅम्प का लावलात?''

"मला आता झोप येणार नाही. काही वाचायला असेल तर द्या.''

माझ्या हातात पुस्तक देत वहिनी म्हणाल्या, "तुम्हाला आवडेल की नाही, सांगता येत नाही. गौतम बुद्धावरचे ओशोंचे विचार आहेत.''

एवढे बोलून त्या पलीकडच्या खोलीत झोपायला गेल्या.

मी विचार करू लागलो. मघाशी झालेल्या संवादावर माझ्या दृष्टिकोनातून दोनच पर्याय होते. त्या गृहस्थाच्या मनात खोलवर एक सल असावा. ज्याचा उच्चार तो कुणाजवळही करू शकणार नाही. दुसरा पर्याय, त्याच्या कल्पनेप्रमाणे वहिनींजवळ खरोखरच तेवढी आकलनशक्ती नसेल. विश्वासात घेऊन बायकोला सर्व सांगायची इच्छा असूनही तिला त्याची व्यथा पेलणार नाही. ह्याव्यतिरिक्त काय असू शकेल, असा विचार करीत मी जे पान उघडलं जाईल ते उघडून पलंगावर आडवा झालो आणि त्या पानावरचा मजकूर वाचून थक्क झालो. गौतम बुद्ध म्हटल्यानंतर आत्मा-परमात्मा असं काहीतरी वाचावं लागेल, असं

मला वाटलं होतं. पण पहिल्याच वाक्याने मी उडालो.

– 'काही काही माणसांना हुरहुर जपायची सवय असते. अमुक एक समस्या संपली, संकट टळलं की आपण मोकळे झालो. त्या क्षणाची ते वाट पाहात असतात. समस्या सुटते, संकट टळतं, तरी ह्या माणसांची हुरहुर संपत नाही. 'हुरहुर' या एकाच विषयाचा त्यांनी वर्षानुवर्षं इतक्या प्रमाणात अभ्यास केलेला असतो की, तो अभ्यासच त्यांना चैन पडू देत नाही, त्यात ते रमतात. मग काल्पनिक संकट निर्माण करतात. बेचैन राहण्यात सौख्य मानतात आणि जवळच्या माणसांवर कायम भावनात्मक दडपण आणतात. अशी माणसं संवादात कुशल असतात. भावनात्मक भाषा वापरतात; पण शेवटपर्यंत मनाचा थांग लागून देत नाहीत. कोणतीच व्यथा उरलेली नाही, याचा पत्ता समोरच्या माणसाला लागू न देण्यात ते आपलं बळ खर्च करतात. कुठलीच व्यथा नाही, ह्याचीच व्यथा होते. अशी माणसं भित्री असतात. स्वत:च्या मनामध्ये खोलवर डोकावण्याचं धाडस त्यांच्यामध्ये नसतं. देव, आत्मा, परमात्मा ह्या सगळ्या शब्दांना न भिणारी, न मानणारी माणसं स्वत:च्या मनालाच घाबरून असतात.'

मी अवाक झालो. संसार न करता गौतम बुद्धांनी प्रपंच करणाऱ्यांवर अचूक बोट ठेवलं होतं. 'असे किती संसार असतील?' असं मनाशी म्हणत मी दिवा बंद केला.

४५

राज्यकर्त्यांनी खुर्चीची हाव सोडली, युनियन नेत्यांनी कामगारांना कामावर भक्ती करायला शिकवलं, रिक्षा-टॅक्सीवाल्यांनी प्रामाणिकपणे भाडं घेऊन उरलेले पैसे परत दिले, पालकांना ऊर्ध्व न लागता विद्यार्थ्यांना शाळा-कॉलेजात प्रवेश मिळाले, सणासुदीला व्यापाऱ्यांनी वस्तूंचे भाव वाढवले नाहीत - अशा बातम्या मी जर सांगितल्या तर तुम्ही एक वेळ त्या खऱ्या मानाल, पण 'तेनसिंगच्या अगोदरच इन्कमटॅक्सच्या लोकांनी एव्हरेस्ट जिंकलं' असं विधान मी जर केलं, तर मेंटल हॉस्पिटलमधली कुठली खोली रिकामी आहे, याचा तुम्ही शोध घ्याल. तेनसिंगने एव्हरेस्ट गाठले ही गोष्ट खरी आहे, म्हणूनच तेनसिंग ज्यांना घाबरला त्यांनी तेनसिंगला जिंकलं म्हणजेच पर्यायानं एव्हरेस्ट जिंकलं. ही हकिकत मला अगदी अलीकडे कळली. माझे पडोसी पुरुषोत्तम बावकर यांच्याकडून. श्री. बावकरांनी आतापर्यंत बांगलादेश, कोयना भूकंप, तेनसिंग– अशा ज्या विविध डॉक्युमेंटरीज केल्या आणि ज्यांच्या अनेक डॉक्युमेंटरीजना राष्ट्रपती पुरस्कार मिळाले, त्या सर्व हकिकती त्यांच्याकडून ऐकल्यावर त्यांनी 'पुरुषोत्तम' या नावाचं 'पुरुष' बावकर असं नाव का केलं, हे मला समजलं नाही. 'पुरुषोत्तम'मधला एक शब्दच गाळायचा होता, तर त्यांनी 'पुरुष' हा शब्द गाळून 'उत्तम' बावकर हा शब्द रूढ करायला हवा होता. गेली वीस वर्षं त्यांच्या शेजारी राहूनसुद्धा त्यांचा बायोडेटा किंवा करियर याबद्दल मला काहीही माहिती नव्हती. 'शेजारी' या शब्दाला अनुसरूनच माझं वागणं होतं. सोसायटीमध्ये जेव्हा जेव्हा मीटिंग्ज होत असत, तेव्हा तेव्हा स्वतःला साहित्यिक म्हणवणारी आमची थोर थोर मंडळी किती हिरिरीने बारीकसारीक आक्षेप घेतात, हे पाहिल्यापासून मी मीटिंग्जना जायचं बंद केलं आणि आता तर एकाच सोसायटीत राहणाऱ्या सभासदांच्याविरुद्ध काही मान्यवर धनिकांनी स्टे-ऑर्डरच आणली आहे.

एव्हाना जादा चटईक्षेत्राचा फायदा सोसायटीत राहणाऱ्या सर्वांनाच मिळाला असता. एकीकडे बांधकाम चालू ठेवावं आणि एकीकडे आपले मतभेद मोकळेपणाने मांडावेत असं धोरण जर स्वीकारलं असतं, तर दर दिवशी वाढत जाणारा बांधकामाचा खर्च अंदाजपत्रकाप्रमाणे टिकला असता. प्रत्यक्ष बांधकाम करताना थोडा खर्च अंदाजाबाहेर जातोच आणि तो गृहीतही धरला जातो, पण एकाच सोसायटीत राहणाऱ्या सभासदांच्या विरुद्ध जाऊन, त्यांच्याकडे सगळा समाज विचारवंत म्हणून पाहतो, त्या मंडळींनी काय साधलं? याच कारणास्तव बावकरांच्या आणि माझ्या गाठीभेटी वाढत गेल्या. हातात घेतलेलं काम सुरळीत व्हावं म्हणून त्यांची चाललेली पळापळ न बघवून एके दिवशी मीच त्यांना अडवलं. ते म्हणाले, "जाऊ दे हो. हे सोसायटीचं बाजूला राहू दे. यापेक्षा वेगवेगळ्या अग्निदिव्यांतून मी चार-पाच वेळा गेलोय."

"कधी?"

"डॉक्युमेंटरीज करताना."

"सरकारी नोकरी असली की ते अग्निदिव्यच असतं."

"ते आपण नोकरी धरतानाच स्वीकारलेलं असतं. पण शूटिंगचा क्षण आणि हवी ती घटना नेमकेपणानं पकडणं यासाठी कॅमेऱ्यापेक्षा कॅमेरा हातात धरणारा सावध असावा लागतो."

"कुठल्या डॉक्युमेंटरीबद्दल बोलताय?"

"बांगलादेश करार. वेळ संध्याकाळची. सूर्यप्रकाश कमी होत गेलेला आणि नेहमीप्रमाणेच सरकारी काम असल्यामुळे साधनसामग्रीची बोंब. अशा वेळेला एक जपानी कॅमेरामन मदतीला आला. मी थांबलो, पण प्रकाश माझ्याकरता थांबणार नव्हता. त्या जपानी माणसाची सन-गन उपयोगी पडली. कोणत्या परिस्थितीमध्ये कव्हरेज केलं ते कळलं तर तुमचा विश्वास बसणार नाही. मी वीरासनात बसलो. जपानी कॅमेरामनने त्याचा अवघड कॅमेरा माझ्या डोक्यावर ठेवला, त्यामुळे मला हालचाल करता येत नव्हती. एका हातात माझा कॅमेरा आणि दुसऱ्या हातात जपानी कॅमेरामनची सनगन या पोझिशनमध्ये सगळं शूटिंग संपवलं."

"ग्रेट! ज्याला फिल्म लाईनमधली थोडीफार माहिती आहे, त्यालाच हे कष्ट समजतील."

बावकर म्हणाले, "हे काहीच नाही. तेनसिंगवर डॉक्युमेंटरी करताना माझ्यासमोर वेगळीच समस्या होती. अगोदर तेनसिंगला डॉक्युमेंटरीचं महत्त्व पटवणं आणि त्याला तयार करणं यात काही काळ गेला. त्यानंतर शूटिंग! पण त्यानं एक विचित्र अट घातली. तो म्हणाला, 'जे काही शूटिंग करायचं

आहे ते इथेच. माझ्या घरी मी तुम्हाला जाऊ देणार नाही.' मी विचारात पडलो. डॉक्युमेंटरी म्हटलं की सगळ्याच गोष्टींचा समावेश व्हायला हवा. तेनसिंगचं घर, त्याची दैनंदिनी, नातेवाईक, घराची मांडणी आणि त्याची एरवीची राहणी हे सगळं प्रेक्षकांपर्यंत पोहोचायला हवं. असामान्य ठरलेली माणसं चोवीस तास असामान्य नसतात. एरवीच्या जीवनात ती आपल्यासारखीच आहेत, हे समजलं की अनेकांना स्वतःबद्दल वाटणारा न्यूनगंड दूर होतो; पण तेनसिंगच्या परवानगीशिवाय मी काही करू शकत नव्हतो. मी चक्क खोटं बोललो. डॉक्युमेंटरी सर्वांगाने परिपूर्ण व्हावी म्हणून तेनसिंगच्या नकळत त्याच्या घरी गेलो. घरातले शॉट्स मिळवून परतलो. डॉक्युमेंटरी पूर्ण झाली. तिला पुरस्कारही मिळाला. तो पुरस्कार स्वीकारण्यासाठी मी दिल्लीला गेलो आणि विमानतळावरच तेनसिंगची गाठ पडली. मनातल्या मनात धास्तावलो, पण तेनसिंगनेच मिठी मारून आनंद व्यक्त केला. डॉक्युमेंटरी चांगली झाल्याबद्दल अभिनंदन केलं.''

''नवल आहे. तुम्ही घरात जाऊ नये, असं त्याला का वाटलं? त्याबद्दल त्यानं काही सांगितलं का?''

बावकर म्हणाले, ''तेनसिंगच्या घरात त्याला मिळालेली मेडल्स ठिकठिकाणी चारही भिंतींवर ओळीने मांडून ठेवली होती. काही रौप्य, काही सुवर्णपदकं, अशी कितीतरी! आणि त्याला सगळ्यांनी घाबरवून सोडलं होतं की, इन्कमटॅक्सच्या लोकांना हे समजलं तर तुझी धडगत नाही. घरातलं शूटिंग त्याला या कारणाकरता नको होतं.''

तेवढ्यात बावकरांच्या घरातून त्यांना फोन आल्याचा निरोप मिळाला. बावकर गेले. त्याच कारणासाठी प्रारंभी म्हटलं की, तेनसिंगच्या अगोदर आयकर खात्याने एव्हरेस्ट काबीज केलंय. बावकरांची एवढी एकच हकिकत मी सांगितली. इतर सगळ्या हकिकती ऐकल्यावर तुमचं-माझं एकमत होईल की नाही, ते 'पुरुष' बावकर नसून 'उत्तम' बावकर आहेत.

४६

'सुख-दुःखातून मुक्ती म्हणजे नेमकं काय?' मी माझ्याशीच विचार करीत होतो. तेवढ्यात फोन वाजला.

'तुम्हाला समजलं का? - अशा प्रश्नाने फोनवरच्या संवादाने प्रारंभ झाला की कुणाच्या तरी निधनाची वार्ता ऐकावी लागणार याची चाहूल लागून माझा हात आपोआप धडधडणाऱ्या छातीकडे जातो.

'प्रेम म्हणजे काय?' याची केलेली व्याख्या, 'एकमेकांना जखडून ठेवणारं Pleasing pain किंवा Painful pleasure.'

मध्यंतरी मी छंद म्हणून अशाच व्याख्या करीत बसलो होतो.

मैत्री – शत्रुत्वात रूपांतर करणारा कालावधी.

अपघात – एकाच वेळी, एकाच जागेवरून, दोन गोष्टींना (वाहनांना) जावंसं वाटणं.

लौकिक – बदनामी लपवण्याची कला.

कौतुक – मत्सर लपवण्यात यशस्वी ठरण्याची प्रक्रिया.

नातेवाईक – तऱ्हेवाईकाला प्रतिशब्द.

यश – अपयश लपवण्याचं कौशल्य.

उदोउदो – डंका पिटवणाऱ्यांचा पक्ष मिळवणं.

फोन उचलता-उचलता हे सगळं आठवलं आणि प्रेमाची नवी व्याख्याही तयार झाली. 'मरणे म्हटल्यावर जितकी माणसं क्षणार्धात आठवतात त्या सगळ्यांवर जे असतं, ते 'प्रेम' आणि 'वात्सल्य' म्हणजे 'पोटची मुलं बेपर्वा होईपर्यंतचा काळ.'

माणूस संबंध तोडत नाही, पण प्रतिक्षणी, एरवी मुलं कशी वागली होती याची स्मृती छळत राहते. मुलं संबंध तोडतात पण आईबाप, वैर धरल्यावरही कासावीस होतात. पाहिजे तर पोल्यूटेड म्हणू, पण वात्सल्य उरतंच.

"तुम्हाला कळलं?"
"काय?"
"यशवंता गेला."
यशवंता स्मृतीतूनही गेला होता, पण तसं दर्शवणं बरं नव्हतं.
"कधी?"
"दोन तासांपूर्वी. पॅरॅलिसिस होताच, त्यात हार्टअॅटॅक."
फोन बंद झाला. या बातमीने मला काहीच वाटलं नाही आणि त्या क्षणीच 'मुक्ती'चा व्यावहारिक अर्थ समजला. पारमार्थिक अर्थ या जन्मात समजणार नाही. आपलं सगळं जीवनच व्यावहारिक पातळीवर आपण घालवतो, त्यात परमार्थाचं स्टेशन लागणार कसं? साधं डॉक्टर व्हायचं ठरवलं, तरी आयुष्यातली पंचवीस वर्षं जातात. 'माणूस नक्की कशाने मेला?' हे ज्ञान प्राप्त करण्यासाठी पंचवीस वर्षं ढोरमेहनत–भौतिक ज्ञानासाठी. आधिभौतिकप्राप्तीसाठी आपण किती क्षण देतो?
पण 'मुक्ती'ची व्याख्या मिळाली. ज्याच्या-ज्याच्या बाबतीत आपल्या हयातीतच आपण जितक्या माणसांना विसरतो, तितक्या माणसांच्या बाबतीत आपण मुक्ती मिळवितो.
यशवंतला मी कधीच विसरलो होतो. त्याच्याबरोबर त्याच्या भावाला जयंतलाही विसरलो होतो.

कोणे एके काळी हे दोघेजण स्वत:चा बडेजाव मिरवण्यासाठी माझ्या घरी खेपा घालीत असत. आईवडील गेलेले. दोघं बुद्धीने यथातथाच, पण तो काळ इतका जुना होता की, साध्या मॅट्रिकवाल्यालासुद्धा पोटापाण्यापुरती नोकरी मिळायची. मिळणाऱ्या पगारात भागायचे, कारण स्वातंत्र्य मिळालं नव्हतं. एकशेचौऱ्याहत्तर रुपये, पंधरा आणे असा पगार म्हणजे चैन. एक आणा रेव्हेन्यू स्टॅम्पचा पगारातून कापला जायचा.
दोघांना नोकऱ्या मिळाल्या. जयंतला चार वर्षं उशिरा मिळाली, पण पहिल्या पगाराचे पेढे घेऊन आला होता. तेव्हा पहिलं वाक्य हे—
"यशवंताचं नाक कापलं. त्याच्यापेक्षा अकरा रुपये पगार जास्त मिळवतोय."
"त्यानं तुझं शिक्षण केलंय, तेव्हा तुला त्याच्याएवढाच पगार मिळतोय असं समजून वरचे पैसे त्याला दे, त्याच्या ऋणातून मुक्त हो" असं मावशीने सांगितलं.
जयंत म्हणाला, "मी त्याला माझा खरा पगार सांगितलेलाच नाही. तो केव्हाच बोकांडी बसला असता वसुलीकरता."

त्यानंतर आठच दिवसांनी यशवंता भेटायला आला.
''कसा आहेस?''
''उत्तम!''
''जयंतला नोकरी लागली. तू जबाबदारीतून सुटलास, तोही स्वतंत्र झाला.''
''तो स्वतंत्र होईलच कसा? शिक्षण केलंय. पै न् पै वसूल करणार. पगार किती, ते लेकाचा सांगत नव्हता. त्याचा ऑफिसर मला ओळखतो. महिन्याला अकरा रुपये वसूल करीन.''
''त्यापेक्षा मोठेपणा घे.''
''जमणार नाही. बायकोचं बाळंतपण आहे. तिला माहेरी पाठवणार नाही. सासूबाईंना बोलावणार.''
''पण का?''
''म्हणजे जयंतकडे दोन खोल्या आहेत. या निमित्ताने त्यातली एक खोली काढून घेईन. त्याला एक खोली बस झाली.''
''जयंता सुखासुखी खोलीवरचा हक्क सोडेल का?''
''वडिलोपार्जित घर.''
''लाईटचं मीटर माझ्या खोलीत आहे. वायरिंग बदलून घेईन. राहील अंधारात. मेणबत्त्या जाळत बसेल, मग जातो कुठे?''
त्यानंतर सहा महिन्यांनी जयंतची फेरी.
मावशीने विचारलं, ''अरे, यशवंता आला नाही. मुलगा की मुलगी हेही सांगायला आला नाही. काय करतोय काय सध्या?''
जयंत म्हणाला, ''नोकरी, संसार, मुलांचं संगोपन आणि पाणी भरणं.''
''म्हणजे काय?''
''माझा लाईट तोडला. आमच्या वाटण्या होणार नाहीत तोपर्यंत मला स्वतंत्र मीटर मिळणार नाही. त्याने वायरिंग बदललं, मी प्लंबिंग बदललं. पाण्याची टाकी माझ्या खोलीवर, छपरावर आहे. दोन तास पाणी चालू ठेवतो. पातेल्याच्या पातेल्या भरत बसतात. मला दोन बादल्या पाणी पुरतं. यशवंतचं आणि वहिनींचं संध्याकाळचं भटकणं बंद करून टाकलं.''
कोणे एके काळचे हे सगळे प्रसंग आठवले. दोघांनी एकमेकांची अडवणूक करण्यात धन्यता मानली. त्या दोघांची मला आयुष्यात आठवण झाली हीच कणभर का होईना मनस्तापासून मुक्ती.
आज फोन आला आणि ओशोंचा कॅसेटमधला फकीर आठवला. समुद्रकिनारी सूर्यस्नान घेत शांत बसलेला फकीर. अंगावर सावली पडली म्हणून त्यानं वर पाहिलं. तर समोर एक राजघराण्यातील असामी.

"मी जगज्जेता सिकंदर. तुला हवी ती गोष्ट देऊ शकतो."

"मला काहीच नकोय."

"काहीतरी माग. मी जगज्जेता आहे."

'ते समजलं, पण मला काहीच नकोय.'

"मी देणारा असताना मला आजवर कुणी 'काही नको' म्हटलं नाही."

फकीर म्हणाला, "काही देणारच असाल तर एक मागणं आहे. मागणं म्हणण्यापेक्षा सांगणं आहे. जरा बाजूला सरका. माझ्या सूर्यकिरणांच्या आड येऊ नका. माझ्याच असं नव्हे तर जगात कोणत्याही माणसात आणि प्रकाश किरणांच्या मध्ये येऊ नका. वृक्षावर प्रचंड पानं असतात, पण कोणतंही पान, दुसऱ्या पानाच्या आणि सूर्यकिरणांच्या आड येत नाही, हे बारकाईने पाहा."

सिकंदर खजील झाला. निघून गेला, नि:शब्दपणे.

प्रकाशात येणाऱ्या माणसाला 'सुपारी' देऊन काटा काढण्याचं सध्याचं राजकारण. राजकारण सोडून देऊ, पण प्रत्येकाने आपापल्या आयुष्यात पोटच्या मुलापासून आपण कितीजणांचा प्रकाश अडवला, किती पुरुषांनी स्वत:च्या साथीदाराचा प्रकाश अडवला आणि कितीजणांना अडवलं, ते आठवावं.

◯

४७

रवींद्र पिंगे या भल्या सारस्वताचं एक लाडकं विधान मला जाता-येता आठवतं. रवींद्र पिंगे ह्या नावाभोवती माझ्या काही चांगल्या आठवणी पिंगा घालतात. 'आयडियल'च्या सुवर्णमहोत्सवाच्या वेळी पिंगे आणि मी तीन-चार वेळा एकमेकांना भेटलो. कुणाचे लेख घ्यायचे, कुणाचे टाळायचे यावर चर्चा. अर्थातच स्मरणिकेसाठी. मी वामनरावांना अट घातली होती, 'एकही जाहिरात स्मरणिकेत टाकायची नाही. आपल्या स्मरणिकेचा जाहिरात विशेषांक करायचा नाही.' आणि वामनरावांनी ते मान्य करून 'आयडियल' नाव सार्थ केलं. मी पिंग्यांना म्हणालो, "तुम्ही 'कटवायचं' काम करा. मी 'नटवायचं' काम करीन."

वामनराव बिचारे, मागे मी एकदा म्हटल्याप्रमाणे— पुढचं दुकान आणि मागचं दुकान– ह्यात शिट्टी न वाजवता शंटिंग करत होते. ह्या काळातली वामनरावांची पळापळ 'कोटीच्या कोटी उड्डाणे' करणाऱ्या अंजनीसुतालाही मागे सारणारी होती. सकाळी सात ते रात्री अकरा. म्हणाल तेव्हा, म्हणाल तिथं वामनराव प्रकट व्हायचे.

महाराज पिंगे यांची बारा-साडेबाराची वेळ सांभाळावी लागत असे. पार्ल्याला सौ. पिंगे यांनी पापलेट तव्यावर टाकलं की आयडिलमध्ये चर्चा रंगात आलेल्या असताना, पिंग्यांच्या रडारवर पापलेट दिसायला लागायचं.

"वपु, आता जायला हवं."

"एवढं काम संपवून टाकू. एक टॉपिक संपेल."

"आज नको. आज घरी फिश-करी आहे. वेळेवर गेलो नाही आणि बायकोने सगळी फिश-करी संपवली तर काय म्हणशील?"

"मी त्याला सेलफिश-करी म्हणेन."

याच कालावधीत पिंगेमहाराजांचा एक आवडता शब्द त्यांनी ऐकवला. यश,

कीर्ती, प्रसिद्धी या सगळ्यांना उद्देशून तो म्हणाला,
''वपु, नाणं वाजलं पाहिजे. पु. ल., दळवी, दुर्गाबाई यांच्यासारख्यांची नावं घेतली की नाणं वाजतं, तसं हवं.''
आज 'माणसं' लिहिताना असंच ज्यांच्या नावाचं नाणं वाजलं आहे त्या श्रीराम लागूंची आठवण झाली. 'हिमालयाची सावली' हे मला कानेटकरांचं सर्वांत जास्त आवडलेलं नाटक. माझ्या मते त्या नाटकात कोणतीही 'गिमिक्स' नाहीत. श्रीराम लागू यांची त्या नाटकातली भूमिका आठवली की, आजही मी शहारून जातो.
श्रीराम लागूंसारख्या अभ्यासू, व्यासंगी कलावंताचा मी गट्टीतला मित्र होणं दुरापास्त आहे. त्यांची साहित्याची सखोल जाणीव माझ्यापेक्षा कितीतरी वरच्या श्रेणीतली आहे. मी शायरीकर पाटणकरांच्या शायरीप्रमाणे–
'आम्ही अरे, साध्याच अमुच्या जीवना सम्मानितो,
सम्मानितो हसू, तसे ह्या आसवा सम्मानितो'– ह्या बाकावर बसणारे.
पण श्रीरामजींनी मला एक जबरदस्त दणका दिला. तो दणका 'लावणी झाली गं रागिणी' ह्या अकारण डब्यात गेलेल्या, गर्भातच मेलेल्या चित्रपटाच्या निर्मात्याने दिलेल्या दणक्यापेक्षाही प्रचंड मोठा दणका होता. अनेक लेखकांना चित्रपटनिर्मात्यांकडून येणाऱ्या अनुभवापेक्षा मला त्यावेळी आलेला अनुभव वेगळा नव्हता.
चित्रपटव्यवसाय आणि नाट्यव्यवसाय हा भावनाप्रधान आणि माणसात गुंतणाऱ्या माणसांचा प्रदेश नव्हे, हे माझ्यासारख्या शापित वृत्ती असलेल्या अनेक माणसांना समजलं असेल. त्या अनुभवांपायी जी मंडळी व्यावहारिक शेअरबाजाराची आजन्म सभासद-मानदसभासद झाली असतील, ती मुक्त— भटक्या जमातीतील सरदार मंडळी समजावीत. भावभावनांचे उत्कट चित्रीकरण करताना या माणसांपाशी भावना उरतच नाहीत.
'बन्यानं सगळी बुद्धी माझ्याकडून घेतली आहे.'– इति बन्याची आई.
'बरोबर आहे. माझी माझ्याजवळच आहे.' – इति बन्याचा बाप.
या बन्याच्या आईप्रमाणे चित्रपटनिर्मात्याच्या सगळ्या भावना, निर्मितीत संपून जातात. 'प्रकाश आणि विजय' यांची युती होऊनही लावणी लावणीच राहते. मी या चित्रपटाचे संवाद लिहिले होते. माझं ते सगळं काम आणि नोकरी सांभाळून केलेली उरस्फोड वाया गेली. ती उरस्फोडच होती. त्यांचा नंतर आक्रोश झाला आणि वीस-बावीस वर्षांनंतरही जखमा बुजलेल्या नाहीत. सुखद आठवणींचा नजराणाही 'मर्मबंधातल्या ठेवीप्रमाणे तितकाच पल्लवित आहे. निर्मितीची झिंग कमी करावी, गौण वाटावी अशी ती ठेव म्हणजे 'बेबी नंदा'

आणि माझ्यासहित वसुंधरेलाही लाभलेला नंदाताईंचा सहवास. बेबी नंदा ह्यांची शालीन, आदबशीर वागणूक. मास्टर विनायक यांच्या रम्य आठवणी. मास्टर विनायक जगले असते तर व्ही. शांतारामांपेक्षा वरचढ चित्रपट पाहण्याचं भाग्य महाराष्ट्राला लाभलं असतं. 'गुंतूनी गुंत्यात साऱ्या, पाय माझा मोकळा' या सुरेश भटांच्या काव्याप्रमाणं माझा 'रंग वेगळा' नसल्यानं आजही त्या आठवणींनी मन घायाळ होतं. यशवंत देवांची गाणी तेव्हा अजरामर झाली असती, पण जिथं देवांचं नशीबही निर्मात्याच्या हाती होतं, तिथं चित्रपट व्यवसायात पांगुळगाड्याशिवाय चार पावलं टाकणारा 'वपु' कोण?

त्याच चित्रपटाच्या वेळी श्रीराम लागू यांनी एक झटका दिला. तो जितका सुखद होता त्याच्यापेक्षा कितीतरी पटीनं जास्त आश्चर्यदायक होता.

काही दिवस शूटिंग झालं आणि मोठा खंड पडलाय, ठरलेले पैसे संपूर्ण मिळाले नाहीत, हा धक्का पचवण्याचं माझं ते वय नव्हतं. ते धक्के पचवण्याचं सामर्थ्य नंतर मला अनेक कॅसेट निर्मात्यांनी दिलं. रखडलेलं शूटिंग सुरू झालं. अचानक जयप्रकाशकडून निरोप आला. त्यांचेही हात अडकले होते. दिग्दर्शक म्हणून रसिकांशी गट्टी जमण्याची संधी त्यांच्यापासूनही लांब पळत होती.

'संधी' हा प्रकारच पाऱ्यासारखा. म्हणजे कसा?– तर दोन मित्र गप्पा मारीत बसले होते, तेवढ्यात दार वाजल्याचा एकाला भास झाला. तो म्हणाला, "मला दोन वेळा दार वाजल्याचा भास झाला."

त्याचा मित्र म्हणाला, "दोन वेळा? मग ती संधी नसेल."

मलाही पुन्हा आमंत्रण आलं तेव्हा ती संधी नाही हे मानून मी 'येत नाही' असे म्हणालो, पण नंतर कळलं की श्रीराम लागू यांचा निरोप आहे.

मग मी धावलो.

एका सराफाच्या दुकानातला शॉट. कॅमेरा, लाइटिंग, साऊंड, मेकअपसकट श्रीराम लागू... सगळे सज्ज. फक्त माझी जाण्याची खोटी.

माझ्यावाचून काय अडून राहावं?–हा मला प्रश्न.

सेटवर गेल्यावर श्रीराम लागूंनी मी लिहिलेला एक दीर्घ संवाद माझ्यासमोर धरला आणि ते म्हणाले, "हा संवाद मला तुमच्या तोंडून ऐकायचा आहे."

कुसुमाग्रजांच्या 'नटसम्राटा'ची ती मागणी ऐकून मी चक्रावलो.

"मी वाचून दाखवू? आणि आपल्याला?"

ते म्हणाले, "लेखक जेव्हा प्रत्येक शब्द लिहितो तेव्हा तोच शब्द तिथं का असावा हे त्यालाच माहीत असतं. तुम्ही कथाकथन करता, अमुकतमुक शब्दच तिथं का असावा, हे कलावंतापेक्षा लेखकाला जास्त माहीत असतं. तुम्ही

तुम्हाला अभिप्रेत असलेल्या आवाजात, तुमच्या धाटणीनं फक्त एकदाच वाचून दाखवा, स्क्रिप्टपेक्षा उच्चार महत्त्वाचा.''

तो चित्रपट प्रारंभी म्हटल्याप्रमाणे गर्भातच गेला. यशवंत देवांची स्वर्गीय आनंद देणारी गाणीही वाया गेली, पण आजही मी श्रीराम लागू– नव्हे, त्या 'हिमालयाच्या सावली'समोर नतमस्तक आहे.

रंगभूमीवरच्या आजच्या विद्यमान कलावंतांनो आणि चित्रपटातल्या तारकांनो, तुम्हांला हिमालय व्हायचं आहे. पुण्याच्या हनुमान टेकडीची उंची मिळताक्षणी गर्वानं आकाश जिंकल्याप्रमाणं वावरू नका!

◯

४८

'इतुके आलो जवळ की
जवळिकतेचे व्हावे बंधन.'

माझ्या आठवणीनुसार या मंगेश पाडगावकरांच्या काव्यपंक्ती. आज ज्या माणसाबद्दल लिहितोय, त्यांच्या बाबतीत माझी अशीच अवस्था झाली आहे. तो माणूस म्हणजे पु. वि. बेहेरे.

'मेनका', 'माहेर' आणि 'जत्रा'चे संपादक आणि माझ्या बावन्न पुस्तकांपैकी पंचवीसच्या वर पुस्तकांचे प्रकाशक.

'मग बरोबर!'— असा भाव मला काही चेहऱ्यांवर दिसतोय. लेखकानं स्वत:च्या प्रकाशकाबद्दल गौरवोद्गार काढले की मैत्रीच्या दृढ नात्यावरही 'व्यवसायाचा लेप' असं मानणारी मंडळी खूप आहेत, पण चौतीस वर्षांच्या दीर्घ मैत्रीत, मी काही पुविंबद्दल लिहावं याची आम्हा उभयतांना गरज नाही. 'माझ्यावर काहीतरी लिहा, तरच तुमचं पुस्तक घेईन' असं सांगण्याची पुविंना गरज नाही आणि गौरवलेख लिहून नवं पुस्तक पुविंच्या गळ्यात मारायची मलाही आवश्यकता नाही. यांपैकी काहीही न करता, पुस्तक प्रकाशनाच्या निर्मितीतील माझा प्रत्येक हट्ट पुविंनी पुरवला आहे. आम्ही दोघं हार्टपेशंट. पैलतीर जवळ आलेला.

आम्हा दोघांचीही साठी उलटल्यावर, भलावण करण्याची गरज नसली तरीही वाटतं की, केवळ दीर्घकालीन मैत्रीच मध्ये का यावी? आपल्या मित्राबद्दलच्या भावना जाहीररीत्या प्रकट करायला अवधी उरला नाही तर?

पुविंजवळ आज काय नाही? सरकारी नोकरी सोडून मासिकं आणि ग्रंथप्रकाशनात उडी मारण्याचं धाडस त्यांनी १९६२ साली दाखवलं. आज पुण्यात दोन सुसज्ज फ्लॅट्स— त्यांपैकी एकात ऑफिस, दाराशी अंजनीसुत. 'मेनका'मासिकाने जरी कारकिर्दीचा आरंभ झाला असला तरीही या 'मेनके'ने

पुविंची 'जत्रा' केली नाही. 'मेनका' समृद्ध 'माहेरी' नांदत आहे.
लेखक आणि प्रकाशक हे नातं कधीच संपलेलं आहे, पण अचानक एके दिवशी पुविंनी माझ्यासमोर 'करारपत्र' ठेवलं.
"हे काय नवीन? आणि तुमच्या-माझ्यात लेखी करारपत्र?"
"आपण दोघं हार्टपेशंट. दोघांपैकी कुणाचंही एकाचं काही कमीजास्त झालं तर आपल्या मुलांना, बायकोला आपल्यातल्या व्यवहाराची सगळी माहिती हवी."
असाच धक्का त्यांनी मला एकोणीसशे बहात्तर साली दिला होता. साठ साली माझा पहिला कथासंग्रह प्रकाशित झाला होता, त्यातून प्राप्ती शून्य. बासष्ट साली दुसरा संग्रह. त्याची रॉयल्टी सव्वादोनशे रुपये. बहात्तर सालापर्यंत माझी आर्थिक परिस्थिती 'तूर्तदान-महापुण्य' म्हणतात तशी. पाचशे-पाचशे रुपयात मी संपूर्ण कथासंग्रह देत असे.
पुवि मला म्हणाले, "फक्त एक वर्ष कळ सोसलीत तर पुस्तकाच्या विक्रीनुसार तुम्हाला केवढे पैसे मिळतील, त्याचा अंदाज घ्या."
मी तशी कळ सोसली आणि एका वर्षात मला कळलं की, मी निव्वळ 'कर्मचारी' राहिलो नाही. प्रकाशन व्यवसायातला 'ऐपती'बरोबर 'दानत'ही असलेला 'पार्टनर' मला लाभला आहे.
हंस-मोहिनी-नवलचे अनंत अंतरकर गेले तेव्हा 'हंस उडोनि गेला' असा रास्त शब्दांत लिहिलेला मृत्युलेख वाचनात आला होता. नियती एक व्यक्ती असते. पुविंमध्ये मला 'अंतरकर' दिसतात.
You have no right to be in the business, if you don't love it.
पुविंनी चौतीस वर्षं हा व्यवसाय सांभाळला कसा? अर्जुनाला फक्त पक्ष्याचा डोळा दिसत होता, त्याप्रमाणे पुविंना 'मासिकं' दिसतात.
प्रत्येक हस्तलिखित स्वत: वाचणं, प्रुफं तपासणं यापल्याड विश्व नाही. ते कोणत्याही संमेलनात भाषणं करणार नाहीत, साहित्यचर्चा, वादविवाद, कोणत्या तरी मंडळावर नेमणूक... NOTHING DOING
सगळ्या वाटचालीत सौ. सुमनताईंचा खूप मोठा वाटा. घरातल्या सगळ्या जबाबदाऱ्या सांभाळून, दिवाळी अंकांच्या जाहिरात विभागासाठी आणि तत्सम व्यवहारासाठी डेक्कन क्वीनने पुण्या-मुंबईच्या वाऱ्या त्या कितीतरी वर्षं करीत आहेत.
पुवि अबोल आहेत. अलिप्त म्हणण्यापेक्षा स्थितप्रज्ञ आहेत. स्वाती आणि वैशाली या मुलींच्या लग्नात, पुवि सिगारेटचे झुरके घेत घेत, मांडवात असे वावरत होते की, 'ठीक आहे, ठीक आहे... कोणत्या तरी मुलींची लग्नं होताहेत. होऊ देत. वेळच्या वेळी जसे अंक मार्केटला, स्टॉलवर यायला

हवेत, त्याप्रमाणे लग्नंही वेळच्या वेळी व्हायला हवीत.' ह्यापल्याड अन्य भाव नव्हता.

असा हा चाकोरीतून नुसता जाणारा नव्हे, तर त्यावर प्रेम करीत प्रवास करणारा एक साधा माणूस आहे.

या साध्या माणसाला एकदा एक विलक्षण झटका आला. मी सगळी कामं संपवून रात्री दहा वाजता त्यांच्या घरी गेलो. डेक्कन जिमखान्यावरचा आमचा बंगला विकल्यानंतर पुविंची वास्तू माझं 'माहेर' होतं.

पुवि म्हणाले, "कुठंतरी लांब भटकून येऊ. थंड वाऱ्यात फिरावंसं वाटतंय.''

"चला, कात्रजपर्यंत जाऊन येऊ.''

नोकरी सोडून प्रकाशनात पक्के पाय रोवून उभे असलेले पुवि म्हणाले, "हिंमत असेल तर मुंबईला चला, मात्र ड्रायव्हिंग मी करणार नाही.''

"मान्य! पण एका अटीवर. आपण रातोरात परत येणार ना?''

"अर्थात!''

"वसुंधरेला पुण्याला आणण्याची जबाबदारी तुमची.''

सुमनताई म्हणाल्या, "ते माझ्यावर सोपवा.''

आम्ही तिघंही साडेतीन तासांत मुंबईला पोहोचलो. रात्री दोनला वसुंधरेला उठवलं. परतीच्या प्रवासात पुन्हा ड्रायव्हिंग करण्याइतकी मला एनर्जी नव्हती, मग सुहासला उठवलं. त्यालाही माझ्यासारखा भन्नाटपणा हवाच असतो. सकाळपर्यंत आम्ही सगळे पुण्यात.

त्यानंतर पाच-सहा वर्षांनंतरची घटना. माझा पुण्यात कार्यक्रम होता. चिंचवडला जाऊन आईला भेटायचं होतं. मुंबईत बांद्रा ते फाऊंटन अंतर बसमधून काहीच वाटत नाही. प्रत्येक शहराची गती आपल्याही रक्तात उतरते, पण पुणे ते चिंचवड म्हटले की भागलपूर एक्स्प्रेसने पाटण्यापर्यंतचं अंतर वाटतं.

मला दुसऱ्याकडून चार चाकी तर सोडाच, पण स्कूटरही मागायला आवडत नाही. स्कूटर आर्थिक टप्प्यात बसवता येईल, पण फियाटसाठी दोन लाख उभे करायचे म्हणजे आपण 'फ्लॅट.' फियाट ही फ्लॅटचाच अपभ्रंश आहे, तरी मी शब्द टाकला.

सुमनताई म्हणाल्या, "आपण दोघं जाऊ.''

आईला भेटलो. घराच्या समोर डांबरी रस्ता. मायबाप सरकारच्या कृपेने झोपड्यांनी अडवल्यामुळे गाडी रिव्हर्समध्ये टाकली. तिची दोन चाकं, रस्त्याला बॉर्डर लावावी त्याप्रमाणे असलेल्या चिखलात गेली आणि गाडी शंभर-सव्वाशे फूट घसरत घसरत कंपाउंड वॉलपाशी धडकली आणि भिंतीला घासत घासत

आणखी पन्नास फूट फरपटत गेली. दोन्ही दरवाज्यांच्या मुठी तुटल्या, दारे चेपली गेली.

स्वत:च्या वाहनावर, मालकाचं पोटच्या मुलासारखं प्रेम असतं.

मी पुविंसमोर जाऊन उभा राहिलो. घडलं ते सांगितलं आणि या कथाकथनाचे पैसे, दोन हजार रुपये 'इदं न मम' म्हणत त्यांच्यासमोर ठेवले. त्यांनी पैसे घेतले नाहीतच, पण 'छान, छान! कुणाच्या तरी मुलीचं लग्न होतंय' हा जसा तटस्थ भाव होता, तितक्या स्थितप्रज्ञतेने ते म्हणाले,

"आयुष्यात एकदा तरी अपघाताचा अनुभव यावा लागतो. तसा तुम्हाला आला, हे छान झालं."

गाडी किती डॅमेज झाली हेही न पाहता ते म्हणाले, "गाडीखाली कुणी आलं नाही हे छान!"

एकाहत्तर सालापासून आजतागायत, त्यांचं रॉयल्टीचं स्टेटमेंट येतं आणि ठरावीक दिवशी चेक येतो. माझं संपूर्ण वर्ष आनंदात-सुखात जातं. व्यवहारात कलावंतांना, लेखकांना टांग मारली की धंदा चांगला करता येतो असं मानणारी माणसं एके काळी होती. तशी ती सगळ्याच व्यवसायांत होती व आजही आहेत, पण चोख, प्रामाणिक व्यवहारच 'चिरंतन' असतो हे पुविंनी प्रथमपासून मानलं होतं. १९७१ साली मी 'ही वाट एकटीची' कादंबरी लिहिली. त्यातले एक वाक्य-

'इथून पुढे दुधामध्ये पाणी न मिसळणाऱ्या माणसांच्या इमारती उभ्या राहणार आहेत.'

ह्या प्रकारचे विचार सुचतात ते 'पुविं'सारखे प्रकाशक भेटतात म्हणून.

या सगळ्या अनुभवांतून दानत आणि ऐपत यांचा दुर्मीळ संगम पाहिल्यावर केवळ पुवि निकटचे मित्र आहेत म्हणून त्यांच्याबद्दल लिहायचं नाही, हे पथ्य कसं सांभाळू?

$$\bigcirc$$

४९

शिरीष रायरीकर, मुक्काम पुणे, त्यात सदाशिव पेठ. या माणसाजवळ भन्नाट कल्पनाशक्ती आहे. एखादी अफलातून कल्पना सुचली की तो माझ्याकडे येतो— तसा तो आला. आल्या आल्या त्याने मला विचारलं,

''वपु, पंचवीस वर्षांपूर्वी तुम्ही 'टेकाडेभावजी' मालिका लिहीत होतात ना?''

''इतिहास झाला.''

''पण टेकाडेभावजीमधली एक कल्पना अफलातून होती.''

''कोणती?''

''नोकरीवर जाणाऱ्या माणसाला नोकरीच्या पहिल्याच दिवशी प्रॉव्हिडंट फंड द्यायचा, कारण तारुण्यात खर्च जास्त. राहायला जागा घ्यायची असते. बरोबर?''

''आठवलं. त्याशिवाय हेही सुचवलं होतं की तीस वर्षं नोकरी धरून प्रथमच जास्तीतजास्त पगार द्यायचा. वय वाढत गेलं की हातून जास्त काम होत नाही. दरवर्षी पगार कमी करत जायचं. सरकारी तिजोरीवर ताण पडणार नाही आणि रिटायर होताना दहा-बारा हजार रुपयांची नोकरी सोडण्याचं जिवावर येतं त्याऐवजी पाचशे रुपयांची नोकरी सोडताना काही वाटणार नाही असं काहीसं सुचवलं होतं.''

शिरीष म्हणाला, ''मला काही भन्नाट कल्पना ह्या 'महाराष्ट्र बंद' वरून सुचल्या आहेत. मुळावरच घाव घातला तर सगळे प्रश्न सुटतील.''

''बोल!''

''गोवारी समाजातील एवढी माणसं मारली गेली. त्यासाठी 'महाराष्ट्र बंद' करण्याऐवजी सगळ्यांना ओव्हरटाईम करायला लावायचा. दुकानं रात्री बारापर्यंत उघडी ठेवायची. या उत्पन्नातून ओव्हरटाईम, पगारातून पन्नास लाखांचा निधी उभा करायचा आणि जे मारले गेले त्यांना महिना उत्पन्न प्राप्त

करून द्यायचं. आज मुळातच रेल्वे वेळेवर कारभार करीत नाही. गाड्या कॅन्सल होतात. वेगळा 'बंद' हवाच कशाला?''

''करेक्ट! आता भन्नाट कल्पना सांगा.''

''निवडणुका कॅन्सल करायच्या. कोणत्याही पक्षाचा उमेदवार उभा राहिला की तो निवडला गेल्याचं जाहीर करायचं. सगळे निवडून येतील. मग दिल्ली, महाराष्ट्र, विदर्भ, मराठवाडा सगळीकडे स्टेट बँकेप्रमाणे विधानसभेच्या शाखा काढायच्या. सभा घ्या, ठराव पास करा, मायक्रोफोन तोडा, राजदंड पळवा, काहीही करा. सगळे निवडून आले तर हे प्रकार बंद होतील. विधानसभांना त्यांच्या त्यांच्या पक्षांची नावं द्या. जी विधानसभा जास्तीतजास्त लोकोपयोगी काम करील तिला राष्ट्रपती पुरस्कार द्या. मतदान, मतमोजणी, फलक, बॅनर्स-किती खर्च वाचेल! प्रचार नको, लाऊडस्पीकर नको. सगळेच विजयी. मग खरं तर लोककल्याण कोण करतो, ते आपोआप कळेल.''

''अप्रतिम! आता पुढची योजना सांग.''

''मी संघर्षाची कारणंच समूळ नष्ट करतो आहे. उदाहरणार्थ, रेल्वे, वेळेवर न धावणाऱ्या गाड्या. मुळात टाईमटेबलच छापायचं नाही. एकदा जाहीर करायचं. रेल्वेकडे फक्त एवढ्या गाड्या आहेत. त्या सबंध दिवसात तयारी झाली की सुटतील. फ्लॅटफॉर्मवरच 'थ्री टायर' सारखे कॉंक्रीटमध्ये बर्थ्स बांधायचे. ज्यांना प्रवास करायचा आहे ती माणसं आदल्या दिवशी रात्रीच स्टेशनांवर जाऊन झोपतील. प्रत्येक गाडी प्रत्येक स्टेशनावर थांबेल, म्हणजे दादर-ठाणे-कल्याण या स्टेशनांवर गर्दी होणार नाही. आपली गाडी आली की प्रवासी गाडी पकडतील.''

''पुढे?''

''मूल जन्माला आलं की जन्माचा दाखला, रेशनकार्ड करावं लागतं, त्याप्रमाणे त्याला पासपोर्टसुद्धा देऊन टाकायचा. पैसा असेल तर भटक लेका जगभर.''

''सुरेख!''

''आता महत्त्वाचा प्रश्न. दोन जमातींत दंगा.''

''तो प्रश्न सुटणं अवघड.''

''मुळीच नाही. प्रत्येक कुटुंबाला एके-४७ द्यायची आणि रेशनकार्डावर बुलेट्स. प्रत्येकाजवळ एके-४७ आहे म्हटलं की सगळे टरकून राहतील. मग संजय दत्तकडे होती का एखाद्या स्मगलरकडे होती हा प्रश्नच नाही. पोलीस खात्यावरचा ताण एकदम कमी होईल.''

''विचार करू.'' जणू मीच ठराव पास करणार होतो.

शिरीष म्हणाला, ''आता नोकरीवाले. इंटरव्ह्यू घेताना साहेबांनी नम्रपणे

विचारावं, तुम्हाला कामावर किती वाजता यावंसं वाटेल? किती तास काम मनापासून करायची इच्छा आहे? त्याप्रमाणे येत जा, आणि दमलात की घरी जा.'' बायकांना विचारायचं, ''मुलांना शाळेत केव्हा सोडावं लागतं? आणायला केव्हा लागतं? ठीक आहे. तुम्ही त्याप्रमाणे दुपारी बारा ते दोन एवढ्या वेळेसाठीच या.''

''शिरीष ऑफिसं चालतील का?''

''उरलेल्या वेळेसाठी संसाराचे पाश नसलेल्या बायकांना नेमायचं.''

''हे छान.''

''आता बँका, प्रत्येक माणसानं खातं उघडलं, की स्वत:चं पासबुक स्वत: भरायचं, कारण एक तर पासबुकातलं अक्षर समजत नाही आणि 'बाय ट्रान्सफर' 'बाय चेक'-'कॅश' ह्या पलीकडं पासबुकात काहीही माहिती नसते.''

''आणखी काही उद्‌बोधक योजना?''

''शाळा, कॉलेज आणि परीक्षा. एक महिना अगोदर सगळ्या विद्यार्थ्यांना प्रश्नपत्रिका वाटायच्या. मार्केटमध्ये गाईड्स मिळतातच, म्हणजे शिक्षकांना, प्राध्यापकांना स्वत:च्या विषयाची तयारी करायचे कष्ट पडणार नाहीत. रिझल्ट सेंट परसेंट. नोकरी नाही मिळाली तर निवडणुकीला उभं राहायचं. तो निवडून येणारच.''

''आता पुरे! केवढं अराजक माजेल कल्पना आहे?''

शिरीष शांतपणे म्हणाला, ''सध्या वेगळं काय आहे? तरी आपण अजून मध्येच लटकत आहोत. संपूर्ण सुराज्य हवं, नाहीतर प्रचंड अराजक हवं. अध:पाताचं शेवटचं टोक गाठलं म्हणजे माणूस पुढे वाट नाही ह्या कारणासाठी मागे वळेल. ती वाट प्रगतीचीच होईल. संप... अरे हो, तो पॉईंट राहिला.''

''कामगार वर्ग?''

''हो.''

''उद्योगपतींनी कारखाने काढायचे आणि कामगारांना देऊन टाकायचे. त्यांना सांगायचं, जेवढा पगार तुम्हांला हवाय तेवढं काम करा. सगळं उत्पन्न तुमचं आणि तुम्ही आम्हांला पगार द्या. आम्ही फॅक्टरीत पाऊलसुद्धा टाकणार नाही. म्हणजे कामगार नेत्यांचा प्रश्न निकालात निघेल.''

''मग त्यांचं काय होईल? ते गाड्या कशा उडवतील?''

''कामगार नेते मग उद्योगपतींचं नेतृत्व करतील आणि त्यांना कामगार वेळेवर पगार देतील की नाही हे पाहतील. 'बंद' हा शब्दच पुसला जाईल. मुळातच नोकरवर्ग आठ तासांपैकी तीन-चार तासच काम करतो. तीनशेपासष्ट दिवस तो

रोज दोन-चार तास चकाट्या पिटून 'बंद' पाळतच असतो, म्हणून 'बंद' पुकारला की तो शंभर टक्के यशस्वी व्हायला वेळ लागत नाही.''

"शिरीष, नाटकांच्या प्रयोगासाठी तुला खूप दिवस झोप मिळालेली नाही. तू म्हणतोस त्यांपैकी काहीच होणार नाही. पुण्याला जा आणि दोन दिवस झोप काढ.''

"जयंतराव साळगावकरांना भेटतो आणि जातो.''

"काय काम आहे?''

"त्यांना सांगणार आहे, 'कालनिर्णय' संपूर्ण वर्षाचं काढू नका. दर महिन्याला त्या-त्या महिन्यापुरतं काढा.''

"का?''

'बंद'च्या तारखा मिळवा अगोदर आणि कॅलेंडरमध्ये बँक हॉलिडेप्रमाणे 'बंद हॉलिडे'च्या तांबड्या तारखा टाकत जा, म्हणजे सामान्य माणसाचे हाल होणार नाहीत. विमानतळावर पॅसेंजर्स अडकणार नाहीत. ज्यांची अत्यंत महत्त्वाची कामं आहेत त्यांची अडवणूक होणार नाही. रस्तोरस्ती, हायवेजवर स्टम्प्स ठोकण्याकरिता भोकं पाडून ठेवावीत. क्रिकेट पीच जागा, झेब्रा क्रॉसिंगप्रमाणे राखून, आखून ठेवावी, म्हणजे बेकार जनता क्रिकेट खेळायला मोकळी. हॉस्पिटलमधल्या पेशंट्सचे हाल होणार नाहीत. मंत्री सुखरूप असतात, हाल सामान्यांचे. 'बंद'ला गालबोट म्हणून देशाच्या दृष्टिकोनातून जरी एकच माणूस मेला तरी त्याचं सगळं कुटुंब उद्ध्वस्त होतं आणि त्या निरपराध माणसानं तरी असं का मरायचं?''

या प्रश्नावर कुणीही घोषणा दिली नसताना माझा आवाज 'बंद' झाला.

५०

हृदयनाथ मंगेशकर एक खूप मोठा तत्त्वचिंतक आहे. सुमारे पंचवीस वर्षांपूर्वी, म्हणजे मी जेव्हा 'भावसरगम'चं निवेदन करीत असे तेव्हा ते मला म्हणाले, ''माणसाला फक्त एकच मित्र असतो. तो निघून गेल्यावर आपण वळून पाहतो आणि येणाऱ्या मित्राची, ज्याची गॅरंटी नाही, त्याची वाट पाहतो. तो मित्र आला की तिकडे त्याचं लक्ष नसतं. तोही मित्र जातो. तेव्हा वळून पाहणं सुरू होतं. गेलेल्याबद्दल पश्चात्ताप आणि येणाऱ्याची प्रतीक्षा आणि जिज्ञासा.''
भूतकाळ, वर्तमान आणि भविष्य ह्याचं हे काव्यमय विश्लेषण.
वर्तमान सांभाळला त्याने आयुष्य जिंकलं. त्याच्या शब्दकोशात 'पश्चात्ताप' शब्दाला जागा नाही, पण माझ्यासहित सगळे 'उद्या' ह्या शब्दात गुंतलेले. 'उद्या' ह्या एका शब्दाने आणि त्याच्या जिज्ञासेने 'पत्रिका आणि कुंडली' ह्या दोन मुलींना आणि बारा ग्रहांना जन्म दिला. हे बारा ग्रह एका जागी शांत बसत नाहीत. स्वत: भ्रमण करतात आणि माणसांची फरपट. पुढच्या क्षणी काय घडणार आहे, हे माणसाला कळावं ही जर नियतीची इच्छा नाही, तर आपण त्यात डोकावण्याचा प्रयत्न तरी का करावा? ह्या नको त्या कुतूहलापायीच काही सन्मान्य, सत्शील, अभ्यासू आणि सत्प्रवृत्तीचे अपवाद वगळले तर अनेक ज्योतिषी आपल्या तुंबड्या भरताना आढळतील. निव्वळ अभ्यास आणि व्यासंग म्हणून ज्योतिषशास्त्राचा विचार करणारे, पत्रिका दाखवणाऱ्यांना मार्गदर्शन करणारेही खूप आहेत. ते व्यवसाय करीत नाहीत. पैसा कमावीत नाहीत, पण तरीही हृदयनाथ म्हणतात त्याप्रमाणे येणाऱ्या मित्राचे हे सगळे दत्तकपुत्र. पत्रिका पाहणारी व्यक्तीही सात्त्विक वृत्तीची हवी. प्रत्येक व्यवसायात तामसी आणि सात्त्विक वृत्तीची माणसं असतात. कुंडली, पत्रिका, हस्तसामुद्रिक हे संपूर्ण शास्त्र आहे की नाही, हे मी सांगू शकणार नाही, कारण मी त्याचा अभ्यासक नाही, पण मी ज्योतिषी खूप पाहिले. कोणत्या ना कोणत्या प्रांतात

यशस्वी ठरलेल्या व्यक्तींच्या पत्रिकांचा अभ्यास आणि संग्रह करणारी माणसंही खूप आहेत. अशा काहींनी माझी कुंडलीही नेलेली आहे आणि त्याच वेळी वाटलं पत्रिका पाहणारी व्यक्तीसुद्धा सात्त्विक वृत्तीची हवी.

निव्वळ गंमत म्हणून, कधी करमणूक म्हणून जसे पत्रिका दाखवणारे असतात त्याप्रमाणे कोणतीही समस्या नसलेली 'धनिक-वनिक बाळेही' हात पाहणाऱ्यांसमोर स्वत:चे हात पसरतात. 'पत्रिका-कुंडली सबकुछ झूट' असं मानणारेही 'पाहू तरी काय सांगतो?' असं म्हणत समोर बसतात.

पण मानवी प्रयत्न थकल्यावर, संकटांशी, व्याधींशी सामना देऊन निराश झालेल्यांची संख्या मोजता येणार नाही. अशा वेळी पत्रिका बघणारा कोणत्या वृत्तीचा असेल, हे पाहायला कुणाला सवड आहे? ज्ञान, व्यासंग आणि वृत्ती ह्यांचा काहीही संबंध नाही. त्याव्यतिरिक्त ज्यांना काही कृतीच करायची नाही असे महाभाग, 'माझ्या पत्रिकेत भाग्योदयाचे योगच नाहीत' असं म्हणत मोकळे होतात. लग्नासाठी मुहूर्त शोधल्यावर, 'सुमुहूर्त सावधान' ह्या शब्दांबरोबर उरल्यासुरल्या अक्षतांचा अभिषेक होतो. 'सुमुहूर्त' म्हटल्यावर 'सावधानते'चा' इशारा कशासाठी? कुणी आजवर ह्याचा विचार का केला नाही? 'सुमुहूर्त भाग्यवान' असं का म्हटलं जात नाही? 'शुभमंगल' ह्या शब्दानंतर 'वैऱ्याची रात्र आहे. जागा राहा-म्हणजेच सावधान' हा शब्द कशासाठी? छत्तीस गुण जमूनही संसारात छत्तिसाचा आकडा का?

सगळी मंगलकार्यं सुमुहूर्तावरच होतात; पण विवाह हा क्षणाचाच असला तरी संसार अनंत क्षणांचा असतो आणि तिथं क्षणोक्षणी सुमुहूर्त न लावता सुसंवाद घडावा लागतो आणि हा सुसंवाद हृदयनाथ म्हणतात त्याप्रमाणे येणाऱ्या मित्रावर म्हणजे उद्यावर सोपवून काय फायदा?

ज्यांना कॅलेंडरवरची फक्त पुढची तारीख दिसते, अशीच माणसं ज्याला-त्याला पत्रिका दाखवत सुटतात.

भविष्य, ज्योतिषशास्त्र इकडे वळायचं कारण एका भगिनीचं पत्र.

'आयुष्यातल्या प्रत्येक क्षणी मरणाचा अनुभव घेत जगत आहे. भेट व्हावी अशी इच्छा आहे. मुलीच्या हाकेला 'ओ' द्याल का? बापलेकीचं नातं जोडण्याचा मला हक्क द्याल का?'

मी तिला भेटलो आणि हकिकत ऐकून थरारून गेलो. सोय म्हणून आपण तिचं नाव इंदिरा समजू. तिच्या घरासमोर एक फावल्या वेळेतला (खरं तर फालतू वेळेतला) ज्योतिषी राहतो. इंदिराची पत्रिका पाहून तो म्हणाला, ''तुम्ही उद्याची काळजीच सोडा. तुम्हाला उद्याचा सूर्य दिसणारच नाहीए.''

पत्रिका पाहणाऱ्यांचा एक अलिखित संकेत आहे. हे अभ्यासू किंवा

व्यावसायिकही, मरण कधी हे सांगत नाहीत.
इंदिराने पुढचे प्रश्नच विचारले नाहीत. हे एवढ्यावर संपलं नाही. हा गृहस्थ रोज, इंदिरा समोर दिसली की विचारू लागला,
"अरे, तुम्ही आज जिवंत कशा?"
सहा महिने हा छळ सोसून, वैतागून तिने निराशेने आपली मोठी राहती जागा सोडली आणि आलेल्या पैशात परवडेल अशी लहान जागा घेतली आणि क्लायमॅक्स म्हणजे, दिवस राहिल्यावर इंदिराने ॲबॉर्शन करवून घेतलं. आपल्यामागे आपल्या अपत्याची देखभाल कोण करणार, ह्या धास्तीनं.
आता ह्या बाईंच्या मनातली भीती कोण घालवणार?
आकाशवाणी होईल का?
आकाशवाणी नावाचा प्रकार असतो का?
आकाशवाणी कविकल्पनाही असेल.
पण 'तुम्ही अजून जिवंत कशा?' हा प्रश्न रोज विचारणारा, आख्ख्या जगात एकमेव का होईना, एक सैतान अस्तित्वात आहे.
वर्तमान हाच मित्र. हे महान तत्त्व इंदिराला कोण समजावून सांगेल?
आत्ताचा श्वास हीच त्या चैतन्याची साक्ष हे महान तत्त्व अनेक-असंख्य इंदिरांना कोण पटवून देईल?
वर्तमानाशी दोस्ती केली. कष्टांचं दान त्याला बहाल केलं, तर चालून झालेल्या वाटचालीवर फुलांचा, निर्माल्य न होणारा सडा दिसेल आणि येणाऱ्या क्षणांचं, 'तो येताना बरोबर काय आणणार आहे?' ह्याचा विचार न करता त्याला 'आगच्छंतु महाभागाः' असे म्हणण्याचं धैर्य मिळवलं तर स्वर्ग इथंच आहे.
आज जी कळी आहे, तिचेच उद्या फूल होणार आहे.

५१

एक लहानशी 'बी.' कोणत्या वृक्षाची ते ओळखता आलं नाही. माझ्यादेखत त्याचा प्रचंड वृक्ष झाला. पिंपळाचा की वडाचा तेही समजलं नाही, कारण शेतकीच्या प्रांतातही अंधार.

शेतकऱ्यांची कर्जं माफ करायची इतकंच अनेक वर्षं माहीत, तेही शेती किंवा शेतकरी ह्यांच्याबद्दल उमाळा म्हणून नाही. मतदानाचं पीक आपल्या पदरात पडावं म्हणून 'अ'चं कर्ज माफ करायचं. ते 'ब'ने फेडायचं. एके काळी माझं फक्त पाचशे रुपयांचं कर्ज कुणी तिसऱ्यानं फेडलं नाही, किंवा ज्यानं दिलं, तो विसरला नाही. अर्थात माझ्यासमोर ज्याचा प्रचंड वृक्ष गेल्या बावीस वर्षांत झाला, त्यानं कुणासमोर हात पसरले नाहीत. त्याचा हळूहळू वृक्ष कधी झाला हे पाहायलाही सवड झाली नाही. 'थ्री-स्टार' हॉटेलच्या उद्घाटनाची पत्रिका हातात पडली, तेव्हा सुवर्णाक्षरात छापलेली स्क्रीन प्रिंटिंग आणि रेशमी-जरतारी गोंडे सोडलेली ती पत्रिका पाहताना, एकेकाळी विक्रम ग्रेड वन् हॉटेलमध्ये साधा स्टुअर्ड होता हे आठवलं. त्याचा तेव्हाचा रुबाबदार पोषाख पाहून हा 'सोफेस्टिकेटेड वाढपी'च हा विचारही तेव्हा शिवला नाही. सरळसरळ पंगतीत झाऱ्यानं मसालेभात पानात ढकलतात त्याऐवजी दोन मोठ्या चमच्यांच्या पाठीच्या चिमटीतून हा असं का वाढतोय?– ह्यावरही मी विचार तेव्हा केला नव्हता. पंगतीतला मसालेभात, 'ग्रेड वन् हॉटेल'मध्ये 'पुलाव' होतो हे एक तर कळत नव्हतं आणि मेनूकार्ड वाचता येणार नाही एवढा तिथं मिणमिणता प्रकाश होता, तरीही विक्रमनं पाहुण्यांच्या नात्याने बोलावलं आहे, तेव्हा बिल भरावं लागणार नाही एवढा लख्ख उजेड डोक्यात पडला होता. त्याच प्रकाशात मी चिनी आक्रमणाच्या फ्राईड राईसचा 'हिंदी-चिनी भाईभाई' म्हणून स्वीकार केला होता. 'च्याऊ-एन-लाय'मधला फक्त 'च्याऊ' मला 'च्यूऊ-माऊ पत्रावळीचं पान खाऊ' एवढाच अर्थ पत्रावळ

नसताना समजला होता आणि आज, बावीस वर्षांनी, वयाची पन्नाशी ओलांडायच्या आत विक्रमचं थ्री स्टार हॉटेल-स्वत:चं!

त्याने एसी कार पाठवली. जेवण झाल्यावर पुन्हा घरापर्यंत सोडलं. हा वृक्ष एकेकाळी 'बी' होता. हे मी विसरलो, ज्याप्रमाणे बावीस वर्षांपूर्वी 'स्टुअर्ड बी' मधला वृक्ष मला दिसला नव्हता त्याप्रमाणे.

स्वेच्छानिवृत्ती घेतली तर फंड आणि पेन्शन ह्यात भागेल का, ह्याचा एका रविवारी ताळा मांडताना विक्रम अचानक हजर.

त्याने बावीस वर्षांचा आढावा माझ्यासमोर मोकळेपणी मांडला तेव्हा त्याच्या वृक्षाभोवती माझ्या मैत्रीची वेल अजून बिलगून आहे, ह्या जाणिवेने मी विक्रमला आणखीन बिलगलो.

''बाबा रे, माझ्या ह्या वृक्षाला एक पारंबी तुझी पण आहे. पाहतोस काय? तेव्हा फंडातून दोन हजार रुपये दिले होतेस. वीस हप्त्यांत ते परस्पर पगारातून कापले गेले होते.''

''उगीच सांगितलंस. मी विसरलो होतो.''

माझ्या हातातल्या वहीतल्या आकडेमोडीकडे पाहात त्यानं विचारलं,

''काय चाललं होतं?''

''फंड-पेन्शन यात भागेल की नाही, हा हिशोब. काहीतरी हिशोब चुकतोय.''

विक्रमने खिशातून कॅल्क्युलेटर काढला आणि पाच मिनिटांत चार्ट काढून दाखवला.

''हो रिटायर, भागेल सगळं. परवडणार नाही तेव्हा वहिनींना घेऊन जेवायला माझ्याकडे ये. तुझा मला हेवा वाटतो.''

''छे छे, भलतंच!''

''बाबा रे, कॉर्पोरेशनचे नगरसेवक, पोलीस खातं, एक्साईज आणि परिसरातले गुंड ह्या सगळ्यांना मी पोसतोय. ह्या लुटारूंचं हसतमुखानं स्वागत करतोय. आता निवडणुका आल्या. सांगतील तो आकडा पोहोचवायचा! नाहीतर बाटल्या, मारुती, एन-ई वन-वन-एट, एअरकंडीशण्ड असली तरी मन शांत-थंड नसतं.

त्यापेक्षा तू भाग्यवान! तू ह्या संसारात गुरफटला नाहीस. ही उपासनेची, परमार्थाची ताकद. तू माझ्यापेक्षा शांत आहेस.''

मी हसलो.

''का हसलास?''

''भौतिक सौख्य ही जशी एक जखम आहे, तशीच परमार्थ ही पण जखमच. परमार्थ ऐकणं वेगळं, त्यात उतरणं वेगळं. मी फक्त श्रवण करतो.''

विक्रम म्हणाला, ''तू महागीता, जैन, बुद्ध सगळ्यांचा अभ्यास करतोयस असं ऐकलं.''
''मीही फक्त ऐकतोच आहे. रक्तात भिनलं असतं तर जेवायला धावत आलो नसतो. तुझ्या ड्रायव्हरबरोबर ग्रीटिंग कार्ड पाठवलं असतं.''
''हरकत नाही. जे ऐकलंस त्यापैकी काहीतरी आज सांग. मी फार बिथरलोय.''
''का?''
''लोणावळ्याला माझा बंगला आहे. इतर सगळी जागा सोडून माझ्याच बंगल्यावरून लोणावळा बाय-पास रोड काढणार आहेत. आठ बंगले, तेही नवे कोरे, ह्या स्कीममध्ये जातायेत. स्कीम आणखी पंधरा वर्षं होणार नाही. कोर्टकचेऱ्या झाल्या. मुख्यमंत्री भेटतच नाहीत. बंगला विकावा लागला सरकारला, आणि आता 'स्कीम होईपर्यंत टेनन्ट म्हणून राहा' म्हणताहेत. माझं डोकं फिरून गेलंय. काही उपदेश कर.''
''मी? आणि उपदेश? जे ऐकतोय ते पचवताना मी थकलोय.''
''काय ऐकतोस?''
''ओशो. त्यांच्या कॅसेट्स.''
''ह्या क्षणी आठवेल ते सांग.''
''मुल्ला नसरूद्दिनची गोष्ट ऐकवतो.''
विक्रम सरसावून बसला.
मी सांगू लागलो.
''पाच हजार वर्षांपूर्वी, उपनिषदाने सांगितलं, 'तेन त्यक्तेन भुग्जिथाः।' 'जो त्याग करतो त्याला भोग (आध्यात्मिक) प्राप्त होतात.'
''फॅक्ट आहे. मीही दानधर्म, देणग्या द्यायला प्रारंभ केलाय, पण मन शांत होत नाही.''
''ऐक, उपनिषदाने त्यागाचे परिणाम सांगितले, तर अडीच हजार वर्षांपूर्वी, बुद्धाने भोगाचा स्वभाव सांगितला. ओशो म्हणतात, 'भोगो मत, त्यागो मत, जागो.' मुल्ला नसरूद्दीनकडे एका माणूस आला आणि व्याकूळ होऊन म्हणाला, 'खूप लांबवर पायपीट करून आलोय. अनेक गुरू पाहिले, समाधान झालं नाही. तुमची कीर्ती ऐकून, खूप प्रवास करून आलोय.'
त्या माणसाच्या प्रामाणिकपणाबद्दल नसरूद्दीनची खात्री पटली. तो म्हणाला, 'गुरुपदेश वगैरे सगळं नंतर बघू. प्रथम आडावर जाऊन पाणी भरू. मी काय करतो ते फक्त बघ. प्रश्न विचारलास तर मामला खतम.''
नसरूद्दीनच्या पाठोपाठ तो जिज्ञासू गेला. नसरूद्दीनने आडात बादली सोडली. भरून आलेली बादली काठावरच्या बादलीत ओतली. सगळं पाणी वाहून गेलं. पाणी त्याच बादलीत ओतण्याचा सपाटा चालूच होता.

आपण बिनडोक माणसाला 'गुरू' समजलो की काय? असं त्या पथिकाला वाटलं, कारण त्या बादलीला तळच नव्हता. शेवटी तो म्हणाला, 'महाराज, आयुष्यभर प्रयत्न केलात तरी ही बादली भरणार नाही. हिला तळच नाही.' नसरूद्दीन म्हणाला, 'बोललास?' आता तोंड दाखवू नकोस. हा केवळ तुला इशारा होता. जा आणि विचार कर, तुझ्या मनालाही तळ आहे की नाही ते बघ. कितीही वासनापूर्ती केलीस तरी बादली का भरत नाही. ह्याचा शोध घे.'

''अलौकिक आहे.''

''ओशो सांगतात–

हर कदम पर मंझील मिलेगी,

मगर मंझील नहीं होंगी.'

वासनेत उतरायलाच पाहिजे. भोगात डुबकी मारलीच पाहिजे. वासनेत उतरल्याशिवाय बादलीला तळ आहे की नाही, कळणार नाही. लांबूनच दुसऱ्यांच्या बादल्या पाहिल्यात तर फसाल. भिकाऱ्याकडे ॲल्युमिनियमची, पोचे आलेली बादली असेल तर सिंकदराजवळ रत्नजडित बादली असेल. पण त्यांना तळच नसेल, तर दोघांच्याही बादल्या रिकाम्याच राहणार आहेत. पद, पैसा, प्रतिष्ठा, ऐश्वर्य, निवडणुका, सत्ता, सिंहासन... काय काय हवंय? बादलीला तळच नाही, किती आणि कशी भराल? भोगो मत, जागो, बादली भोगानेही भरत नाही, त्यागानेही भरत नाही. जागो!''

विक्रम उठला.

मी त्याला गाडीपर्यंत निरोप द्यायला गेलो.

'एसी' चालू करण्यासाठी ड्रायव्हरने काचा वर करायला सुरुवात केली, तर विक्रम म्हणाला, ''राहू देत काचा उघड्या. शुद्ध मोकळी हवा येऊ दे.''

कंपाउंडमधून बाहेर पडणाऱ्या गाडीकडे पाहात मी म्हणालो,

''विक्रम, तू सर्वसंगपरित्याग करशील, कारण तुला भोग माहीत आहेत. मी तुझ्यासारख्यांच्या रत्नजडित बादल्यांवर लांबून भाळणार. तळ शोधणार नाही. भोगलंच नाही, तर त्याग कशाचा करणार? फंडाचा, पेन्शनचा हिशोब करीत, उपनिषद, बुद्ध, ओशो ह्याची आम्ही पोपटपंची करणार. 'वपु ग्रेट, काय मनुष्यस्वभावाचा अभ्यास आहे!' असं काही माणसांप्रमाणे तूही कदाचित म्हणत राहशील आणि मी त्यावेळी माझ्या मनाच्या बादलीला तळ कोण बसवून देईल ते शोधत राहीन. तुझी रत्नजडित बादली लांबून पाहून मी दिपलो होतो आणि तू शांत आहेस असं मला म्हणताना तूही माझी ॲल्युमिनियमची बादली लांबूनच पाहिली होतीस.''

५२

नैरोबीहून श्री. अ. बा. आपटे ह्यांचं पत्र आलं ते 'लोकसत्ते'तील 'माणसं' हे सदर वाचून. त्यांनी आपल्या पत्रातून मला एक प्रसंग कळवला. त्या प्रसंगाचा 'माणसं'साठी उपयोग झाला तर बघा, हेही त्यांनी कळवलं,

मी पत्र वाचलं. अवाक झालो, आणि नैरोबीमधल्या एका अनोळखी पतिपत्नीला, इथूनच वाकून भारावून जाऊन नमस्कार केला.

आज जर संत बहिणाबाई हयात असत्या तर,

'मानसा, मानसा,
कधी व्हशील मानूस?'

ह्या त्यांच्या पिळवटून टाकणाऱ्या प्रश्नाला उत्तर दिलं असतं. वयाच्या अवघ्या सोळाव्या वर्षी, परिवार, मुलंबाळं, शेजारीपाजारी, गाव, देश, ह्यांच्या सीमा पार करून 'विश्वात्मक देवा'ला आवाहन करून, सगळ्या विश्वात 'जो जे वांच्छील' ते ते त्याला मिळो, असं ज्ञानेश्वरांनी 'पसायदान' मागितलं. विश्वातल्या सगळ्या प्राणिमात्रांसाठी अशी मागणी करणं ह्याला खऱ्या अर्थानं 'निधर्मी' म्हणतात. सगळ्यांच्या सगळ्या इच्छा पूर्ण होणं कसं शक्य आहे?

The biggest tragedy in life, is to get everything, that you desire.

पण तरीही बहिणाबाईंच्या प्रश्नाची लाज वाटून जितकी माणसं, 'मानूस' होतील. तेवढ्या प्रमाणात जगाचं चित्र बदलेल. मतपेटीच्या आहारी गेलेल्या राज्यकर्त्यांच्या छोट्या माणसाला, 'निवडणूक' ह्याचा अर्थ समजल्यापासून एकच प्रश्न पडलाय की, सगळ्यांना देशाचं कल्याणच करायचं आहे, तर संघर्ष राहिलाच कुठे? विरोधी पक्ष हवाच कशाला? हे चित्र कायम राहिलं तर जगाचं चित्र बदलणार कसं?

हे मोठे प्रश्न सोडवायला एका माणसाचा एवढास्सा मेंदू शिणून जातो, मग तो

एकेका माणसाकडे वळतो. मलाही एकेका माणसाचाच मोह पडत जातो, मोह पडत गेला आणि कितीही फटके आजही खात असलो तरी, 'जगात चांगल्या माणसांची संख्या जास्त असल्याशिवाय जगाचं राज्य चाललेलं नाही' ह्यावर माझी श्रद्धा आहे.

देशाचाच अचानक विषय निघाला त्यावरून आठवलं. क्रुश्चेव जेव्हा भारतात आले, तेव्हा पहिल्या दिवशी एका पत्रकाराने विचारलं, 'तुम्ही देव मानता का?' पत्रकारांना ह्या उचापती हव्या असतात. क्रुश्चेव्ह 'हो किंवा नाही' म्हणाले, तरी त्या पत्रकाराच्या आयुष्यात काय क्रांती घडणार होती? त्या रशियन पंतप्रधानांनी सांगितलं,

'नाही'

दौरा संपवून क्रुश्चेव्ह पुन्हा निघाले, तेव्हा पुन्हा तोच प्रश्न.

क्रुश्चेव्ह म्हणाले, 'भारतात आलो आणि देव मानायला लागलो. देव नसता तर भारत जगला असता का?'

देवाच्या अस्तित्वाची प्रचिती मला आलेली नाही, तोपर्यंत मीही ठाम मत कसं देणार? पण असे काही प्रसंग पाहिले, कुणी पत्रातून कळवले की, 'माणूस' शब्दामागे 'देव' शब्द आपोआप लेखणी-वाणीतून उमटतो.

बहिणाबाईंनी पण माणसाला 'देव' कधी होशील? असं विचारलं नाही.

माणूस 'माणूस'च झाला की तो देवत्वाप्रत पोहोचतोच.

अशाच न पाहिलेल्या, नैरोबीतल्या दोन माणसांना मी प्रथम नमस्कार केला आणि पाठोपाठ अ. बा. आपटे ह्यांना.

नैरोबीमध्ये श्री. आपटे ज्या कँपमध्ये राहतात, तिथं बोहरी समाजातली माणसं जास्त आहेत. काचवाला, लोखंडवाला, बाटलीवाला अशी नॉर्मली त्यांची आडनावं असतात, असा समज आहे. मुंबासाला एक आंतरराष्ट्रीय मेळावा झाला होता, त्या मेळाव्याला काही बोहरी कुटुंबं गेली होती. ह्याच कॉन्फरन्ससाठी अमेरिकेहून एक दाम्पत्य आले होते. त्यांना मूलबाळ नसल्यामुळे त्यांनी आपल्याला एक मुलगा दत्तक घ्यायचा आहे असा मनोदय धर्मगुरूंकडे व्यक्त केला. दत्तक म्हणून मुलगाच हवा, असा अट्टहास नव्हता. धर्मगुरूंनी घोषणा करताक्षणी आपटे ह्यांच्या समोर राहणारी एक स्त्री उभी राहिली आणि म्हणाली, "मला तीन मुलं आहेत आणि आत्ता मला पुन्हा चौथा महिना लागला आहे. मी हे चौथं मूल द्यायला तयार आहे."

तिच्या पतीने आपल्या पत्नीला ह्या उत्स्फूर्त देणगीस संमती दिली.

मी पत्र वाचता वाचता थांबलो, सुन्न झालो. आकाशाएवढं विशाल मन करण्याची क्षमता पुरुषांपेक्षा बायकांकडेच जास्त असते. पहिली तीन मुलं

असतानाही चौथ्यांदा दिवस जिला राहतात, तिला मुलांची किती हौस असेल, हे सांगायला हवं का? चौथे अपत्य डामडौलात वाढवण्याची त्यांची नक्कीच आर्थिक पात्रता असेल. बोहरी समाज बऱ्यापैकी धनवान असतो. आर्थिक सुबत्ता आणि अपत्याची हौस– हा संगम मनोहर आहे, रास्त आहे. भारतात झोपडपट्ट्यांतून ही हौस गटाराच्या काठावर नांदते आहे. निवडणुकीच्या काळात मी ह्या भावी मतदारसंघाबद्दल बोलणं बरं नव्हे. ह्याच लोकांचं भलं करण्याच्या घोषणांवर निवडणुका होणार आहेत.

मी थक्क झालो, ते वेगळ्या विचारांनी. अपत्यप्राप्तीच्या सुखसोहळ्याच्या एका क्षणासाठी केवढी प्रतीक्षा?— नऊ महिने.

प्रतीक्षा ही जगातली सर्वांत मोठी शिक्षा. प्रिय व्यक्तीच्या आगमनाच्या प्रतीक्षेत, मनाची जी ससेहोलपट होते, त्याचा प्रत्येकाला जीवघेणा अनुभव आयुष्यात आल्याशिवाय राहात नाही. असं वाटतं, कुणी सांगितलं, 'पंचवीस तारखेला चार वाजेपर्यंत येईन' घड्याळात सगळ्या आकड्यांच्या जागी, बारा ठिकाणी चाराचाच आकडा छापल्यासारखा वाटतो.

आणि इथं, नऊ महिने प्रतीक्षा, प्रसूतिवेदना, तोपर्यंत अवघडलेली अवस्था आणि इतकं सोसून सुखाचा क्षण अर्पण करायचा.

पण त्या स्त्रीने ते केलं.

सातवा महिना लागल्यावर ती अमेरिकेला गेली. तिथंच ती बाळंत झाली.

'मुलगी झाली' अशी तार आली.

त्या पित्याने त्यांच्या रिवाजाप्रमाणे मिठाई घेतली आणि भरलेली बशी घेऊन तो आपटे ह्यांच्याकडे आला. अमेरिकेत जन्माला आलेली मुलगी, जी बापाला कधी बघायलाही मिळणार नव्हती, तिच्यासाठी तो मेवा-मिठाई वाटत होता, सगळ्या कँप्समध्ये.

आपट्यांनी विचारलं, "कौतुक कुणाचं करू? दंडवत कुणाला घालू? तुम्हाला की भाभींना?

तो पटकन म्हणाला, "भाभींना. तिनं माझं ऐकलं म्हणून."

"पण, 'मी माझं मूल देईन' हे कॉन्फरन्समध्ये अगोदर त्या म्हणाल्या."

"मी त्याच्याबद्दल म्हणत नाही. मी तिला एक महत्त्वाची सूचना केली होती. ती तिने तंतोतंत पाळली. मी सांगितलं होतं, मुलगा किंवा मुलगी- कुणीही जन्माला येवो! बाळाचा चेहराही न बघता ते बाळ हॉस्पिटलच्या स्वाधीन करायचं. एकदा चेहरा पाहिलास की वात्सल्य मध्ये येईल. संकल्प पूर्ण होणार नाही. हे तिला पटलं आणि चेहराही न बघता तिने मुलगी त्या अमेरिकन जोडप्याला दिली. आम्ही जिंकलो."

त्या बापाने आपट्यांना बर्फी भरवली.
आणि तोंड माझं गोड झालं.
'जो जे वांच्छील, तो ते लाहो।' ही ओवी समजली.
मानूस 'मानूस' झाला.

◯

दि. २३-१२-२०१७
हा लेख नवीन लेख नवीन घेतला आहे. त्या
लेखाचे वाचन झाले आहे. रिप्रिंट छापायला
देताना नव्याने पीडीएफ करणे.

५३

"केवढ्याचा रे हा?'' साबण हातावर घेऊन साबणाकडे आणि माझ्याकडे पाहत वडील आश्चर्ययुक्त स्वरात म्हणाले.

"स...स...सहा आण्याचा.'' मी अर्धवट काहीतरी पुटपुटलो.

"जा हा परत देऊन ये ,'' त्यांनी माझ्याकडे साबण टाकला.

मी साबण हातात घेतला आणि दारापर्यंत आलो. काय करावं हे सुचेना. साबण परत करून दोन आणे आणले असते; पण पुन्हा त्यात चार आणे कुठले घालावयाचे? माझ्याजवळ एक तांबडा पैसा देखील नव्हता. खरी वस्तुस्थिती सांगण्याचंही धैर्य होईना. शेवटी जवळच राहणाऱ्या एका मुलाला मी खरी हकिगत सांगितली आणि त्यानं जाऊन ती वडिलांना निवेदली.

"बोलाव त्या गाढवाला, खोटं बोलतो!'' आतून वडिलांची गर्जना माझ्या कानावर पडली. वडील फक्त रागावतील, मारणार नाहीत हे मला पक्कं माहीत होतं. तरी माझ्या मनात काय आलं कुणास ठाऊक. तेथून मी बाहेर धूम ठोकली.

गाडीची वेळ होत आली होती. मला न बोलावता वडील जातील हे अशक्य होतं. शेवटी थोडा वेळ माझी वाट पाहून त्यांनी दोन मुलांना मला पकडून आणण्यास सांगितलं.

ती दोन मुलं काहीतरी गोड बोलत माझ्या जवळ जवळ येत होती. त्यांच्या आपापसांतील कुजबुजण्याने त्यांचा गनिमी कावा माझ्या लक्षात आला. मी एक दगड उचलला आणि, "पुढे याल तर दात मोडतील!'' अशी खडसावून त्यांना ताकीद दिली. मुलं आली तशी मुकाट्यानं निघून गेली.

जवळ जवळ तासभर मी बाहेरच होतो. अकरा वाजून गेले. गाडीची वेळ झाली. मीही दमलो होतो. शेवटी घराजवळच एका आडोशाच्या जागी मी उभा राहिलो होतो. मला पकडायला कोणीतरी येईल म्हणून माझी दृष्टी

समोरच होती.

मागच्या बाजूला कसला तरी आवाज झाला. मी मागे वळून पाहतो तो वडील दबकत दबकत येत होते. त्यांना पाहून मी धूम ठोकली; पण काही उपयोग झाला नाही. वडिलांनी मला गाठलंच. आणि तेथून त्यांनी मला बडवत, फरफटत घरापर्यंत आणलं. मी मोठमोठ्यानं भोकाड पसरून ओरडत होतो. घरी आणल्यावर पुन्हा त्यांनी एक ओली छडी काढली आणि बडवायला सुरुवात केली. शेवटी आईनं ती छडी काढून घेतली.

वडिलांनी कोट घातला, बॅग हातात घेतली आणि ते जाण्यासाठी उठले. मी अजून रडतच होतो. ते माझ्याजवळ आले आणि त्यांनी मला आपल्याजवळ घेतलं. त्याबरोबर त्यांच्या डोळ्यांतून दोन अश्रू ओघळले. जातेवेळी आपण उगीचच इतकं मारलं म्हणून त्यांना वाईट वाटलं.

त्यावेळी त्या अश्रूंचं मला काही वाटलं नाही; पण आज तो प्रसंग आठवला की, अजूनही ते अश्रू दिसतात. आणि आपण उगीचच वडिलांना त्रास दिला, याचं एकच शल्य मनाला बोचत राहतं.

परमेश्वरावरील विश्वास ज्याक्षणी उडायची वेळ येते त्याच वेळी अशी दैवी घटना घडून येते की, नास्तिकपणाकडे लागलेली बुद्धी पुन्हा पलट खाते व आस्तिकवाद मनात घोळू लागतो! आणि एकदा आस्तिकवाद मनात वसू लागला की साध्या गोष्टीतही निराळाच 'अर्थ' दिसू लागतो, कोणत्याही घटनेत ईश्वरी साक्षात्काराचा भास होऊ लागतो व कोणतेही व्यक्तिमत्त्व ठसठशीत वाटू लागते!

ज्या ठिकाणी ही घटना घडली त्या ठिकाणाला महत्त्व नसल्याने, ठिकाणाचे नाव सांगत नाही व माझ्या आयुष्यात जी व्यक्ती क्षणभरच चमकून गेली त्या व्यक्तीचे नाव पण सांगण्याचे टाळत आहे; कारण अशा गौरवपर व्यक्ती ठिकठिकाणी असतात व या व्यक्तींचे नाव न घेतल्याने, अशा सर्व व्यक्तींचा गौरव होईल!

आभाळात लख्खकन् चमकून जाणाऱ्या बिजलीचे आयुष्य कितीसे असेल? तद्वत् ती व्यक्ती माझ्या आयुष्यात बिजलीसारखी चमकून गेली. बिजलीची तेजस्विता त्या व्यक्तीठायी होती; पण तशी प्रखरता नव्हती! मेणबत्तीची शांत ज्योत होती ती. मेणबत्तीप्रमाणेच माझी सेवा करून ती व्यक्ती दृष्टीपल्याड गेली; पण तिची ज्योत माझ्या मनाच्या कोनाड्यात उजळत आहे!

माझ्या मित्राबरोबर मी लांबच्या प्रवासाला गेलो होतो. त्या गावी ओळखीचे असे कोणीच नसल्यामुळे आम्ही आमचा मुक्काम एका हॉटेलात ठोकला. दिवसभर मनमुराद भटकावे, त्या गावचे लोक पाहावेत; त्यांच्या चालीरीती, शिष्टाचार,

जीवनक्रम पाहून कधी आनन्दावे, कधी आश्चर्यित व्हावे अशी आमची दिनचर्या चालली होती. एखाद्या गावाला गेल्यावर मी तिथली प्रेक्षणीय स्थळे पाहण्यापेक्षा तिथली माणसेच पाहत बसतो! स्थळापेक्षा व्यक्तीमध्ये काही प्रेक्षणीय, मनाला भुरळ पाडणारे एखादे व्यक्तिमत्त्व, उदारतेचा ईश्वरी अंश दिसतो का, इकडे माझे लक्ष असते.

आम्ही हिंडत होतो. नवे जीवन अनुभवीत होतो. नवीन गावात दिवससुद्धा कसे भर्रकन् जातात! आयुष्य किती झपाट्याने संपत आहे याची जाणीव नव्या ठिकाणी गेले, की प्रकर्षाने होते. परतायचा दिवस एक-दोन दिवसांवर येऊन ठेपला!

माझ्या मित्राने-शरदने मला विचारले,

"आपण या गावात एकसुद्धा चित्रपट पाहिला नाही. चल, आज येतोस?"

मी चटकन् होकार दिला. आम्ही रात्रीच्या खेळाला गेलो. चित्रपट साधारणच होता; पण तो त्या गावी पाहिला याचेच वैशिष्ट्य होते. चित्रगृहातून परत येताना मी पाहिलेल्या चित्रपटावर बरे-वाईट काहीच बोलत नाही, हे पाहून मला शरदने विचारले,

"का रे, असा गप्प का?"

"माझ्या छातीतून एकाएकी कळा येत आहेत, म्हणून जरा गप्प बसलो आहे," मी जरा खालच्या आवाजात म्हणालो.

बाजूने जाणाऱ्या वाहनाला हात करण्यात आला. आम्ही निवासस्थानी आलो. वाहनातून उतरता उतरता मी विव्हळत म्हणालो,

"शरद, मला आता या कळा असह्य होत आहेत!"

"तुला एकट्याला वर जाववेल का? मी असाच कोणी डॉक्टर मिळतो का, बघायला जातो," शरद म्हणाला.

अशा अपरात्री अनोळखी गावात, 'तुला डॉक्टर मिळायचा नाही,' हे सांगण्याच्या पण भानात मी नव्हतो!

मी मोठ्या कष्टाने वर आलो. छातीतून येणाऱ्या कळांचा जोर पहिल्यापेक्षा वाढला होता.

त्या कळांचा त्रास, शिवाय परक्या गावी ओळख नसताना एवढ्या अपरात्री शरदला होणारा त्रास या दोन गोष्टींनी मी खरोखरच मेल्याहून मेल्यासारखा झालो होतो!

मी कष्टाने एक एक पायरी वर चढून येत असताना, जिन्याशेजारच्या दोन पहारेकऱ्यांत आपापसांत नेत्रपल्लवी झाली; पण तिकडे लक्ष देण्याच्या मन:स्थितीत मी नव्हतो.

खोलीत येऊन पलंगावर पडल्यावर तर कळांचा जोर आणखीनच वाढला. या गतीने कळा वाढत गेल्यास, मी येथूनच 'आणखीन लांबच्या प्रवासाला' जाईन याची मला खात्री वाटू लागली. आता माझा धीर खचला. आई-वडील व इतर सर्व आप्तेष्टांचे चेहरे डोळ्यांपुढे उभे राहिले! जीवनातल्या महत्त्वाच्या घटना डोळ्यांपुढे सरकू लागल्या! अनेक आनंदाच्या व दुःखाच्या आठवणींना उजाळा मिळाला! व त्याहीपेक्षा, परमुलखात माझे जर काही बरेवाईट झाले तर शरदवर किती बाका प्रसंग येईल, या कल्पनेने तर मी आणखीनच हवालदिल झालो! शरदला एकटाच परत आलेला पाहिल्यावर सर्व लोक त्याला नाही नाही ते प्रश्न विचारून कसे भंडावून सोडतील, हा विचार मनात येताच मला होणाऱ्या मरणप्राय कळांची आठवणसुद्धा क्षणिक विसरलो.

मला एकदम उलटी होणार असे वाटू लागले. मी ताबडतोब बाहेरच्या मोरीपाशी गेलो. मोरीपाशी पोचतो न पोचतो तोच मला उलटी झाली. शरद अजून परतला नव्हता. तोडक्यामोडक्या हिंदी भाषेत मी त्या पहारेकऱ्याला, ''कोणी डॉक्टर मिळेल का'' म्हणून विचारले. तेव्हा एखाद्या सर्जनचा आव आणून तो म्हणाला,

''साब, डरनेकी कोई बात नही! शराब जरा जादा हुई ऐसा मालूम होता है, लेकिन फिकीर मत करो! सुबह तक आराम पहुँच जायेगा । आप लोग, मुलुखपर शराब नहीं मिलती इसलिए यहाँ पर आते है, ये सब हम जानते है ।''

मी व्यवस्थित असतो तर त्याला जिन्यावरून ढकलूनच दिले असते; पण म्हणतात ना, जखमी जनावराला कावळासुद्धा टोची मारतो!

शरद निराशेची बातमी घेऊन आला. आणि त्यात आश्चर्य काहीच नव्हते. माझ्या यातना सहनशक्तीच्या पलीकडे पोचल्या होत्या. मनावर मोठा संयम ठेवला होता म्हणून, नाहीतर मला मोठ्यांदा, एखाद्या गुरासारखे ओरडावेसे वाटत होते.

शरदचा चिंताक्रांत चेहरा पाहून मला आणखीनच त्रास होत होता. माझ्या प्रेमळ माता-पित्यांची गाठ पडते की नाही, याची मला भ्रांत पडू लागली. परमेश्वराचे नामस्मरण मी जोराने चालू केले; सत्यनारायणसुद्धा बोलून गेलो!

ती रात्र उलटली! मला थोडीशी ग्लानी येऊन मी पहाटे पहाटे जवळ जवळ शुद्ध हरपलेल्या स्थितीत पडलो होतो.

उजाडताच शरद बाहेर पडला. चांगल्या विश्वासू डॉक्टरची चौकशी कुणापाशी करावी याचा विचार करीत जात असता शरदला एक रुबाबदार गृहस्थ दिसला. त्याचे व्यक्तिमत्त्व असे जबर आकर्षक होते की, याच्याजवळ मदत

मागितल्यास हा आपली निराशा करणारा नाही याची खात्री वाटून शरदने त्याला सर्व हकिगत सांगितली व मदतीसाठी हात पुढे केला.

''तुझा मित्र कोठे आहे, चल दाखव मला!'' असे इंग्रजीत बोलून तो गृहस्थ शरदबरोबर खोलीवर आला.

माझी अवस्था पाहून त्या गृहस्थाला भडभडून आले व काहीसा विचार करून त्या गृहस्थाने कोणत्याही तऱ्हेचा कमीपणा न मानता त्याने मला हातावर उचलून घेतले व मला खाली आणले; आणि कोणत्याही वाहनाची वाट न बघता तो तसाच रस्त्यावरून चालू लागला.

एका मोठ्या दगडी इमारतीत आम्ही आलो. मला बाहेरच्या बाकावर बसता करून व शरदला माझ्याकडे बघायला सांगून तो गृहस्थ आत गेला. त्या वेळेपर्यंत मी थोडासा भानावर आलो होतो! कळांचा जोर तेवढाच होता. तसेच कण्हत कण्हत मी शरदला त्या देवमाणसाचे नाव विचारले. शरदने त्यालाही नाव माहीत नसल्याचे सांगितले. इतक्यात तो गृहस्थ पुन्हा परत आला व त्याने मला पूर्ववत् हातावर उचलून घेतले. मला संकोचल्यासारखे होऊन मी म्हणालो,

''मला वाटते, मी आता चालू शकेन!''

''लाज धरायचे काही कारण नाही आपल्या भावाजवळ!'' –माझा अनोळखी भाऊ म्हणाला.

मला एका माणसाने तपासले व लागलीच कसलेतरी ग्लासभर पेय प्यायला दिले व पाच मिनिटे स्वस्थ पडून राहायला सांगितले आणि काय आश्चर्य! एखादी दैवी घटना घडावी किंवा मांत्रिकाने किमया करावी तद्वत् मला हळूहळू बरे वाटू लागले व अक्षरशः पंधरा मिनिटांच्या अवधीत मी पूर्ववत् बरा झालो. –सुमारे दहा तासांच्या प्राणांतिक अवस्थेतून सुटका करणाऱ्या माझ्या उपकारकर्त्याकडे मी डोळे भरून पाहिले आणि बोलणार इतक्यात मला मध्येच अडवून माझा भाऊ मला म्हणाला,

''आभारप्रदर्शक शब्दांव्यतिरिक्त माझ्याशी काहीही बोल.''

–वयाने, मनाने, धर्माने, पैशाने व पेशाने एक नसलेला तो गृहस्थ माझा मित्र झाला, भाऊ झाला! लोकांना नेमके हेच ते खुपते! एखाद्या तिऱ्हाईत व्यक्तीचे भावासारखे प्रेम लोकांना रुचत नाही; पण सख्ख्या भावाने मारलेल्या लाथांचे समाजाला काही वाटत नाही!

या माझ्या भावाचे मी काय वर्णन करू! तरतरीत चेहरा, सरळ नाक, साधारण गोल चेहरा, भरदार शरीरयष्टी व या सर्वांवर औदार्याचे व स्नेहाचे चढलेले विलक्षण तेज! त्याची जात बहुधा... पण कशाला? जात कशाला सांगा-त्याची

जात 'माणसाची' होती! साध्या नव्हे–माणुसकी समजत असलेल्या 'देवमाणसाची' ती जात होती.

या माझ्या भावाला नातेवाईकांचा पाश नव्हता. तो एकटाच होता; पण एकटा राहून सर्वांवर प्रेम करीत होता. मला तो म्हणाला,

"त्या दिवशी मी एका 'मॉर्निंग शो'ला जाण्याच्या तयारीने उभा होतो; पण तुमची परिस्थिती ऐकल्यावर मला जाववेना!"

आमचा मुक्काम नकळत वाढला! सर्वत्र दुर्मिळ असलेले प्रेक्षणीय स्थळ मला सापडले होते. त्याचा आनंद मी मनमुराद लुटत होतो व ते स्थळसुद्धा मला त्याची लूट औदार्याने करू देत होते.

त्याने आमच्यासाठी रजा काढली. आजपर्यंतच्या आयुष्यात त्याने कधी रजाच काढली नव्हती. मी त्याला काही त्याच्याचबद्दल सांगू लागलो की, तो मला गप्प करून म्हणायचा,

"गेल्या जन्मी तुम्ही माझ्यासाठी काही तरी केलं असेल त्याची फेड करायची संधी परमेश्वराने मला लगेच ह्याच जन्मात दिली."

मी त्याला एकदा म्हणालो, "मला तुझा एखादा फोटो तरी दे!" यावर तो जोरजोरात हसत सुटला.

"फोटो? आणि कसा देणार? आजपर्यंत माझा फोटो कुणी काढला नाही!" मला वाईट वाटले व मीच त्याचे भराभर फोटो घेतले.

परतायचा कटू दिवस कधीतरी उगवायचा होता तो उगवला. आम्ही निघालो! –आणि एवढा मोठा तो गृहस्थ लहानाहून लहान होऊन ढसाढसा रडू लागला! देवमाणूस रडत होता!!

–आणि मला रडवतही नव्हते!!!

गाडी सुटताना हातात हात घेऊन तो म्हणाला,

"आजपर्यंत मी कोणासाठी रडलो नाही व माझ्यासाठी कोणी रडले नाही. एकत्र बसून हसायला पुष्कळ लोक मिळतात; पण रडायला कोणी मिळत नाही. When you laugh, all would laugh, but when you weep, you are alone! पण सबंध आयुष्यात माझ्यासाठी कोणीतरी दोन अश्रू काढले आहेत, तेवढे समाधान मला जन्मभर पुरेल!"

–यदाकदाचित देव मला प्रसन्न झाला व त्याने मला विचारले, "तुझ्या गतायुष्यातील काही प्रसंग मी पुन्हा उपभोगायला दिले तर तू कोणते क्षण मागशील?" क्षणाचा विलंब न लावता मी त्या 'देवमाणसाच्या– माझ्या मानलेल्या भावाच्या सहवासातील क्षण' मागून घेईन.

घरी आल्यावर प्रथम मी फिल्म धुवायला टाकली व काही दिवसांनी मी ती

उत्सुकतेने आणायला गेलो आणि काय आश्चर्य! बाकीचे सर्व फोटो उत्कृष्ट आले होते. फक्त माझ्या भावाचे फोटो ओळखूसुद्धा येणार नाही इतके बिघडले होते. विचार करूनसुद्धा मला या गोष्टीचा उलगडा होऊ शकला नाही.

खरोखरच तो एक चमत्कार होता!

मी एके दिवशी वडिलांना सहज त्या चमत्काराबद्दल बोललो. आमचे अण्णा त्यावर हसत म्हणाले,

''फोटो चांगले आले नाहीत हेच बरोबर! अरे, अशी देवमाणसे ठिकठिकाणी गावोगावी आहेत. ही माणसे प्रसिद्धिपराङ्मुख असतात, म्हणून त्यांचा सहज काढलेलासुद्धा फोटो येऊ शकत नाही!''

तशी त्याची प्रतिमा माझ्या हृदयात अहर्निश आहेच आहे. फक्त दु:खाची गोष्ट इतकीच की, मी ती दुसऱ्या कुणाला दाखवू शकत नाही.

ऐक सखे

वपु काळे

वसंत पुरुषोत्तम काळे यांचे हे पंचविसावे पुस्तक एका निराळ्या पद्धतीने छापलेले. गोष्टीतून गोष्ट सांगत जाणारे, 'अरेबियन नाइट्स'सारखे त्याचे स्वरूप आहे.

वपुंनी कादंबरी लिहिली, नाटक लिहिले, आत्मवृत्तपर व चरित्रात्मक लेखनही केले. पण त्यांचा खरा पिंड कथाकाराचा. याहीपेक्षा कथाकथनकाराचा आहे. साहित्याच्या या प्रकारात त्यांच्या शक्ती रसरसून येतात. त्यांच्या कथा अर्थवाही अन् भावप्रधान आहेत. पण त्यांचे कथाकथन मात्र एकदम रसरशीत आणि चैतन्यदायी आहे. त्यात त्यांचे शब्द काही खास ढंगाने, काही खास जिव्हाळ्याचे, कधी आर्ततेने, तर कधी उन्मादाने नवे रूप धारण करतात.

त्यातील माणसेही कोणी असामान्य नाहीत. अवतीभोवती असणाऱ्या लहान माणसांचे मोठेपण आणि मोठ्या माणसांचे लहानपण हेच त्यांच्या लेखनात सापडते. त्यांच्या लेखनात सहजता आहे, सौंदर्य आहे, तोरा आहे...